பிரார்த்தனை எனும் மகத்தான சக்தி

ஜோசப் மர்ஃபி

தமிழில்: நாகலட்சுமி சண்முகம்

MANJUL

மஞ்சுள் பப்ளிஷிங் ஹவுஸ்

First published in India by

MANJUL

Manjul Publishing House

Corporate and Editorial Office

• 2nd Floor, Usha Preet Complex, 42 Malviya Nagar, Bhopal 462 003 - India

Sales and Marketing Office

• C-16, Sector 3, Noida, Uttar Pradesh 201301, India

Website: www.manjulindia.com

Distribution Centres

Ahmedabad, Bengaluru, Kochi, Kolkata, Chennai,
Hyderabad, Mumbai, New Delhi, Pune

Tamil translation of *Techniques in Prayer Therapy* by *Dr. Joseph Murphy*

Tamil edition first published in India by
Manjul Publishing House Pvt. Ltd. in 2016
Tenth impression 2026

ISBN 978-81-8322-745-2

Translation by Nagalakshmi Shanmugam
Editing and Typesetting by PSV Kumarasamy

Printed and bound in India by Repro India Limited

உள்ளடக்கம்

முன்னுரை

நீங்கள் பிரார்த்திக்கும்போது அற்புதங்கள் நிகழ்கின்றன

நீங்கள் மனதார விரும்புகின்ற விளைவுகளைப் பிரார்த்தனையின் மூலம் அடைவது எப்படி என்பதை உங்களுக்கு எடுத்துரைப்பதுதான் இப்புத்தகத்தின் நோக்கம்.

எப்படிப் பிரார்த்தனை செய்ய வேண்டும் என்று உங்களுக்குத் தெரியுமா? பிரார்த்தனை எவ்வளவு காலமாக உங்களுடைய அன்றாட நடவடிக்கைகளில் ஒன்றாக இருந்து வந்துள்ளது? உங்கள் விஷயத்திலும் சரி, உங்கள் நண்பர்கள் விஷயத்திலும் சரி, நெருக்கடியான காலகட்டங்களிலும், ஆபத்துக் காலங்களிலும், பிரச்சனைகள் எழும் நேரங்களிலும், நீங்கள் நோயுற்றிருக்கும்போதும், எந்நேரமும் மரணம் நிகழலாம் என்ற ஒரு சூழலிலும் பிரார்த்தனைகள் பீறிட்டுப் பாயும். உங்களுடைய தினசரி நாளிதழைத் திறந்து பாருங்கள். தீர்க்கப்பட முடியாத ஒரு நோயால் அவதியுற்றுக் கொண்டிருக்கும் ஒரு குழந்தைக்காகவோ, நாடுகளுக்கு இடையே சமாதானமும் அமைதியும் ஏற்படுவதற்காகவோ, அல்லது ஒரு சுரங்கத்தில் சிக்கித் தவிக்கும் சுரங்கத் தொழிலாளிகளுக்காகவோ ஒட்டுமொத்த நாட்டிலும் பிரார்த்தனைகள் நடைபெற்றுக் கொண்டிருப்பதாக அதில் தெரிவிக்கப்பட்டிருக்கும். பின்னர் வெளிவரும் நாளிதழில், தாங்கள் மீட்கப்படுவதற்காகக் காத்துக் கொண்டிருந்த நேரம் முழுவதும் தாங்கள் பிரார்ததனை

செய்து கொண்டிருந்ததாகவும், கடவுளைப் புகழ்ந்து பாடல்களைப் பாடிக் கொண்டிருந்ததாகவும் காப்பாற்றப்பட்டச் சுரங்கத் தொழிலாளிகள் கூறியதாகச் செய்தி வெளியாகியிருக்கும். தான் ஓட்டி சென்று கொண்டிருந்த விமானத்தில் திடீரென்று கோளாறு ஏற்பட்டதால் விமானத்தைத் தரையிறக்க வேண்டிய கட்டாயத்திற்கு ஆளான ஒரு விமானி, தான் வெற்றிகரமாக அதைத் தரையிறக்கி முடிக்கும்வரை பிரார்த்தனை செய்து கொண்டே இருந்ததாகத் தெரிவித்தார்.

பிரச்சனையான நேரத்தில் பிரார்த்தனைகள் நம் உதவிக்கு வருகின்றன என்பதில் சந்தேகமில்லை. ஆனால் பிரார்த்தனை உங்கள் வாழ்வில் ஒரு முக்கியமான, ஆக்கப்பூர்வமான அங்கம் வகிப்பதற்கு உங்களுக்கு ஒரு பிரச்சனை ஏற்படுவதற்காக நீங்கள் காத்திருக்க வேண்டியதில்லை. பிரார்த்தனைகளுக்குக் கிடைக்கும் அதிசயகரமான விளைவுகள் பத்திரிகைகளில் தலைப்புச் செய்திகளாக வெளியிடப்படுகின்றன. பிரார்த்தனை எவ்வளவு ஆற்றல்மிக்கது என்பதற்கு அவையே சாட்சியங்களாகும். குழந்தைகளின் பணிவான பிரார்த்தனைகள், சாப்பிடுவதற்கு முன்பு கூறப்படும் பிரார்த்தனைகள், கடவுளோடு தன்னை ஐக்கியப்படுத்திக் கொள்ளும் நோக்கத்துடன் தனிநபர்கள் மனமுருகிச் செய்யும் பிரார்த்தனைகள் ஆகியவற்றைப் பற்றி என்ன கூறுவது?

என் தொழில் நிமித்தமாக, பிரார்த்தனைக்கான பல்வேறு அணுகுமுறைகளைப் பற்றி ஆய்வு செய்வது அவசியமானதாக ஆகியுள்ளது. பிரார்த்தனையின் சக்தியை நான் என் சொந்த வாழ்வில் அனுபவித்திருக்கிறேன். பிரார்த்தனையால் பலனடைந்த பலரோடு நான் பேசியிருக்கிறேன், அவர்களோடு இணைந்து செயல்பட்டிருக்கிறேன். ஆனால் எப்படிப் பிரார்த்தனை செய்வதென்று மற்றவர்களுக்குக் கூறுவதுதான் வழக்கமாகப் பிரச்சனையாக இருக்கிறது. பிரார்த்தனை ஒரு நெருக்கமான, தனிப்பட்டக் கருத்துப்

பரிமாற்றமாகும். பிரச்சனைக்கு உள்ளாகியிருக்கும் மக்களுக்குத் தெளிவாகச் சிந்திப்பதில் பிரச்சனை இருக்கும். அதேபோல, அவர்கள் நடந்து கொள்ளும் விதமும் ஏறுக்குமாறாக இருக்கும். இத்தகைய மக்கள் பின்பற்றுவதற்கு அவர்களுக்கு ஒரு சுலபமான சூத்திரம் தேவை. அது எளிதானதாகவும் திட்டவட்டமானதாகவும் இருக்க வேண்டும். பல சமயங்களில் அவர்கள் 'அவசரச் சிகிச்சைப் பிரிவு'க்குக் கொண்டு செல்லப்பட வேண்டிய நிலையில் இருக்கின்றனர்.

பிரார்த்தனை உங்கள் வாழ்வில் ஒரு நிரந்தரமான, ஆக்கப்பூர்வமான அம்சமாக இருக்கும்படி உங்களால் செய்ய முடியும். பிரார்த்தனையால் உங்கள் வாழ்விற்குள் வெற்றியைக் கொண்டுவர முடியும், உங்களுக்கு நீடித்த ஆரோக்கியத்தைக் கொடுக்க முடியும், நீங்கள் மற்றவர்களுக்கு அதிக உதவியாக இருக்கும்படி செய்ய முடியும். பிரார்த்தனையை சக்திமிக்கதாக ஆக்குகின்ற ஆற்றல்கள் உலகளாவியவை. முடிவில்லாப் பேரறிவு நம்முடைய பிரார்த்தனைக்குச் செயல்விடை அளிக்கும்படி செய்வது ஒரு குறிப்பிட்டப் பிரார்த்தனை உத்தியோ அல்லது பிரார்த்தனைச் செயல்முறையோ மட்டுமல்ல. 'நம்முடைய நம்பிக்கையின்படி நம் பிரார்த்தனைக்கு விடையளிக்கப்படும்' என்பதுதான் உண்மை. இதே குணமாக்கும் கோட்பாட்டைத்தான் நாம் எல்லோருமே பயன்படுத்திக் கொண்டிருக்கிறோம். நாம் எதைச் செய்து கொண்டிருக்கிறோம், அதை ஏன் செய்து கொண்டிருக்கிறோம் என்ற புரிதலின் அடிப்படையில் அமைந்திருக்கும் ஓர் உத்தி, நம்முடைய உள்ளார்ந்த விருப்பங்களை நிறைவேற்றுவதில் பெருமளவு உதவும் என்பதை மறுப்பதற்கில்லை. அதனால்தான், பலனளித்துள்ள பிரார்த்தனை உத்திகளையும் சூத்திரங்களையும் நான் உங்களுக்குப் பரிந்துரைக்கவிருக்கிறேன்.

"வாழ்வின் பேருண்மைகளை மிக உயர்ந்த கண்ணோட்டத்திலிருந்து சிந்தித்துப் பார்ப்பதுதான்

பிரார்த்தனை," என்று எமர்சன் கூறியுள்ளார். உங்கள் இதயத்தின் விருப்பம் நிறைவேற்றப்படுவதைத்தான் 'விடையளிக்கப்பட்டப் பிரார்த்தனை' என்று நாம் கூறுகிறோம்.

எல்லோருமே பிரார்த்தனை செய்கின்றனர். ஏனெனில், ஆழ்விருப்பம்தான் பிரார்த்தனை. ஆரோக்கியம், மகிழ்ச்சி, பாதுகாப்பு, மன அமைதி, மற்றும் பல நல்ல விஷயங்களை நாம் எல்லோருமே ஆழமாக விரும்புகிறோம். ஆனால் தெளிவாக வரையறுக்கப்பட்ட விளைவுகளைப் பெறப் பலர் தவறிவிடுகின்றனர். பல்கலைக்கழகப் பேராசிரியர் ஒருவர் சமீபத்தில் என்னிடம் இவ்வாறு கூறினார்: "என் சிந்தனைப் போக்கை மாற்றி, என் உணர்ச்சிரீதியான வாழ்க்கையை நான் சரியான பாதையில் வழிநடத்தினால், என் வயிற்றுப் புண்கள் மீண்டும் மீண்டும் தோன்றுவது நின்றுவிடும் என்று எனக்குத் தெரிகிறது. ஆனால், அதை எப்படிச் செய்ய வேண்டும் என்பதற்கான உத்தியோ அல்லது செயல்முறையோ எனக்குத் தெரியவில்லை. என் மனம் மீண்டும் மீண்டும் என்னுடைய பிரச்சனைகளை நோக்கியே ஓடுகிறது. இதனால் நான் வெறுப்படைந்துள்ளேன். நான் தோற்கடிக்கப்பட்டுள்ளதாக உணர்கிறேன். நான் முற்றிலும் மகிழ்ச்சியற்று இருக்கிறேன்." தனக்குக் கச்சிதமான ஆரோக்கியம் வேண்டும் என்று இப்பேராசிரியர் ஆழமாக விரும்பினார். அவரது விருப்பம் நிறைவேறுவதற்கு அவருக்கு உதவக்கூடிய மனவிதிகளையும் ஆன்மீக விதிகளையும் பற்றிய அறிவு அவருக்குத் தேவை.

"உங்கள் விருப்பம் எதுவாக இருந்தாலும் சரி, நீங்கள் அது குறித்துப் பிரார்த்தனை செய்து, உங்கள் விருப்பம் நிறைவேறும் என்று முழுமையாக நம்பினால், நிச்சயமாக உங்கள் விருப்பம் நிறைவேற்றிக் கொடுக்கப்படும்," என்ற பேருண்மையை உங்களுக்கு நீங்களே நிரூபித்துக் கொள்ள உங்களுக்கு உதவக்கூடிய உத்திகளும் சூத்திரங்களும் இப்புத்தகத்தில்

கொடுக்கப்பட்டுள்ளன. நம்முடைய நம்பிக்கைதான் இங்கு முக்கியம். எனவே, விடையளிக்கப்பட்டப் பிரார்த்தனைகளுக்குப் பின்னால் இயங்குகின்ற சக்தி 'நம்பிக்கை விதி'தான். இந்த நம்பிக்கையானது ஒரு குறிப்பிட்ட மதம், நிறுவனம், இயக்கம், வழிபாட்டு மையம், அல்லது நபரின் அடிப்படையில் அமைந்தது அல்ல. மாறாக, இவ்வுலகையும் அதிலுள்ள எல்லோரையும் மற்றும் எல்லாவற்றையும் காத்து நிற்கின்ற உலகளாவிய படைப்பு விதியை உணர்ந்து கொண்டதன் அடிப்படையில் அமைந்ததுதான் அந்த நம்பிக்கை.

ஒன்றை உண்மையென்று ஏற்றுக் கொள்வதுதான் நம்பிக்கை. மனிதனின் வெளிமனம் எதை உண்மை என்று ஏற்றுக் கொள்கிறதோ, அது அவனது ஆழ்மனத்திடம் ஒரு செயல்விடையைத் தூண்டுகிறது. மனிதனின் ஆழ்மனமானது முடிவில்லாப் பேரறிவுடன் தொடர்பு கொண்டுள்ளது. ஒரு மனிதன் தன் இதயப்பூர்வமாக எதைச் சிந்திக்கிறானோ, அவன் அதுவாகவே ஆகிறான். மனிதனின் ஆழ்மனம் முடிவில்லாப் பேரறிவுடன் இணைந்து செயல்பட்டு, அவனுடைய வழக்கமான சிந்தனைப் போக்கிற்கு ஏற்றாற்போன்ற சூழ்நிலைகளையும் அனுபவங்களையும் நிகழ்வுகளையும் அவனுடைய வாழ்வில் ஏற்படுத்துகிறது.

ஒருவன் எதன்மீது நம்பிக்கை வைக்கிறானோ, அது அவனுடைய பிரார்த்தனைக்கு விடையளிப்பதில்லை. மாறாக, அவனுடைய ஆழ்மனம் அவனுடைய சிந்தனைக்கேற்பச் செயல்விடை அளிக்கும்போதுதான் அவனுடைய பிரார்த்தனை நிறைவேற்றப்படுகிறது. இந்த நம்பிக்கை விதி இவ்வுலகிலுள்ள எல்லா மதங்களிலும் இயங்கிக் கொண்டிருக்கிறது. புத்தமதத்தினர், கிறித்தவர், யூதர், இஸ்லாமியர் என்று எந்த மதத்தைச் சேர்ந்தவருக்கும் தங்கள் பிரார்த்தனைகளுக்கான விடைகள் கிடைக்கும். அதற்கு அவர்களுடைய மதங்களோ, சடங்குகளோ, சம்பிரதாயங்களோ, தியாகங்களோ, அல்லது காணிக்கைகளோ காரணம்

அல்ல. தாங்கள் எது குறித்துப் பிரார்த்தனை செய்கிறோமோ, அது நிறைவேற்றப்படும் என்ற மனமார்ந்த நம்பிக்கையும் ஏற்புத்தன்மையும்தான் அவர்களுடைய பிரார்த்தனைகளுக்கு விடைகள் கிடைக்கும்படி செய்கின்றன.

நம்பிக்கை விதிதான் வாழ்க்கை விதி. சுருக்கமாகக் கூறினால், உங்கள் மனத்தில் இருக்கும் ஓர் எண்ணம்தான் நம்பிக்கை. ஒரு மனிதன் என்ன சிந்திக்கிறானோ, எவ்வாறு உணர்கிறானோ, எதை நம்புகிறானோ, அவனுடைய மனமும் உடலும் சூழல்களும் அதற்கு ஏற்றபடிதான் அமையும்.

இவ்வுலகில் ஒரே ஒரு படைப்புக் கொள்கைதான் இயங்கிக் கொண்டிருக்கிறது. அது எல்லா மக்களுக்கும் செயல்விடை அளிக்கிறது. அது மனிதர்களைப் பாகுபடுத்திப் பார்ப்பதில்லை. செயல்விடை அளிப்பது மட்டும்தான் அதன் இயல்பு. இப்புத்தகத்தில் கூறப்பட்டுள்ள எளிய உத்திகளை நீங்கள் உங்கள் வாழ்வில் செயல்படுத்தினால், வெறுப்பு, உடல்நலக் குறைவு, தனிமை, இணக்கமின்மை, ஏழ்மை ஆகிய மோசமான நிலைகளிலிருந்து உங்களை மீட்டெடுக்கக்கூடிய ஒரு சக்தி உங்களுக்குள் இருப்பதை நீங்கள் கண்டுகொள்வீர்கள். அந்த சக்தியானது, சுதந்திரம், மகிழ்ச்சி, கச்சிதமான ஆரோக்கியம் ஆகியவற்றை நோக்கி உங்களை அழைத்துச் செல்லும். இந்தப் படைப்பாற்றல் நீங்களும் நானும் பிறப்பதற்கு முன்பிருந்தே இருந்து வந்துள்ளது. இவ்வுலகம் தோன்றுவதற்கு முன்பே அது இருந்து கொண்டுதான் இருக்கிறது. வாழ்வின் நிலையான பேருண்மைகள் எல்லா மதங்களும் தோன்றுவதற்கு முன்பே நிலையாக இருந்து வந்துள்ளன. இந்த யோசனைகளை மனத்தில் இருத்திக் கொள்ளுங்கள். உங்கள் மனக்காயங்களையும் உடற்காயங்களையும் ஆற்றக்கூடிய, பயங்கள் நிரம்பியிருக்கும் உங்கள் மனத்திற்கு அந்த பயங்களிலிருந்து விடுதலை பெற்றுக் கொடுக்கக்கூடிய அந்த அற்புதமான, மாயாஜாலமான

குணமாக்கும் சக்தியை உங்கள் வசப்படுத்துங்கள். ஏழ்மை, தோல்வி, துயரம், பற்றாக்குறை, குழப்பம் ஆகிய குறைபாடுகளிலிருந்து அந்த சக்தி உங்களை முழுமையாக விடுவிக்கும். நீங்கள் செய்ய வேண்டியதெல்லாம் இந்த அற்புதமான படைப்பாற்றலோடு மனரீதியாகவும் உணர்ச்சிரீதியாகவும் உங்களை ஐக்கியப்படுத்திக் கொள்ள வேண்டியது மட்டும்தான். நீங்கள் பிரார்த்தனை செய்யும்போது நிகழும் அதிசயங்களைக் கண்டு நீங்கள் அசந்து போவீர்கள்.

1

பிரார்த்தனை ஆக்கப்பூர்வமான சிந்தனைப் போக்கை நிலைப்படுத்துகிறது

பிரார்த்தனையில் எந்தச் சிரமமும் இல்லை. இப்புத்தகத்தைப் படித்து இதிலுள்ள கொள்கைகளைக் கடைபிடிக்கும் எவரொருவராலும் பலனளிக்கும் விதத்தில் தனக்காகவும் மற்றவர்களுக்காகவும் பிரார்த்தனை செய்ய முடியும். உண்மையான பிரார்த்தனைகள் 'வினையும் எதிர்வினையும்' என்ற உலகளாவிய விதியைப் பயன்படுத்துகின்றன. எண்ணம் என்பது நடைபெறவிருக்கும் வினையாகும். அந்த எண்ணத்திற்கு ஏற்ப ஆழ்மனம் அளிக்கும் செயல்விடைதான் எதிர்வினை. நல்லதை நினைத்தால் நல்லது பின்தொடரும், தீயதை நினைத்தால் தீயது பின்தொடரும்.

நீங்கள் பிரார்த்தனை செய்யும்போது, ஒரு குறிப்பிட்ட எண்ணப் போக்கு அல்லது மனக்காட்சியானது பிரபஞ்ச மனத்தில் விதைக்கப்படுகிறது. நீங்கள் உண்மையென்று பிரக்ஞையோடு நம்பும் விஷயங்களைப் பிரபஞ்ச மனம் அப்படியே ஏற்றுக் கொள்கிறது. எண்ணங்களை எவ்வாறு பொருட்களாக மாற்ற வேண்டும் என்பதைப் படைப்பு விதி நன்றாக அறிந்திருப்பதால், தனக்குக் கொடுக்கப்படும் எண்ணங்கள்மீது அது நடவடிக்கை எடுக்கத் தொடங்கிவிடுகிறது. அதன் விளைவுகள் அனுபவங்களாகவோ, நிகழ்வுகளாகவோ, அல்லது சூழல்களாகவோ வெளிப்படும்.

பலனளிக்கும் பிரார்த்தனைக்கான சில எடுத்துக்காட்டுகள் இவை:

அவர் கடவுள்மீது நம்பிக்கை வைத்தார்

கொரிய நாட்டுப் போரில் பங்கு கொண்ட ஓர் இளம் ராணுவ வீரரைப் பற்றிய ஒரு கட்டுரை எங்கள் உள்ளூர் செய்தித்தாளில் வெளியானது. பிரார்த்தனையின் மூலம் அவர் அதிசயிக்கத்தக்க விதத்தில் காப்பாற்றப்பட்டிருந்தார். போரின்போது சரமாரியான குண்டுகள் அவரைக் கடந்து சென்றன. அவருடைய நண்பர்கள் அனைவரும் கொல்லப்பட்டனர். அச்சூழ்நிலையில், நடுங்கிய கால்களுடன், "கடவுள் என்னை வழிநடத்துகிறார். அவர் என் ஆன்மாவை மீட்டெடுக்கிறார்," என்று அந்த இளம் வீரர் உரத்தக் குரலில் பிரார்த்தனை செய்தார். அப்போது அவருக்குள் ஓர் உள்ளார்ந்த அமைதியும் நம்பிக்கையும் ஊற்றெடுத்தன. ஒரு குண்டுகூட அவரைத் தாக்கவில்லை. அவர் பாதுகாப்பாகத் தன் இடத்திற்கு வந்து சேர்ந்தார். அவருக்குள் இருந்த முடிவில்லாப் பேரறிவு அவர் நம்பிக்கையோடும் விசுவாசத்தோடும் செய்த பிரார்த்தனைக்குச் செயல்விடை அளித்தது.

கடவுளைப் பற்றிச் சிந்தித்தல்

தெற்குக் கலிபோர்னியாவில் பல வருடங்களாக நான் நடத்தி வந்த ஒரு வானொலி நிகழ்ச்சியைத் தவறாமல் கேட்டு வந்த ஒரு வயோதிகப் பெண்மணி எனக்கு ஒரு கடிதம் எழுதியிருந்தார். ஞாயிற்றுக்கிழமை காலை வேளைகளில் நான் வழங்கிய 'பிரார்த்தனைச் சிகிச்சை' அறிவுறுத்தலின் மூலமாக, பிரார்த்தனை செய்வது எப்படி என்பதைத் தான் கற்றுக் கொண்டிருந்ததாக அவர் அக்கடிதத்தில் குறிப்பிட்டிருந்தார். கடவுளைப் பற்றிக் கூறப்பட்ட அனைத்தையும் தான் ஒரு காகிதத்தில் குறித்துக் கொண்டதாக அவர் குறிப்பிட்டார்: 'கடவுள்தான்

முடிவில்லாப் பேரறிவு. எல்லையற்ற அன்பும், எங்கும் நிறைந்திருப்பவரும், முடிவில்லா ஞானமும், விவரிக்கப்பட முடியாத அழகும், முழுமையான இணக்கமும் அவர்தான்.' தன்னுடைய உடலையும் அதன் அனைத்து உறுப்புகளையும் வடிவமைத்து உருவாக்கி அவற்றுக்கு வலிமையூட்டிருந்ததும் அவர்தான் என்று அப்பெண்மணி எழுதியிருந்தார். தினமும் காலையிலும் மாலையிலும் ஐந்து அல்லது பத்து நிமிடங்கள் ஓரிடத்தில் அமைதியாக அமர்ந்து கொண்டு, கடவுளின் இந்தப் பண்புநலன்களின்மீது தன் சிந்தனையை அவர் ஒருமுகப்படுத்தினார். இந்த உண்மைகள் தன் மனத்திற்குள் பதிய வைக்கப்பட்டுக் கொண்டிருந்ததாக அவர் அமைதியாகத் தனக்குத் தானே கூறிக் கொண்டார். ஒரு மாதத்திற்குள், அவருடைய உடலுக்குள் இருந்த ஒரு பெரிய கட்டி மாயமாக மறைந்து போனது. பின்னர் எடுக்கப்பட்ட எக்ஸ்ரேக்களும் அவருடைய மருத்துவர் செய்த ஆய்வும் அதை நிரூபித்தன.

பிரார்த்தனைக் கலை

பிரார்த்தனைக் கலையில் நீங்கள் கைதேர்ந்தவராக ஆக விரும்பினால், உடனடியாக ஒரு யோசனை, ஒரு திட்டம், அல்லது ஒரு குறிக்கோளுடன் மனரீதியாகவும் உணர்ச்சிரீதியாகவும் உங்களைப் பிணைத்துக் கொள்ளுங்கள். விரைவில், உங்கள் எண்ணங்கள் ஏற்படுத்தும் விளைவுகளை நீங்கள் உங்கள் வாழ்வில் அனுபவிக்கத் தொடங்குவீர்கள். உங்களுக்கு விளைவுகள் கிடைக்கத் தொடங்கிய உடனேயே உங்கள் பிரார்த்தனையை நிறுத்திவிடாதீர்கள். நீங்கள் ஒரு மனவிதியை இயக்கிக் கொண்டிருக்கிறீர்கள், ஓர் ஆன்மீக விதியை இயக்கிக் கொண்டிருக்கிறீர்கள், அது உங்கள் மனத்தில் ஓடும் சிந்தனைக்கு ஏற்பச் செயல்விடை அளிக்கிறது, அது உங்களுக்கு மன அமைதியைக் கொடுக்கிறது என்ற உறுதியான நம்பிக்கையுடன் நீங்கள் தொடர்ந்து பிரார்த்தனை செய்ய வேண்டும்.

எந்த யோசனை குறித்து நீங்கள் சிந்திக்கிறீர்களோ, எது உண்மை என்று நீங்கள் நம்புகிறீர்களோ, அந்த யோசனை உங்கள் ஆழ்மனத்தில் பதிவு செய்யப்பட்டு, உங்கள் வாழ்வில் வெளிப்படுத்தப்படுகிறது. நீங்கள் என்ன செய்து கொண்டிருக்கிறீர்கள், அதை ஏன் செய்து கொண்டிருக்கிறீர்கள் என்பதைத் தெரிந்திருப்பது பிரார்த்தனைகள்மீது உங்களுக்கு விசுவாசத்தையும் நம்பிக்கையையும் ஏற்படுத்தும்.

பிரார்த்தனை - ஒரு மனமாற்றம்

பிரார்த்தனையில், உண்மை எது என்பதை நீங்கள் கண்டறியும்போது உங்கள் மனம் ஒரு மாற்றத்தை அனுபவிக்கத் தொடங்குகிறது. பிறகு உங்கள் மனம் அந்த உண்மைக்குக் கட்டுப்பட்டு நடக்கிறது. கடவுள்தான் உச்சகட்ட சக்தி படைத்தவர், மனிதப் பிரச்சனைகள் அனைத்தையும் தீர்ப்பதில் அவர் சர்வ வல்லமை வாய்ந்தவர் என்ற உண்மையைப் பிரார்த்தனை வெளிப்படுத்துகிறது. நீங்கள் எதிர்கொண்டிருக்கும் பிரச்சனை எதுவாக இருந்தாலும் சரி, நீங்கள் அனுபவித்துக் கொண்டிருக்கும் சூழ்நிலை எவ்வளவு சிக்கலானதாக இருந்தாலும் சரி, பிரார்த்தனையால் ஓர் இணக்கமான தீர்வை உங்களுக்குக் கொண்டுவர முடியும், உங்கள் விவகாரங்களை தெய்வீக ஒழுங்கின்படி மறுசீரமைத்துக் கொடுக்க முடியும்.

கடவுளிடம் ஒன்றைக் கேட்பதற்குப் பெயர் பிரார்த்தனை அல்ல. அது கடவுளின் விருப்பத்தை மாற்றுவதற்கான ஒரு முயற்சியும் அல்ல. பிரார்த்தனை வெறுமனே உங்கள் சொந்த மனத்தில் உள்ள சூழ்நிலைகளை மாற்றுகிறது, அவ்வளவுதான். கடவுளிடம் ஓர் உதவி கேட்டு மன்றாடுகின்ற, கெஞ்சுகின்ற, யாசிக்கின்ற அணுகுமுறையும் பிரார்த்தனை ஆகாது. மாறாக, தன் மனத்தில் இருக்கும் எண்ணங்களின் இயல்புக்கு ஏற்பக் கடவுள் செயல்விடை அளிப்பார் என்ற தீவிரமான விசுவாசத்தோடும் நம்பிக்கையோடும் ஒரு மனிதன் மேற்கொள்கின்ற நேர்மறையான

முயற்சிதான் பிரார்த்தனை. பிரார்த்தனைக்கான விடை ஒருவருடைய சொந்த மனத்தில்தான் இருக்கிறது.'உங்கள் நம்பிக்கையின்படியே உங்களுக்கு எல்லாம் நடக்கும்; கடவுள் உங்கள் வாழ்விலும் உங்கள் விவகாரங்கள் அனைத்திலும் இருக்கிறார் என்று நம்புவதுதான் பிரார்த்தனை,' என்ற உண்மையின் அடிப்படையில் அது அமைந்துள்ளது. நீங்கள் எங்கு இருக்கிறீர்களோ, கடவுள் அங்கு இருக்கிறார்; அவர் எப்போதும் உங்கள் மூலமாகப் பேசிக் கொண்டிருக்கிறார் என்ற ஒரு நம்பிக்கை அது.

நீங்கள் எப்போதெல்லாம் கடவுளைப் பற்றியும், அவருடைய அன்பு மற்றும் ஞானத்தைப் பற்றியும் சிந்தித்துக் கொண்டிருக்கிறீர்களோ, அப்போதெல்லாம் நீங்கள் பிரார்த்தனை செய்து கொண்டிருக்கிறீர்கள் என்று பொருள். அதேபோல, ஆன்மீக நூல்களில் கூறப்பட்டுள்ள பேருண்மைகளை நீங்கள் எப்போதெல்லாம் படித்துக் கொண்டிருக்கிறீர்களோ, அவற்றைப் பற்றி எப்போதெல்லாம் நீங்கள் சிந்தித்துக் கொண்டிருக்கிறீர்களோ, அப்போதெல்லாமும் நீங்கள் பிரார்த்தனை செய்து கொண்டிருக்கிறீர்கள் என்றுதான் பொருள்.

எல்லா நேரங்களிலும் கடவுள் தங்களை வழிநடத்திக் கொண்டிருக்கிறார், தங்களை இயக்கிக் கொண்டிருக்கிறார், தங்களின் ஊடாகச் செயல்பட்டுக் கொண்டிருக்கிறார், அவருடைய பார்வை எப்போதும் தங்கள்மீது இருக்கிறது என்று அமைதியாகத் தங்கள் மனத்தில் கூறிக் கொண்டு தங்களுடைய வழக்கமான வேலைகளைச் செய்வதன் மூலம் பலர் தினமும் நூற்றுக்கணக்கான முறை பிரார்த்தனை செய்கின்றனர். முடிவில்லாப் பேரறிவும் அதன் ஞானமும் உங்களின் ஊடாக இயங்கிக் கொண்டிருக்கின்றன, உங்கள் பிரச்சனைக்கு ஓர் இணக்கமான தீர்வைக் கொண்டுவருகின்றன என்று உணர்வதுதான் பிரார்த்தனை. இத்தகைய மனப்போக்கு, ஓர் இன்னலை இணக்கமாக மாற்றிவிடுகிறது. 'மற்றவர்கள்

உங்களுக்கு எதைச் செய்ய வேண்டும் என்று நீங்கள் விரும்புகிறீர்களோ, நீங்கள் அவர்களுக்கு அதையே செய்யுங்கள். அவர்கள் உங்களுக்கு எதைச் செய்யக்கூடாது என்று நீங்கள் நினைக்கிறீர்களோ, அவர்களுக்கு நீங்கள் அதைச் செய்யாதீர்கள்,' என்ற பொன்விதியின் கண்ணோட்டத்திலிருந்து எல்லாவற்றையும் செய்வதன் மூலமும் கடவுளின் இருத்தலை உங்களால் உணர்ந்து கொள்ள முடியும்.

கடவுள் பதிலளிக்கிறார்

அறிவார்ந்த செயல்கள் அறிவார்ந்த எண்ணங்களைப் பின்தொடரும். 'கடவுள் இப்போது உங்களை வழிநடத்திக் கொண்டிருக்கிறார். அவருக்கு விடை தெரியும்,' என்று அறிந்திருப்பதுதான் ஓர் அறிவார்ந்த எண்ணம். எனவே, உங்கள் பிரச்சனைக்கான விடை உங்களுக்குத் தெரியும் என்று தைரியமாகப் பிரகடனம் செய்யுங்கள். உங்கள் பிரச்சனைக்குத் தீர்வு கேட்டுப் பிரார்த்திக்கும்போது, உங்கள் அறிவுக்குச் சரி என்று படுகின்ற, நீங்கள் மேற்கொள்ள வேண்டிய அவசியமான நடவடிக்கைகளை உதாசீனப்படுத்திவிடாதீர்கள். தெய்வீக வழிகாட்டுதலை வேண்டுங்கள். பிறகு நீங்கள் எடுக்கும் நடவடிக்கைகள் தெய்வீக ஞானத்தின்படி வழிநடத்தப்படும்.

பிரார்த்தனையில், உங்கள் எண்ணத்தின் மூலமாக, உங்களுக்குள் குடிகொண்டிருக்கும் தெய்வீக இருத்தலோடு நீங்கள் ஒரு தொடர்பை உருவாக்கிக் கொள்கிறீர்கள். இந்தத் தொடர்பு ஏற்படும்போது, உங்கள் வாழ்வில் உள்ள பல்வேறு பிரச்சனைகளையும் இன்னல்களையும் தீர்ப்பதற்குக் கடவுளின் ஞானத்தையும் சக்தியையும் முடிவில்லாப் பேரறிவையும் நீங்கள் அழைக்கிறீர்கள். உங்களுடைய அனைத்துப் பிரச்சனைகளுக்கும் விடை கேட்டுப் பிரார்த்திப்பதற்கான சரியான வழி, உங்களுக்குள் இருக்கும் கடவுளுக்கு மட்டுமே அந்த விடை தெரியும் என்று நீங்கள் அறிந்திருப்பதும் உணர்ந்திருப்பதும்தான்.

கடவுளிடம் பிரார்த்தனை செய்வது என்பதற்கு என்ன பொருள்

வழிபாடு என்றால், நீங்கள் நம்பிக்கை கொண்டுள்ள ஒரு மதிப்புவாய்ந்த விஷயத்தின்மீது உச்சபட்ச கவனம் செலுத்துவது என்று பொருள். அதாவது, உங்களுக்குள் உறைந்திருக்கும் பேரறிவிடம் நீங்கள் முழுமையான விசுவாசத்தோடும் அர்ப்பணிப்போடும் நடந்து கொள்ள வேண்டும், அந்த மேன்மையான சக்திதான் எல்லாவற்றுக்கும் காரணம் என்பதை நீங்கள் உணர வேண்டும் என்று அதற்குப் பொருள். பிரபஞ்சப் பேரறிவு முகமற்றது, வடிவமற்றது, உருவமற்றது, காலநேரம் அற்றது. கடவுள் என்பவர் வானத்தில் ஓர் அரியணையில் அமர்ந்து கொண்டிருக்கின்ற ஒரு வெண்தாடி வேந்தர் என்று குழந்தைகளிடம் கூறப்படுகிறது. அதை விடுத்து, உங்களுக்குள் இருக்கின்ற சக்திதான் கடவுள் என்ற உணர்தல் உங்களுக்கு ஏற்பட வேண்டும். அந்த சக்திதான் உங்களைப் பராமரிக்கிறது. கடவுள்தான் ஜீவன். நாம் ஜீவனைப் பார்ப்பதில்லை, ஆனால் நாம் உயிர்த்துடிப்போடு இருப்பதை நாம் உணர்கிறோம்.

நாம் அனுபவிக்கின்ற நன்மைகளும் தீமைகளும் நம் சிந்தனையின் மூலமாக வாழ்க்கைக் கோட்பாட்டுடன் நாம் கொண்டிருக்கின்ற தனிப்பட்ட உறவினால்தான் உருவாகின்றன. வாழ்க்கைக் கோட்பாடு எப்போதும் முழுமையானது, தூய்மையானது, கச்சிதமானது. உருவாக்கப்பட்டப் பொருட்களுக்கு ஒருபோதும் சக்தியைக் கொடுத்துவிடாதீர்கள். அவற்றுக்கெல்லாம் காரணமான, உங்களுக்குள் இருக்கின்ற கடவுளின்மீது கவனம் செலுத்துங்கள். அந்த சக்தி உங்கள் சிந்தனை வாழ்க்கையின் இயல்புக்கு ஏற்ப உங்கள் வாழ்வில் பயிற்றுவிக்கப்பட்டிருக்கிறது. ஒரே ஒரு படைப்புக் கொள்கைதான் இருக்கிறது. அது உங்களுடைய வழக்கமான சிந்தனைப் போக்குகள் மற்றும் மனக்காட்சிகளின் ஊடாக எப்போதும் பாய்ந்து

கொண்டிருக்கிறது. அதனால்தான், உங்கள் மனத்தில் உள்ள காட்சிகளுக்கு ஏற்ப உங்கள் வாழ்வில் அனைத்துச் சூழ்நிலைகளையும் நிகழ்வுகளையும் அனுபவங்களையும் நீங்கள் உருவாக்குகிறீர்கள்.

இந்த வாழ்க்கைக் கோட்பாடு யாரிடமும் பாரபட்சமாக நடந்து கொள்வதில்லை. நம்மால் அதற்கு லஞ்சம் கொடுக்க முடியாது, அதைத் தாஜா செய்ய முடியாது, அதைப் பொய்யாகப் புகழ்ந்து பேச முடியாது. விருப்பு வெறுப்பற்ற ஒரு விதி அது. மனத்தின் மூலமாகவும் இதயத்தின் மூலமாகவும் மட்டுமே கடவுளை நம்மால் நெருங்க முடியுமே அன்றி, உடலின் வழியாக அல்ல. பிரார்த்தனை ஆற்றல்மிக்கது. கடவுளோடு ஐக்கியப்பட்டு, அவருடைய பண்புநலன்களை இக்கணத்தில் இங்கு மீண்டும் உருவாக்க வேண்டும் என்ற உண்மையான விருப்பம்தான் அதற்குக் காரணம்.

கடவுளின் கச்சிதத்தைத் தங்கள் சொந்த வாழ்வில் அடைய வேண்டும் என்று விரும்புவதன் மூலமும் பிரார்த்தனை செய்வதன் மூலமும் மக்கள் தங்கள் விவகாரங்களிலும் உடலிலும் ஆக்கப்பூர்வமான போக்குகளை நிலைப்படுத்திக் கொள்கின்றனர். பிரார்த்தனை செய்வதற்கான உள்ளுணர்வுரீதியான, இயல்பான ஒரு வழி இது. மரியாதைக்குரிய மனிதர்கள் சரியாகச் சிந்திக்கின்றனர், சரியாக நடந்து கொள்கின்றனர்.

2

பிரார்த்தனை உத்திகள்

பிரார்த்தனையை நாம் ஆய்வு செய்யும்போது, அதற்குப் பல்வேறு அணுகுமுறைகளும் வழிமுறைகளும் இருப்பதை நாம் காண்கிறோம். மதரீதியான வழிபாடுகளில் பின்பற்றப்படும் சடங்குகள் மற்றும் சம்பிரதாயங்களை நாம் இப்புத்தகத்தில் கருத்தில் கொள்ளப் போவதில்லை. நாம் நம்முடைய அன்றாட வாழ்வில் நமக்காகவும் மற்றவர்களுக்காகவும் பயன்படுத்துவதற்கான தனிப்பட்டப் பிரார்த்தனைகளைச் செய்வதற்கான வழிமுறைகளைப் பற்றி மட்டுமே நாம் இங்கு பார்க்கப் போகிறோம்.

பிரார்த்தனை என்பது, நாம் அடைய விரும்புகின்ற ஏதோ ஒன்றைக் குறித்த ஒரு யோசனையின் உருவாக்கமே. சூழல்களும் தனிநபர்களும் பல்வேறு அணுகுமுறைகளைப் பரிந்துரைக்கின்றனர். ஆனால், நாம் எது குறித்துப் பிரார்த்தனை செய்கிறோம் என்பது பற்றிய ஒரு தெளிவான நோக்கம் நம் அனைவருக்கும் இருக்க வேண்டும்.

மனக்காட்சிப்படைப்பு உத்தி

ஒரு யோசனையை உருவாக்குவதற்கான மிகச் சுலபமான, மிக நேரடியான வழி அதை மனக்காட்சிப்படுத்துவதுதான். அந்த யோசனை உண்மையிலேயே புற உலகில் உருப்பெற்றுவிட்டதுபோல

விரிவாக உங்கள் மனக்கண்ணில் பார்ப்பதுதான் அது. புற உலகில் ஏற்கனவே இருப்பவற்றை நம்முடைய புறக் கண்களைக் கொண்டு நம்மால் பார்க்க முடியும். அதேபோல, நம் மனக்கண்ணால் நாம் காட்சிப்படுத்தக்கூடிய விஷயங்கள் நம் கண்களுக்குப் புலப்படாத இடங்களில் ஏற்கனவே நிலை கொண்டிருக்கின்றன. நம் கற்பனையில் நாம் உருவாக்குகின்ற எந்தவொரு காட்சியும், நம் உடலின் எந்தவோர் உறுப்பையும்போலவே நிஜமானது. நம் யோசனையும் எண்ணமும் நிஜமானவை. நம்முடைய மனத்தில் உள்ள காட்சிகள் குறித்து நாம் தொடர்ந்து விசுவாசமாக இருந்தால், ஒருநாள் அவை நிஜ உலகில் வடிவம் பெறும்.

இத்தகைய சிந்தனைச் செயல்முறை நம் மனத்தில் பதிவுகளை உருவாக்குகிறது. இப்பதிவுகள் புற உலகில் வடிவங்களாகவும், செயல்பாடுகளாகவும், உண்மைகளாகவும், அனுபவங்களாகவும் வெளிப்படுத்தப்படுகின்றன. தனக்கு எந்த வகையான கட்டடம் வேண்டும் என்பதை ஒரு கட்டடக் கலைஞன் தன் மனத்தில் காட்சிப்படுத்துகிறான். அது எப்படிக் கட்டி முடிக்கப்பட்டிருக்க வேண்டும் என்று அவன் விரும்புகிறானோ, அதையே அவன் தன் மனக்கண்ணில் பார்க்கிறான். அவனுடைய கற்பனையும் எண்ணச் செயல்முறையும் சேர்ந்து அந்தக் கட்டடத்திற்கு உருவம் கொடுக்கின்றன. அது ஓர் அழகான, உயரமான கட்டடமாக உருப்பெறுவதும், அல்லது ஓர் அசிங்கமான, தாழ்வான கட்டடமாக உருப்பெறுவதும் அவனுடைய கற்பனையையும் சிந்தனையையும் பொருத்த விஷயம். தன் மனத்தில் இருக்கும் காட்சியைத்தான் அவன் ஒரு காகிதத்தில் வெளிப்படுத்துகிறான். இறுதியில், கட்டுமானப் பணியாளர்களும் கட்டட ஒப்பந்தக்காரருமாகச் சேர்ந்து, கட்டுமானத்திற்குத் தேவையான இன்றியமையாத பொருட்களையெல்லாம் சேகரிக்கின்றனர். அந்தக் கட்டடக் கலைஞனின் மனத்தில் இருந்த காட்சிகளுக்கு

ஏற்பக் கச்சிதமாகப் பொருந்துகின்ற ஒரு கட்டடம் கட்டி முடிக்கப்படும்வரை கட்டுமானப் பணி தொடர்ந்து நடைபெறுகிறது.

பார்வையாளர்களுக்கான ஒரு மனக்காட்சிப்படைப்பு உத்தி

ஒவ்வொரு ஞாயிற்றுக்கிழமையன்றும், மேடையில் நின்று சொற்பொழிவாற்றுவதற்கு முன்பாக நான் மனக்காட்சிப்படைப்பு உத்தியைப் பயன்படுத்துகிறேன். நான் என் மனத்தின் சக்கரங்களை இழுத்துப் பிடித்து அதன் ஓட்டத்தை நிறுத்தி, என் மனத்தை அமைதிப்படுத்துகிறேன். பிறகு அந்த ஒட்டுமொத்த அரங்கத்தையும், அதன் அனைத்து இருக்கைகளும் மக்களால் நிரம்பியிருப்பதையும் நான் என் மனத்தில் காட்சிப்படுத்துகிறேன். அவர்கள் ஒவ்வொருவரும் குணமாக்கும் இருத்தலால் உத்வேகம் பெற்றிருக்கின்றனர். அவர்கள் மகிழ்ச்சியாகவும், சுதந்திரமாகவும், பிரகாசமாகவும் இருப்பதாக நான் பார்க்கிறேன்.

முதலில் அந்த யோசனையை நான் என் கற்பனையில் உருவாக்குகிறேன். "நான் குணமாக்கப்பட்டுவிட்டேன்," "நான் அற்புதமாக உணர்கிறேன்," "நான் பரிபூரண மாற்றம் பெற்றுவிட்டேன்," என்று சத்தமாகவும் உற்சாகமாகவும் மக்கள் கூறுவது என் காதுகளில் விழுவதுபோல நான் என் மனத்தில் ஒரு காட்சியை நிலைப்படுத்துகிறேன். அந்த அரங்கில் கூடியிருக்கும் ஒவ்வொருவருக்குள்ளும் கடவுள் குடிகொண்டிருக்கிறார், தெய்வீக அன்பு அவர்கள் ஒவ்வொருவருடைய மனத்தையும் உடலையும் நிரப்பி அவர்களை முழுமையானவர்களாகவும் தூய்மையானவர்களாகவும் ஆக்குகிறது, அவர்களை ஆசுவாசம் கொள்ளச் செய்கிறது என்ற அறிதலுடனும் உணர்தலுடனும் சுமார் பத்து நிமிடங்கள் நான் இவ்வாறு மனக்காட்சிப்படைப்பில் ஈடுபடுகிறேன். அவர்கள் அனைவருடைய குரல்களும் கடவுளின்

புகழை உரத்தக் குரலில் பாடுவதை உண்மையிலேயே என்னால் கேட்க முடிகின்றவரை நான் இந்தக் கற்பனையில் ஈடுபடுகிறேன். அதன் பிறகுதான் அந்த ஒட்டுமொத்தக் காட்சியையும் விடுவித்துவிட்டு மேடையை நோக்கிச் செல்கிறேன். கிட்டத்தட்ட ஒவ்வொரு ஞாயிற்றுக்கிழமையன்றும், தங்கள் பிரார்த்தனைகள் நிறைவேற்றப்பட்டுவிட்டதாகச் சிலர் என்னிடம் வந்து கூறத் தவறுவதில்லை.

மனத் திரைப்பட உத்தி

“ஆயிரம் வார்த்தைகளைவிட ஒரு படம் அதிக மதிப்புவாய்ந்தது,” என்று சீனர்கள் கூறுகின்றனர். விசுவாசத்தோடு மனத்தில் நிலைப்படுத்தப்படும் எந்தவொரு காட்சியும் ஆழமனத்தால் நிஜமாக்கப்படும் என்று ‘அமெரிக்க உளவியலின் தந்தை’ என்று அழைக்கப்படுகின்ற வில்லியம் ஜேம்ஸ் வலியுறுத்தியுள்ளார்.

பலவருடங்களுக்கு முன்பு,மத்தியமேற்கு மாநிலங்கள் பலவற்றில் நான் சொற்பொழிவாற்றிக் கொண்டிருந்தேன். அச்சமயத்தில், நான் சொற்பொழிவாற்றுவதற்கு எனக்கென்று ஒரு நிரந்தரமான இடம் வேண்டும் என்று நான் விரும்பினேன். ஒருநாள் மாலையில், வாஷிங்டன் மாநிலத்தில் ஸ்போக்கேன் நகரில் ஒரு ஹோட்டலில் நான் என் அறையில் ஓய்வெடுத்துக் கொண்டிருந்தபோது, நான் ஒரு பெரிய கூட்டத்திற்கு முன்னால் நின்று பேசிக் கொண்டிருந்ததுபோலவும், அப்போது நான் அவர்களைப் பார்த்து, “நான் இங்கு உங்கள் முன்னால் நின்று பேசுவதில் மிகுந்த மகிழ்ச்சி கொள்கிறேன். இந்தக் கச்சிதமான தேவாலயத்தையும் இந்த வாய்ப்பையும் வேண்டி நான் சில காலமாகப் பிரார்த்தித்து வந்துள்ளேன்,” என்று கூறியதுபோலவும் அமைதியாகக் கற்பனை செய்தேன். அந்தக் கற்பனையான கூட்டத்தினரை நான் என் மனக்கண்ணில் பார்த்தேன். ஆனால் அது நிஜம் என்ற உணர்வு என்னுள் எழுந்தது. நான் இங்கு

ஒரு நடிகனின் கதாபாத்திரத்தை ஏற்று நடித்து, இந்த மனத் திரைப்படத்தை மிகைப்படுத்தினேன். இப்படம் என் ஆழ்மனத்திடம் தெரிவிக்கப்பட்டுவிட்டது என்ற திருப்திகரமான உணர்வு எனக்கு ஏற்பட்டது. மறுநாள் காலையில் நான் கண்விழித்தபோது, மிகுந்த மன அமைதியையும் நிறைவையும் நான் அனுபவித்தேன். ஒருசில நாட்களுக்குப் பிறகு, ஒரு தேவாலயத்திற்கு முழுப் பொறுப்பு ஏற்றுக் கொள்ளுமாறு கிழக்கத்திய மாநிலம் ஒன்றிலிருந்து எனக்கு ஒரு தந்தி வந்தது. நான் அந்த வாய்ப்பை உடனடியாக ஏற்றுக் கொண்டு, பல வருடங்களாக மகிழ்ச்சியாக அங்கு சொற்பொழிவாற்றினேன்.

இங்கு நான் குறிப்பிட்டுள்ள இந்த உத்தி பலருக்குப் பிடித்திருக்கிறது. அவர்கள் இதை 'மனத் திரைப்பட உத்தி' என்று விவரித்துள்ளனர். என்னுடைய வானொலிச் சொற்பொழிவுகளையும் ஞாயிற்றுகிழமை காலைநேரச் சொற்பொழிவுகளையும் கேட்கின்ற மக்களிடமிருந்து எனக்கு ஏராளமான கடிதங்கள் வந்துள்ளன. தங்கள் சொத்துக்களை விற்பதற்கு இந்த உத்தியைப் பயன்படுத்துவதன் மூலம் தங்களுக்குக் கிடைக்கின்ற அற்புதமான விளைவுகளைப் பற்றி அவர்கள் என்னிடம் கூறுகின்றனர். தங்கள் வீடுகளையோ அல்லது மனைகளையோ விற்க விரும்பும் நபர்கள், தாங்கள் கேட்கும் விலை சரிதான் என்ற எண்ணத்தைத் தங்கள் மனத்தில் நிலைப்படுத்த வேண்டும். பிறகு, அந்த வீட்டையோ அல்லது மனையையோ வாங்க விரும்புகின்ற, அதை நேசிக்கக்கூடிய, அதில் செழிப்புறக்கூடிய ஒருவரை முடிவில்லாப் பேரறிவு தங்களை நோக்கிக் கவர்ந்திழுக்கிறது என்று அவர்கள் உறுதியாக நம்ப வேண்டும் என்பது என்னுடைய உண்மையான பரிந்துரை.

இதைச் செய்து முடித்தப் பிறகு, அவர்கள் தங்கள் மனத்தை அமைதிப்படுத்திவிட்டுத் தங்களை ஆசுவாசப்படுத்திக் கொள்ள வேண்டும். பிறகு

தங்களிடமிருந்து தங்கள் சொத்தை வாங்கியவர் தங்களிடம் கொடுத்தக் காசோலை தங்கள் கைகளில் இருப்பதுபோலக் கற்பனை செய்து, அந்தக் காசோலை குறித்துக் களிப்புற்று, அதற்காகக் கடவுளுக்கு நன்றி கூறிவிட்டு, தங்கள் மனத்தில் தாங்கள் கண்ட காட்சி நிஜத்தில் வெளிப்படுத்தப்படும் என்ற நம்பிக்கையோடு அவர்கள் தூங்கச் செல்ல வேண்டும். அப்போது அவர்களுடைய ஆழ்மனம் அதை ஒரு மனப்பதிவாக ஏற்றுக் கொள்ளும். அது அந்த வீட்டை விற்பவரையும் அதை வாங்குபவரையும் ஒன்றாகக் கொண்டுவரும். விசுவாசத்தோடு மனத்தில் நிலைப்படுத்தப்படும் ஒரு காட்சி, இறுதியில் புற உலகில் யதார்த்தமாகும்.

படோயின் உத்தி

சார்லஸ் படோயின் என்பவர் பிரான்ஸ் நாட்டில் அமைந்த ரூசோ மையத்தில் ஒரு பேராசிரியராக இருந்தார். அவர் ஓர் அற்புதமான மனநல வல்லுனர். 'நியூ நான்சி குணமாதல் கல்லூரி'யின் ஆராய்ச்சி இயக்குனராகவும் அவர் சிறப்பாகப் பணியாற்றினார். ஆழ்மனம் ஒரு மயக்கமான, தூக்க நிலையில் (விழிப்பிற்கும் தூக்கத்திற்கும் இடைப்பட்ட நிலை) இருக்கும்போதுதான் விஷயங்கள் அதில் மிகச் சிறப்பாகப் பதிவாகின்றன என்று 1910ல் அவர் கற்றுக் கொடுத்தார். இவ்வாறு ஒரு கிறக்க நிலைக்குள் நுழைந்த பிறகு, நீங்கள் உங்கள் யோசனையை அமைதியாக உங்கள் ஆழ்மனத்திற்குத் தெரிவிக்க வேண்டும். அவருடைய சூத்திரம் பின்வருமாறு: “ஆழ்மனத்தில் ஓர் ஆற்றல்மிக்கப் பதிவை ஏற்படுத்துவதற்கான ஓர் எளிய வழி, அந்த யோசனையை ஒரு சுருக்கமான வாக்கியமாகத் தொகுத்து, ஒரு தாலாட்டைப்போல அதை மீண்டும் மீண்டும் கூறுவதுதான்.”

“நாம் கிறக்க நிலையில் இருக்கும்போது, முயற்சிகள் வெகுவாகக் குறைக்கப்பட்டுவிடுகின்றன. எனவே, நம் விருப்பத்தின்மீது நம்மால் சுலபமாக கவனம் செலுத்த

முடியும். எந்த முயற்சியும் இன்றி அதை நம்மால் செய்ய முடியும்," என்று படோயின் வலியுறுத்தினார்.

வெளிமனம் உண்மையென்று நம்புகின்ற எந்தவொரு யோசனையையும், பரிந்துரையையும், மனக்காட்சியையும் ஆழ்மனம் அப்படியே ஏற்றுக் கொண்டு, அதை நிறைவேற்றுவதற்குத் தேவையான அனைத்தையும் கச்சிதமாகச் செய்து முடிக்கும் என்பதைப் பலரிடம் மேற்கொள்ளப்பட்ட எண்ணற்ற ஆய்வுகள் நிரூபித்துள்ளன. ஆழ்மனம் முற்றிலும் நம்முடைய வெளிமனத்தின் கட்டுப்பாட்டில் இருக்கிறது. எனவே, வெளிமனம் ஆழ்மனத்தின்மீது பதிய வைக்கும் எந்தவொரு விஷயத்தையும் ஆழ்மனம் செவ்வனே நிறைவேற்றிக் கொடுக்கும்.

படோயின் உத்தியின் நடைமுறைச் செயல்பாடு

கடந்த வருடம் எங்கள் வகுப்புகளில் பங்கு கொண்ட ஒரு பெண், ஓர் உயில் தொடர்பான ஒரு பிரச்சனையில் சிக்கியிருந்தார். அந்த உயில் விவகாரத்தில் அவருடைய குடும்பத்தினரிடையே ஏற்பட்ட மனக்கசப்பு ஒரு வழக்கில் போய் முடிந்திருந்தது. அந்த வழக்கு நீண்டகாலமாக இழுத்தடிக்கப்பட்டு வந்திருந்தது. அவருடைய கணவர் தன்னுடைய ஒட்டுமொத்தப் பண்ணையையும் அவருடைய பெயருக்கு எழுதியிருந்தார். ஆனால் இப்பெண்ணின் கணவர் இன்னொரு மனைவியின் மூலமாகப் பெற்ற மகன்களும் மகள்களும் அந்த உயிலை ஒன்றுமில்லாமல் செய்வதற்குக் கடுமையாகப் போராடிக் கொண்டிருந்தனர். நான் இந்த படோயின் உத்தியை அப்பெண்ணுக்கு விரிவாக விளக்கினேன். அவர் பின்வருமாறு செய்தார்: அவர் ஒரு சாய்வுநாற்காலியில் உட்கார்ந்து தன்னை ஆசுவாசப்படுத்திக் கொண்டு ஒரு கிறக்க நிலைக்குள் நுழைந்தார். பிறகு, நான் பரிந்துரைத்ததைப்போல, "இந்த விவகாரம் தெய்வீக ஒழுங்கில் முடிக்கப்பட்டுவிட்டது," என்ற ஒரு வாசகத்தைத் தன் மனத்தில் பதிய வைத்தார். தன் ஆழ்மனத்தின் ஊடாக இயங்கிக் கொண்டிருக்கும்

முடிவில்லாப் பேரறிவு இப்பிரச்சனைக்கு தெய்வீக ஒழுங்கின்படி ஓர் இணக்கமான தீர்வைக் கொண்டுவரும் என்று அவர் நம்பினார். அவர் தினமும் இரவில் இந்த வாசகத்தை மீண்டும் மீண்டும் கூறிவிட்டுத் தூங்கினார். அவருடைய மனம் அமைதியடைந்தது. பத்து நாட்கள் அவர் அவ்வாறு செய்தார்.

பதினோராவது நாளன்று காலையில், தன் உயில் பிரச்சனை ஒருவழியாகத் தீர்ந்துவிட்டது என்ற ஒரு தீர்க்கமான உணர்வோடு அவர் கண்விழித்தார். அவருடைய வழக்கறிஞர் அவரை அன்றே தொடர்பு கொண்டு, எதிர்த்தரப்பு வழக்கறிஞரும் அவருடைய கட்சிக்காரர்களும் நீதிமன்றத்திற்கு வெளியே ஒரு சமாதானமான தீர்வுக்கு வரத் தயாராக இருந்ததாகக் கூறினார். இறுதியில் அப்பெண்ணுக்கும் அவருடைய எதிராளிகளுக்கும் இடையே ஓர் இணக்கமான உடன்படிக்கை எட்டப்பட்டது, வழக்கும் கைவிடப்பட்டது.

தூக்க உத்தி

ஒரு கிறக்கமான, தூக்க நிலைக்குள் நுழைவதன் மூலமாக, முயற்சி பெருமளவு குறைக்கப்படுகிறது. இந்நிலையில் வெளிமனம் கிட்டத்தட்டச் செயலற்ற நிலைக்குப் போய்விடுகிறது. தூக்கத்திற்குச் சற்று முன்பும் கண்விழித்த உடனேயும் ஆழ்மனம் மிக உயர்ந்த ஏற்புத்தன்மையுடன் இருக்கிறது, மிகச் சுலபமாகத் தூண்டப்படக்கூடிய நிலையில் இருக்கிறது. இந்நிலையில், உங்கள் விருப்பத்தை நிர்மூலமாக்குகின்ற எதிர்மறையான எண்ணங்கள் காணாமல் போய்விடுகின்றன. எனவே, உங்கள் யோசனையை ஏற்றுக் கொள்வதில் உங்கள் ஆழ்மனத்திற்கு எந்தத் தடையும் இருப்பதில்லை.

தூக்க உத்தியும் அழிவுப்பூர்வமான பழக்கங்களும்

உங்களுக்கு சௌகரியமான ஒரு நிலையில் உங்களை ஆசுவாசப்படுத்திக் கொண்டு, உங்கள் உடலைத்

தளர்த்திக் கொள்ளுங்கள். பிறகு ஆடாமல் அசையாமல் இருங்கள். இந்நிலையில், "நான் இந்தப் பழக்கத்திலிருந்து முற்றிலுமாக விடுபட்டுள்ளேன். தெளிவும் மன அமைதியும் என்னுள் கோலோச்சுகின்றன," என்று மீண்டும் மீண்டும் அமைதியாகக் கூறுங்கள். இந்த சுயபிரகடனத்தை தினமும் காலையிலும் இரவிலும் அமைதியாகவும் மெதுவாகவும் அன்பாகவும் ஐந்து அல்லது பத்து நிமிடங்கள் தொடர்ந்து கூறுங்கள். நீங்கள் இந்த வாக்கியத்தைக் கூறும் ஒவ்வொரு முறையும், அதன் உணர்ச்சிரீதியான மதிப்பு அதிகரிக்கிறது. இதை உரத்தக் குரலில் கூற வேண்டும் என்ற துடிப்பு உங்களுக்குள் எழுந்தால், அதை உரக்கக் கூறுங்கள். இவ்வாறு செய்வதன் மூலம், உங்கள் ஆழ்மனம் இந்த யோசனையை ஏற்றுக் கொள்ளும்படி செய்கிறீர்கள். இதைத் தொடர்ந்து குணமாதல் நிகழ்கிறது.

நீங்கள் தூங்கும்போது பிரச்சனைகளைத் தீர்த்தல்

என்னிடம் ஆலோசனைக்காக வந்த ஓர் இளைஞர், தன் தந்தையின் உயிலைக் கண்டுபிடிக்கத் தனக்கு உதவுமாறு என்னிடம் கேட்டார். அவருடைய தந்தை காலமாகியிருந்தார். ஆனால் அவர் உயில் எதையும் விட்டுச் சென்றிருந்ததுபோலத் தெரியவில்லை. ஆனால் எல்லோருக்கும் நியாயமான முறையில் தான் ஓர் உயிலைத் தயாரித்திருந்ததாக அவருடைய தந்தை தன்னிடம் கூறியிருந்ததாக அவருடைய சகோதரி அவரிடம் கூறினார். ஆனால் அந்த உயிலைக் கண்டுபிடிப்பதற்கு மேற்கொள்ளப்பட்ட முயற்சிகள் அனைத்தும் தோல்வியில் முடிந்தன. அன்றிரவு தூங்குவதற்கு முன்பாக அவர் தன் கோரிக்கையைத் தன் ஆழ்மனத்திடம் தெரிவிக்க வேண்டும் என்று நான் அந்த இளைஞருக்குப் பரிந்துரைத்தேன். இதைத் தொடர்ந்து, "நான் இந்தக் கோரிக்கையை இப்போது என் ஆழ்மனத்திடம் ஒப்படைக்கிறேன். உயில் எங்கு இருக்கிறது என்று அதற்குத் தெரியும். என் ஆழ்மனம் அந்த இடத்தை எனக்குத் தெரியப்படுத்துகிறது," என்று

அந்த இளைஞர் சுயபிரகடனம் செய்தார். பிறகு, அவர் தன்னுடைய கோரிக்கையை, 'விடை' என்ற ஒற்றை வார்த்தையாகச் சுருக்கினார்.

அவர் இந்தப் பிரார்த்தனையை மீண்டும் மீண்டும் கூறினார். பல இரவுகள் அவர் இவ்வாறு தொடர்ந்து செய்து வந்தார். ஒருசில நாட்களுக்குப் பிறகு ஓர் இரவில் அவர் ஒரு விலாவாரியான கனவு கண்டார். ஒரு குறிப்பிட்ட வங்கியின் பெயரையும் முகவரியையும் அவர் அக்கனவில் பார்த்தார். அவர் அந்த வங்கிக்குச் சென்றபோது, தன் தந்தையின் பெயரில் ஒரு பாதுகாப்புப் பெட்டகம் இருந்ததை அவர் கண்டுபிடித்தார். இதுதான் அவருடைய பிரார்த்தனைக்குக் கிடைத்த விடை.

தொலைந்து போன மோதிரம்

லாஸ் ஏஞ்சலீஸ் நகரிலிருந்து தெற்கே நூறு மைல் தொலைவில் அமைந்துள்ள ரான்ச்சோ சான்டா ஃபே எனும் இடத்தில் 'விஷ்ஷிங் வெல்' என்ற ஓர் அழகான பண்ணை வீட்டில் நான் தங்கியிருந்தேன். அங்கு தங்கியிருந்த இன்னொரு பெண்மணி மிகவும் விலையுயர்ந்த தன் வைர மோதிரத்தைத் தொலைத்துவிட்டார். அவர் குதிரைச் சவாரி சென்றுவிட்டுத் திரும்பி வந்தபோது தன் மோதிரம் தொலைந்துவிட்டிருந்ததைக் கண்டார். என்னுடைய பரிந்துரையின் பேரில் அவர் பின்வருமாறு பிரார்த்தனை செய்தார்: "என் மோதிரம் எங்கே இருக்கிறது என்பது முடிவில்லாப் பேரறிவுக்குத் தெரியும். இந்த இழப்பை நான் என் மனத்தில் ஒப்புக் கொண்டால் தவிர எனக்கு எந்த இழப்பும் ஏற்பட முடியாது. ஏனெனில், அனைத்து அனுபவங்களும் என் மனத்தின் வாயிலாகவே வருகின்றன. என் மோதிரம் இருக்கும் இடத்தைப் பற்றிய விபரங்களை முடிவில்லாப் பேரறிவு இப்போது எனக்கு வெளிப்படுத்தும் என்பதை நான் அறிவேன். அந்த மோதிரம் என் விரலில் இருப்பதை நான் பார்க்கிறேன், நான் அதை

உணர்கிறேன், அது என்னுடையது என்பதை நான் அறிவேன். அது இப்போது என் வசமாகிவிட்டது என்று நான் நம்புகிறேன். அதை நான் மனரீதியாக ஏற்றுக் கொள்கிறேன். ஏனெனில், என் மோதிரம் எந்த அளவு நிஜமோ, அதேபோல் என் எண்ணமும் அந்த அளவு நிஜமே.”

அவர் ஒருசில நிமிடங்கள் இந்த சுயபிரகடனத்தை அமைதியாகக் கூறினார். பிறகு அவருக்குத் திடீரென்று ஓர் உள்ளுணர்வு ஏற்பட்டது. அவர் எந்தப் பாதை வழியாக அந்தப் பண்ணை வீட்டிற்குத் தன் குதிரையின்மீது சவாரி செய்து வந்திருந்தாரோ, அதே பாதை வழியாக அவர் இப்போது திரும்பிச் சென்றார். அவருடைய மோதிரம் எந்த இடத்தில் விழுந்து கிடந்ததோ, அவருடைய குதிரை துல்லியமாக அந்த இடத்திற்கு அருகே சென்று நின்றது. ஆழ்மனம் செயல்படும் விதம் எல்லா நேரத்திலும் வெளிப்படையாகத் தெரிவதில்லை. நம்பிக்கை விதியையும், அதைத் தொடர்ந்து வருகின்ற விளைவுகளையும் இந்த நிகழ்வு விளக்கிக் காட்டுகிறது.

விளைவுகளைப் பெறத் தவறியதற்குக் காரணம்

நாம் விரும்பும் விளைவு நமக்குக் கிடைக்காமல் போவதற்குக் காரணம் வளர்ச்சி விதியின்மீது நமக்கு இருக்கும் அவநம்பிக்கைதான். நிலத்தில் நாம் ஒரு விதையை விதைத்தால் அது வளரும். ஆனால் நாம் நம்பிக்கை இழந்தாலோ, அல்லது வெறுப்பும் கவலையும் பதற்றமும் கொண்டாலோ, நம் மனத்தில் விதைக்கப்பட்டுள்ள யோசனையின் வளரும் சக்தியை நாம் உண்மையிலேயே மறுத்துக் கொண்டிருக்கிறோம். நம்முடைய சந்தேகமோ அல்லது பயமோ, நம் விருப்பத்திற்கு எதிரான ஓர் எண்ணமே. அப்படிப்பட்ட ஓர் எண்ணத்தில் நாம் மூழ்கினால், அது நம்முள் தோன்றிய யோசனையை முழுவதுமாகச் சிதைத்துவிடும். சந்தேகம், பயம் போன்ற எதிர்மறை எண்ணங்களை நாம் ஒதுக்கிவிட வேண்டும். ஏனெனில், நாம் எது குறித்துப் பிரார்த்தனை செய்து

கொண்டிருக்கிறோமோ, அதற்கு நேரெதிரான விளைவை மட்டுமே இவை உருவாக்கும்.

'நன்றி' உத்தி

நாம் கடவுளிடம் நம்முடைய கோரிக்கையை முன்வைக்கும்போது, நன்றியோடு அதைச் செய்வது சிறந்தது. இந்த எளிய பிரார்த்தனை முறையைத் தொடர்ந்து சில அசாதாரணமான விளைவுகள் கிடைக்கும். நன்றியுள்ள ஓர் இதயம் எப்போதும் பிரபஞ்சத்தின் படைப்பாற்றல்களுக்கு மிக நெருக்கமாக இருக்கிறது. வினையும் எதிர்வினையும் என்ற பிரபஞ்ச விதியின் அடிப்படையில் எண்ணற்ற ஆசீர்வாதங்களை அது நம்மை நோக்கிக் கவர்ந்திழுத்து வரும்.

பட்டப்படிப்பை முடித்தவுடன் கார் வாங்கித் தருவதாக ஒரு தந்தை தன் மகனுக்கு வாக்குறுதி வழங்குகிறார். அந்த இளைஞன் இன்னும் அந்தக் காரைப் பெற்றிருக்கவில்லை, ஆனால் அவன் நன்றியும் மகிழ்ச்சியும் கொள்கிறான். அந்தக் கார் உண்மையிலேயே தனக்குக் கிடைத்துவிட்டதைப்போல அவன் ஆனந்தமாக இருக்கிறான். தன் தந்தை தன் வாக்கைக் காப்பாற்றுவார் என்பதை அவன் அறிந்திருப்பதால், அந்தக் காரை இப்போது தான் பெற்றிருக்காவிட்டால்கூட அவன் மகிழ்ச்சியோடும் நன்றியோடும் இருக்கிறான். ஏனெனில், மனத்தளவில் அது அவனுக்குக் கிடைத்துவிட்டது.

ஒரு தையல் இயந்திரம் வாங்குவதற்காக நீங்கள் ஒரு கடைக்குச் செல்கிறீர்கள் என்று வைத்துக் கொள்வோம். ஆனால் நீங்கள் விரும்பும் மாடல் அங்கு இல்லை. ஆனாலும் நீங்கள் விரும்புகின்ற அந்த மாடலை அக்கடையின் உரிமையாளரிடம் தெரிவித்துவிட்டு, அதற்குரிய கட்டணத்தையும் நீங்கள் செலுத்திவிடுகிறீர்கள். நீங்கள் விரும்பும் தையல் இயந்திரத்தை உங்கள் வீட்டிற்கு அனுப்பி வைப்பதாக அந்த உரிமையாளர் உங்களிடம் கூறுகிறார். நீங்கள் அவருக்கு நன்றி தெரிவித்துவிட்டு அந்த இயந்திரம்

இல்லாமல் அங்கிருந்து புறப்பட்டுச் செல்கிறீர்கள். நீங்கள் ஆர்டர் கொடுத்திருக்கும் இயந்திரம் விரைவில் உங்களுக்குக் கிடைத்துவிடும் என்று நீங்கள் உறுதியாக நம்புகிறீர்கள். ஏனெனில், அந்தக் கடையின் உரிமையாளருடைய நாணயத்திலும் நேர்மையிலும் நீங்கள் முழுமையான நம்பிக்கை கொண்டிருக்கிறீர்கள். ஒரு மனிதனின்மீது நம்மால் இவ்வளவு நம்பிக்கை வைக்க முடியும் என்றால், ஒருபோதும் மாறாத, நம் நம்பிக்கைக்கு ஏற்றபடி எப்போதும் செயல்விடை அளிக்கின்ற முடிவில்லாப் பேரறிவின்மீதும் படைப்பு விதியின்மீது நாம் எவ்வளவு நம்பிக்கை வைக்க வேண்டும்!

புரோக்கிற்குப் பலனளித்த நன்றி உத்தி

புரோக் என்பவர் நன்றி உத்தியைப் பயன்படுத்தி எவ்வாறு அற்புதமான விளைவுகளைப் பெற்றார் என்பதை நான் இங்கு உங்களுக்கு விளக்குகிறேன். ஒருநாள் அவர் என்னை நேரில் சந்தித்துவிட்டு, "நான் பணம் செலுத்த வேண்டிய பில்கள் மலையெனக் குவிந்து கொண்டிருக்கின்றன. எனக்கு இப்போது வேலை இல்லை. எனக்கு மூன்று குழந்தைகள் இருக்கின்றனர், ஆனால் என் கையில் பணம் இல்லை. நான் என்ன செய்வது?" என்று என்னிடம் கேட்டார். என் பரிந்துரையின்படி, "இறைவா, அபரிமித விதிக்கு நன்றி," என்று அவர் தினமும் காலையிலும் இரவிலும் சுமார் மூன்று வாரங்கள் கூறி வந்தார். நன்றியுணர்வு தன் மனத்தை முழுவதுமாக ஆக்கிரமிக்கும்வரை அவர் இவ்வாறு செய்தார். தன்னால் கடவுளைப் பார்க்க முடியாவிட்டாலும் தான் கடவுளிடம் பேசிக் கொண்டிருந்ததாக அவர் கற்பனை செய்தார். செல்வத்தைப் பற்றித் தான் எண்ணும் எண்ணமும் காணும் மனக்காட்சியும்தான் தனக்குத் தேவையான பணத்தையும் பதவியையும் உணவையும் உருவாக்குவதற்கான முதல் படி என்பதை அவர் உணர்ந்தார்.

"நன்றி, இறைவா," என்று மீண்டும் மீண்டும் கூறியதன் மூலம் அவர் தன் மனத்தையும் இதயத்தையும் நன்றியுணர்வால் நிரப்பினார். பயம், பற்றாக்குறை, ஏழ்மை, துயரம் போன்ற எண்ணங்கள் தன் மனத்தில் தோன்றியபோதெல்லாம், "நன்றி, இறைவா," என்று அவர் கூறினார். தான் இந்த நன்றி மனப்போக்கைத் தக்க வைத்துக் கொண்டால், செல்வம் குறித்த யோசனைக்குத் தன் மனம் பழக்கப்பட்டுவிடும் என்பதை அவர் அறிந்திருந்தார். சில நாட்களுக்குப் பிறகு ஒருநாள், அவர் ஒரு தெருவில் நடந்து சென்று கொண்டிருந்தபோது, இருபது வருடங்களாகத் தான் பார்த்திராத தன்னுடைய முன்னாள் நிறுவன உரிமையாளரை அவர் சந்தித்தார். அந்த உரிமையாளர் இவருக்கு நல்ல சம்பளத்தில் ஒரு வேலையைக் கொடுத்து, ஐநூறு டாலர்களை முன்பணமாகவும் கொடுத்தார். இன்று புரோக் தன் நிறுவனத்தின் உதவித் தலைவராக இருக்கிறார். அவர் இப்போது என்னை சந்திக்கும்போதெல்லாம், " 'நன்றி, இறைவா,' என்பதால் ஏற்படும் அதிசயத்தை நான் ஒருபோதும் மறக்க மாட்டேன். அது என் வாழ்வில் அற்புதங்களை நிகழ்த்தியுள்ளது," என்று கூறுகிறார்.

இந்த உத்தி ஏன் பலனளித்தது

பௌதீகப் பொருட்கள் அனைத்துமே முதலில் மனத்தில் ஒரு யோசனையாகத்தான் முளைக்கின்றன. ஒரே ஒரு படைப்புச் செயல்முறைதான் இருக்கிறது. நாம் நம்முடைய எண்ணங்களின் மூலமாக அந்தப் படைப்பு விதியை முடுக்கிவிடுகிறோம். நாம் அதைப் பிரக்ஞையோடு பயன்படுத்திக் கொண்டிருந்தாலும் சரி அல்லது பிரக்ஞையின்றிப் பயன்படுத்திக் கொண்டிருந்தாலும் சரி, நாம் எப்போதும் படைப்பு விதியைப் பயன்படுத்திக் கொண்டுதான் இருக்கிறோம். ஏனெனில், நாம் எப்போதும் ஏதோ ஒரு யோசனையை அல்லது ஒரு காட்சியை நம் மனத்தில் பதிய வைத்துக் கொண்டே இருக்கிறோம். பற்றாக்குறை, தடை,

குறைபாடு போன்ற எதிர்மறையான எண்ணங்களை நாம் வழக்கமாக நம் மனத்தில் பதிய வைத்து வந்துள்ளதுதான் நாம் இப்போது அனுபவித்துக் கொண்டிருக்கும் அனைத்துக் குறைபாடுகளுக்கும் காரணம். நம்முடைய சூழல்களும் சூழ்நிலைகளும் நம்முடைய முந்தைய சிந்தனையின் விளைவுகள்தாம். நாம் நம்முடைய சிந்தனைமுறையை மாற்றும்போது, அந்தப் புதிய சிந்தனையால் ஏற்படும் விளைவுகளோடு மனரீதியாகவும் உணர்ச்சிரீதியாகவும் நம்மை நாம் இணைத்துக் கொள்கிறோம். இவ்வழியில் நாம் நம் உள்ளார்ந்த எண்ணங்களையும் காட்சிகளையும் மாற்றுவதன் மூலம் நம் புற உலகில் மாற்றங்களை ஏற்படுத்துகிறோம்.

சுயபிரகடன வழிமுறை

சுயபிரகடனம் புத்திசாலித்தனமான முறையில் பயன்படுத்தப்பட்டால், அது ஆற்றல்மிக்கதாக அமையும். எடுத்துக்காட்டாக, மூன்றையும் மூன்றையும் கூட்டி ஏழு என்று ஒரு சிறுவன் தன் கரும்பலகையில் எழுதுகிறான். ஆனால் மூன்றும் மூன்றும் சேர்ந்தால் ஆறு என்று அவனுடைய ஆசிரியர் கணிதரீதியாகத் திட்டவட்டமாகக் கூறுகிறார். எனவே, அச்சிறுவன் தன் விடையைத் திருத்தி எழுதுகிறான். அதேபோல, நாம் ஒரு நபரைப் பற்றிய உண்மையைக் கூறும்போது, எது எப்படியிருந்தாலும், உண்மைக் கொள்கைக்கு நாம் கட்டுப்பட்டு நடக்க வேண்டும். சுயபிரகடனச் செயல்முறையின் சக்தியானது அச்செயல்முறையைப் பயன்படுத்துகின்ற நபர் கொண்டுள்ள விசுவாசத்தையும் புரிதலையும் சார்ந்துள்ளது.

சுயபிரகடன வழிமுறை தீவிரப் பித்தப்பைப் பிரச்சனையை குணமாக்குகிறது

நான் இந்த வழிமுறையை என் சகோதரியின்மீது பயன்படுத்தினேன். அவளுடைய பித்தப்பையில் கற்கள் இருந்ததாக மருத்துவ ஆய்வுகளும் எக்ஸ்ரேக்களும்

காட்டின. அதன் அடிப்படையில், அக்கற்கள் அகற்றப்படுவதற்காக என் சகோதரிக்கு அறுவைச் சிகிச்சை மேற்கொள்ளப்பட இருந்தது. தனக்காகப் பிரார்த்தனை செய்யுமாறு அவள் என்னிடம் கேட்டுக் கொண்டாள். அவளும் நானும் வெவ்வேறு ஊர்களில் இருந்தோம். இவ்விரண்டு ஊர்களுக்கும் இடைப்பட்ட தூரம் 6,500 மைல்கள். ஆனால் முடிவில்லா மனத்திற்குக் காலமோ அல்லது வெளியோ கிடையாது. பிரபஞ்சப் பேரறிவும் மனமும் ஒரே நேரத்தில் எல்லா இடங்களிலும் வியாபித்துள்ளன.

வேறொருவருக்காகப் பிரார்த்தனை செய்யும்போது, அவருடைய உடலையும் அவருடைய நோய் அறிகுறிகளையும் நீங்கள் ஒதுக்கிவிட வேண்டும். அந்தத் தனிநபரை ஓர் ஆன்மாவாக மட்டுமே நீங்கள் பார்க்க வேண்டும். அவர் அந்த ஆன்மாவின் வலிமையையும் முழுமையையும் அழகையும் கச்சிதத்தையும் வெளிப்படுத்திக் கொண்டிருப்பதாக நீங்கள் பார்க்க வேண்டும்.

நான் பின்வருமாறு சுயபிரகடனம் செய்தேன்:

> **இந்தப் பிரார்த்தனைச் சிகிச்சையை நான் என் சகோதரிக்காகச் செய்கிறேன். அவள் ஆசுவாசமாகவும் மன அமைதியோடும் இருக்கிறாள். அவள் சமநிலையோடும் சாந்தமாகவும் இருக்கிறாள். கடவுளின் மனம் அவளுடைய மனமாக இருக்கிறது. அவளுடைய உடலை உருவாக்கிய அதே குணமாக்கும் பேரறிவு இப்போது அவளுடைய ஒவ்வோர் அணுவையும், நரம்பையும், திசுவையும், தசையையும், எலும்பையும் பரிபூரணமாக மாற்றிக் கொண்டிருக்கிறது. அவள் இந்த குணமாக்கும் இருத்தலுக்குத் திறந்த மனத்துடனும் ஏற்றுக் கொள்ளும் தன்மையுடனும் இருக்கிறாள். குணமாக்கும் இருத்தல் அவளின் ஊடாக ஒரு நதிபோலப் பாய்ந்து சென்று, அவளுடைய கச்சிதமான ஆரோக்கியத்தையும் இணக்கத்தையும் அமைதியையும் மீட்டெடுக்கிறது. அனைத்து மோசமான எண்ணங்களும் மனக்காட்சிகளும் அவளின் ஊடாகப் பாய்ந்து கொண்டிருக்கும் தெய்வீக**

அன்பாலும் அமைதியாலும் அடித்துச் செல்லப்பட்டுக் கொண்டிருக்கின்றன. அவள் ஆரோக்கியமாக இருக்கிறாள்.

நான் இந்த சுயபிரகடனத்தை தினமும் பல முறை கூறினேன். இரண்டு வாரங்களுக்குப் பிறகு, என் சகோதரி மீண்டும் சில ஆய்வுகளுக்கு உட்பட்டாள். அவள் முற்றிலும் குணமடைந்து இருந்ததாக அந்த ஆய்வுகள் தெரிவித்தன.

யதார்த்தம் எப்படி இருந்தாலும் சரி, உங்களைச் சுற்றி இருக்கும் ஆதாரங்கள் உங்கள் விருப்பத்திற்கு முரண்பட்டவையாக இருந்தாலும் சரி, நம்பிக்கையோடு நீங்கள் சுயபிரகடனம் செய்தால் உங்கள் பிரார்த்தனைக்கான விடையை நீங்கள் பெறுவீர்கள். உங்கள் எண்ணத்தால் ஒன்றை சுயபிரகடனம் செய்ய மட்டுமே முடியும். ஏனெனில், நீங்கள் ஒன்றை மறுக்கும்போதுகூட, நீங்கள் மறுத்துக் கொண்டிருக்கும் அந்த விஷயத்தின் இருத்தலை நீங்கள் உண்மையில் சுயபிரகடனம் செய்து கொண்டிருக்கிறீர்கள். நீங்கள் என்ன கூறிக் கொண்டிருக்கிறீர்கள், அதை ஏன் நீங்கள் கூறிக் கொண்டிருக்கிறீர்கள் என்ற அறிதலோடு நீங்கள் ஒரு சுயபிரகடனத்தைத் தொடர்ந்து கூறி வரும்போது, நீங்கள் கூறுவது உண்மை என்று உங்கள் ஆழ்மனம் ஏற்றுக் கொள்ளும் ஒரு நிலைக்கு அது உங்கள் மனத்தை இட்டுச் செல்கிறது. உங்கள் ஆழ்மனம் முழுவதுமாக ஏற்றுக் கொள்ளும்வரை உண்மையை மீண்டும் மீண்டும் சுயபிரகடனம் செய்து கொண்டே இருங்கள்.

விவாத உத்தி

மெயின் மாநிலத்தைச் சேர்ந்த டாக்டர் ஃபினியஸ் பார்க்ஹர்ஸ்ட் குவிம்பியின் செயல்முறையிலிருந்து உருவானது இது. மனரீதியான மற்றும் ஆன்மீகரீதியான குணமாக்கும் சிகிச்சையில் முன்னோடி அவர். சுமார் நூறு வருடங்களுக்கு முன்பு அவர் பெல்ஃபாஸ்ட் நகரில் வாழ்ந்து அங்கேயே தன் மருத்துவத் தொழிலைச் செய்தார். மனம் எப்படி வேலை செய்கிறது

என்பதைத் தெரிந்து கொள்வதற்காக அவர் சுமார் ஏழு வருடங்களாக மனவசியத்தைக் கற்று ஆய்வு செய்தார். பிறகு அதை விட்டுவிட்டு, ஆன்மீகரீதியான குணமாக்கும் சிகிச்சையின்மீது தன் கவனத்தைக் குவித்தார். தீர்க்கப்பட முடியாததாகக் கூறப்பட்டப் பல நோய்களை அவர் தன் பிரார்த்தனைச் சிகிச்சையின் மூலம் குணப்படுத்தி அற்புதமான விளைவுகளைப் பெற்றார். அவருக்குக் கிடைத்த அற்புதமான விளைவுகளைப் பற்றிச் செய்தித்தாள்களில் வெளியான கட்டுரைகளின் தொகுப்பு ஹொரேஷியோ டிரெஸ்ஸர் எழுதிய 'குவிம்பீஸ் மேனுஸ்கிரிப்ட்ஸ்' என்ற நூலில் இடம்பெற்றுள்ளது. காசநோய் மற்றும் பிற தீவிர நோய்களால் பாதிக்கப்பட்ட நோயாளிகளை அழைத்து, அவர்களுக்காகக் கடவுளிடம் வாதாடுவதற்குத் தனக்கு அனுமதி கொடுக்குமாறு டாக்டர் குவிம்பி அவர்களிடம் கேட்பது வழக்கம். ஏனெனில், அவர்களுக்குத் தன்மீது நம்பிக்கையும் விசுவாசமும் இருந்தால், அவர்கள் குற்றமற்றவர்கள் என்று தன்னால் நிரூபிக்க முடியும் என்று அவர் நம்பினார்.

சுருக்கமாகக் கூறினால், விவாத வழிமுறையானது ஆன்மீகரீதியான காரணப்படுத்துதலை உள்ளடக்கியது. பொய்யான நம்பிக்கைகள் மற்றும் ஆதாரமற்ற பயங்களுக்கு நோயாளிகள் பலியாகியுள்ளனர் என்று நீங்கள் உங்களை நம்பச் செய்கிறீர்கள். உண்மையில், அந்த நோயாளிக்கு ஏற்பட்டிருக்கும் நோய், ஏதோ ஒரு வகையான சிதைவான சிந்தனை அவருடைய உடலில் வடிவம் பெற்றுள்ளதால் ஏற்பட்டதே. புறத்தில் உள்ள ஏதோ ஒரு சக்தியின்மீது அல்லது புறக் காரணிகள்மீது இவர்கள் வைத்திருக்கும் பொய்யான நம்பிக்கைதான் இப்போது நோயாக உருமாற்றம் பெற்றுள்ளது. கடவுளைப் பற்றிய அறிவைக் கொண்டு இதை மாற்ற முடியும். கடவுளால் நோயுற்றிருக்க முடியாது, விரக்தியுற்று இருக்க முடியாது, மகிழ்ச்சியற்று இருக்க முடியாது. கடவுள் எந்தவொரு சூழலாலும் பாதிக்கப்படுவதில்லை, எந்தவொரு நோய்க்கும் ஆளாவதில்லை.

நம்பிக்கையில் ஏற்படும் ஒரு மாற்றம்தான் அனைத்து குணமாதலுக்கும் அடிப்படை. உங்கள் நோயாளியின் உடலையும் அதன் உறுப்புகளையும் உருவாக்கிய முடிவில்லாப் பேரறிவிற்கு அவரது உடலை எப்படி குணப்படுத்த வேண்டும் என்பது தெரியும். அப்பேரறிவால் அவரது உடலை குணமாக்க முடியும். அது இக்கணத்தில்கூட அவரது உடலை குணமாக்கிக் கொண்டிருக்கிறது. அவருடைய நோயானது, நோய்சார்ந்த சிந்தனை மற்றும் மனக்காட்சியின் அடிப்படையில் அமைந்த, மனத்தின் ஒரு நிழல்தான் என்று உங்கள் மனமென்னும் நீதிமன்றத்தில் நீங்கள் விவாதிக்கிறீர்கள். உடலின் உறுப்புகள் அனைத்தையும் உருவாக்கிய அந்த குணமாக்கும் இருத்தலின் சக்தியின் சார்பில், உங்களால் முடிந்த அனைத்து ஆதாரங்களையும் நீங்கள் தொடர்ந்து திரட்டிக் கொண்டிருக்கிறீர்கள். பிறகு, உங்கள் மனமென்னும் நீதிமன்றத்தில் நீங்கள் உங்கள் நோயாளிக்கு சாதகமாகத் தீர்ப்பு வழங்குகிறீர்கள். விசுவாசம் மற்றும் ஆன்மீகரீதியான புரிதலின் மூலம் அந்த நோயாளியை நீங்கள் அவருடைய நோயிலிருந்து விடுவிக்கிறீர்கள். உங்கள் மனரீதியான ஆதாரமும் ஆன்மீகரீதியான ஆதாரமும் திக்குமுக்காடச் செய்வதாக உள்ளன. ஒரே ஒரு மனம்தான் இருப்பதால், எது உண்மை என்று நீங்கள் உணர்கிறீர்களோ, அது அடுத்தவருடைய அனுபவத்திலும் நிலைப்படுத்தப்படும். அனைத்துத் தனிநபர்களுக்கும் பொதுவாக ஒரே ஒரு மனம் மட்டுமே உள்ளது.

விவாதத்தை வென்ற பெண்

சமீபத்தில், என்னுடைய வானொலி நிகழ்ச்சியைத் தவறாமல் கேட்டு வந்த, லாஸ் ஏஞ்சலீஸ் நகரைச் சேர்ந்த ஒரு பெண், நியூயார்க் நகரில் தீவிர நோயால் பாதிக்கப்பட்டிருந்த தன் தாயாருக்காகப் பிரார்த்தனை செய்தார். அவர் பின்வருமாறு பிரார்த்தித்தார்:

கடவுள்தான் ஒரே இருத்தல். அவர்தான் ஒரே சக்தி. இந்த இருத்தலும் சக்தியும் என் தாயார் இருக்கும் இடத்தில் நிலை கொண்டு இருக்கின்றன. கடவுள்தான் என் தாயாரின் ஜீவன், அந்த ஜீவன் இப்போது என் தாயாரின் ஜீவனாக இருக்கிறது. என் தாயாரின் உடல்நிலை, அவருடைய சிந்தனை வாழ்க்கையின் ஒரு பிரதிபலிப்பே. திரையின்மீது விழும் நிழல்களைப் போன்றது அது. அந்தத் திரையில் தெரியும் காட்சிகளை மாற்ற வேண்டும் என்றால், அதில் விழச் செய்யப்படும் காட்சிகள் மாற்றப்பட வேண்டும் என்பதை நான் அறிவேன். என் தாயார் முழுமையாகவும் இணக்கமாகவும் கச்சிதமான ஆரோக்கியத்தோடும் இருப்பது போன்ற ஒரு காட்சியை நான் இப்போது என் சொந்த மனத்தில் உருவாக்குகிறேன். என் தாயாரின் உடலையும் அதன் அனைத்து உறுப்புகளையும் உருவாக்கிய குணமாக்கும் இருத்தல் இப்போது அவருடைய உடலின் ஒவ்வோர் அணுவையும் நிரப்பிக் கொண்டிருக்கிறது. கடவுளின் அமைதியெனும் நதி என் தாயாரின் அணுக்கள் ஒவ்வொன்றின் ஊடாகவும் பாய்ந்து கொண்டிருக்கிறது. அவருக்குச் சிகிச்சையளிக்கும் மருத்துவர்கள் தெய்வீகமான முறையில் வழிநடத்தப்படுகின்றனர், இயக்கப்படுகின்றனர். என் தாயாரைத் தொடுகின்ற ஒவ்வொருவரையும் கடவுளின் தெய்வீக இருத்தல் வழிநடத்துகிறது. என் தாயாரை ஆட்டுவித்துக் கொண்டிருக்கும் நோய் நிரந்தரமானது அல்ல. முடிவில்லா அன்பு மற்றும் வாழ்க்கைக் கோட்பாட்டுடன் என்னை நான் இசைவுபடுத்திக் கொள்கிறேன். இணக்கமும் ஆரோக்கியமும் அமைதியும் இப்போது என் தாயாரின் உடலில் வெளிப்படுத்தப்பட்டுக் கொண்டிருக்கின்றன. எங்கும் நீக்கமற நிறைந்திருக்கும் கடவுளின் சக்தியை யாராலும் எதிர்த்து நிற்க முடியாது. கடவுளின் குணமாக்கும் இருத்தல் இப்போது என் தாயாரின் ஊடாகப் பாய்ந்து கொண்டிருக்கிறது."

ஒருசில நாட்களுக்குப் பிறகு அப்பெண்ணின் தாயார் அதிசயிக்கத்தக்க விதத்தில் குணமடைந்தார். இதைக் கண்டு வியந்த மருத்துவர்கள், கடவுள்மீது அப்பெண் கொண்டிருந்த அளப்பரிய விசுவாசம் குறித்து அவரைப் பாராட்டினர். அப்பெண்

செய்த பிரார்த்தனை மனத்தின் படைப்பு விதியை முடுக்கிவிட்டது. அது அவருடைய தாயாரின் உடலில் கச்சிதமான ஆரோக்கியத்தையும் இணக்கத்தையும் உருவாக்கியது. ஒரே ஒரு மனம் மட்டுமே இருப்பதால், தன் தாயாரின் விஷயத்தில் எது உண்மை என்று அப்பெண் உணர்ந்தாரோ, அது அவருடைய தாயாரின் அனுபவத்தில் நிலைப்படுத்தப்பட்டது.

பரிபூரணமான பிரார்த்தனைச் சிகிச்சை முறை

இந்த வகையான பிரார்த்தனைச் சிகிச்சையைச் செய்யும் நபர், நோயாளியின் பெயரைக் குறிப்பிட்டு (நோயாளியின் பெயர் ஜான் என்று வைத்துக் கொள்வோம்), கடவுளின் இயல்பையும் பண்புநலன்களையும் பற்றி அமைதியாக சிந்திக்கிறார். கடவுள் எல்லையில்லா அன்பு கொண்டவர், முற்றிலும் ஆனந்தமயமானவர், அமைதியும் எல்லையில்லா ஞானமும் கொண்டவர், முழுமையான இணக்கமும் விவரிக்க முடியாத அழகும் நிறைந்தவர் என்றெல்லாம் அவர் கடவுளைப் பற்றி நினைக்கின்றார். அவர் இவ்வாறு அமைதியாக சிந்திக்கும்போது, அவருடைய அகவிழிப்புநிலை ஒரு புதிய ஆன்மீக அலைவரிசைக்கு உயர்த்தப்படுகிறது. இந்நிலையில், கடவுளின் அன்புப் பெருங்கடலானது, ஜானின் மனத்திலும் உடலிலும் தன்னோடு இசைவற்று இருக்கும் அனைத்தையும் கரைத்துக் கொண்டிருக்கிறது. கடவுளின் சக்தியும் அன்பும் இப்போது ஜானின்மீது குவிக்கப்பட்டிருப்பதாகவும், அவரைத் தொந்தரவு செய்து கொண்டிருக்கும் நோய் இப்போது தெய்வீக அன்பால் கரைக்கப்பட்டுக் கொண்டிருப்பதாகவும் அவர் உணர்கிறார்.

நவீன ஒலியலைச் சிகிச்சை

பரிபூரணமான பிரார்த்தனைச் சிகிச்சை முறையை நவீன ஒலியலைச் சிகிச்சையோடு ஒப்பிடலாம். லாஸ் ஏஞ்சலீஸ் நகரைச் சேர்ந்த ஒரு பிரபல மருத்துவர்

சமீபத்தில் இதை எனக்குக் காட்டினார். அவரிடம் ஓர் அல்ட்ராசவுன்டு அலை இயந்திரம் இருக்கிறது. அதிவேகத்தில் இயங்குகின்ற அதைக் கொண்டு, உடலின் எந்தப் பகுதியை நோக்கி வேண்டுமானாலும் ஒலி அலைகளை அனுப்ப முடியும். இந்த ஒலி அலைகளைக் கட்டுப்படுத்த முடியும். மூட்டுக்களில் அளவுக்கதிகமாகப் படிந்திருக்கும் சுண்ணாம்பைக் கரைப்பதிலும்,இன்னும் பல தீவிரமான பிரச்சனைகளை குணப்படுத்துவதிலும் இந்த இயந்திரம் அற்புதமான விளைவுகளைக் கொடுத்ததாக அந்த மருத்துவர் என்னிடம் கூறினார்.

கடவுளின் பண்புநலன்களைப் பற்றி எண்ணிப் பார்ப்பதன் மூலம் நம் அகவிழிப்புநிலையை நாம் எந்த அளவு உயர்த்திக் கொள்கிறோமோ, அந்த அளவு இணக்கம், ஆரோக்கியம், அமைதி ஆகிய ஆன்மீக மின்னலைகளை நாம் உற்பத்தி செய்கிறோம். பரிபூரணமான பிரார்த்தனைச் சிகிச்சையைத் தொடர்ந்து பல உடனடியான குணமாதல்கள் நிகழ்கின்றன.

ஆணை வழிமுறை

நீங்கள் கூறுகின்ற வார்த்தைகளுக்குப் பின்னால் இருக்கின்ற உணர்ச்சிகள் மற்றும் விசுவாசத்திற்கு ஏற்ப அந்த வார்த்தைகளுக்கு சக்தி கிடைக்கிறது. இவ்வுலகை இயக்கிக் கொண்டிருக்கின்ற சக்தி நம்முடைய சார்பில் இயங்கிக் கொண்டிருக்கிறது, நம் வார்த்தைகளைத் தூக்கி நிறுத்துகிறது என்பதை நாம் உணரும்போது, நம் தன்னம்பிக்கையும் மன உறுதியும் அதிகரிக்கின்றன. சக்திக்கு சக்தி கூட்ட நாம் இங்கு முயற்சிக்கவில்லை. எனவே, அளவுக்கதிகமான முயற்சியோ, கட்டாயப்படுத்தலோ, மனப் போராட்டமோ இருக்கக்கூடாது.

ஓர் இளம் பெண்ணுக்கு அடிக்கடித் தொலைபேசி அழைப்பு விடுத்து ஒருவன் அவளைத் தொந்தரவு செய்து கொண்டே இருந்தான், தன்னுடன் வெளியிடங்களுக்கு

வருமாறு அவளைக் கட்டாயப்படுத்தினான், அவளுடைய அலுவலகத்திற்கும் சென்று அவளை அடிக்கடி சந்தித்தான். அவனிடமிருந்து எப்படித் தப்புவது என்று அவளுக்குத் தெரியவில்லை. அவள் கீழ்க்கண்டவாறு கட்டளையிட்டாள்: "நான் அவனைக் கடவுளிடம் விடுவிக்கிறேன். அவன் தனக்குரிய இடத்தில் இருக்கட்டும். நான் சுதந்திரமாக இருக்கிறேன். அவனும் சுதந்திரமாக இருக்கிறான். நான் இந்த வார்த்தையை முடிவில்லா மனத்திடம் விடுவிக்கிறேன். கடவுளின் மனம் அது. இந்த ஒரே சக்திதான் இயங்கிக் கொண்டிருக்கிறது. அது என் பிரச்சனையைத் தீர்க்கிறது. நான் இதை ஆணையிட்டுவிட்டேன். இது நிச்சயம் நடந்தே தீரும்." அவள் இவ்வாறு சில நாட்கள் கூறிய பிறகு, அந்த இளைஞன் திடீரென்று அவளுடைய வாழ்விலிருந்து மறைந்துவிட்டான். அதன் பிறகு அவள் அவனை ஒருபோதும் பார்க்கவே இல்லை. "இந்த பூமி அவனை முற்றிலுமாக விழுங்கிவிட்டதுபோல எனக்குத் தோன்றியது," என்று அவள் கூறினாள்.

ஒரு பாதிரியார் ஒரு காரைப் பெற்ற விதம்

மிகவும் போராடிக் கொண்டிருந்த ஓர் இளம் பாதிரியாரை சமீபத்தில் நான் சந்தித்தேன். அவருக்கு ஒரு கார் வேண்டியிருந்தது. எனவே அவர் பின்வருமாறு கட்டளையிட்டார்: "இவ்வுலகிலுள்ள வாகனங்களுடன் நான் ஒன்றுகலந்திருக்கிறேன். அவை அனைத்துமே கடவுளின் யோசனைகள்தான். அவை வாகனங்களாக உருப்பெற்றுள்ளன. என் வேலைக்கு உகந்த ஒரு பொருத்தமான காரை முடிவில்லா மனம் எனக்கு வெளிப்படுத்த வேண்டும் என்று நான் ஆணையிடுகிறேன். நான் என் ஆழ்மனத்தை ஆழமாக நம்புகிறேன். என் விருப்பத்தை எப்படி நிறைவேற்றுவது என்று அதற்குத் தெரியும்."

அதன் பிறகு நடந்த சம்பவம் மிகவும் சுவாரசியமானது. அவருடைய தேவாலயத்தைச் சேர்ந்த உறுப்பினர்கள் அவருக்குத் தெரியாமல்

ரகசியமாகப் பணம் திரட்டி அவருக்காகப் புதிய கார் ஒன்றை வாங்கினர். ஒருநாள், அவர் சொற்பொழிவாற்றி முடித்தப் பிறகு, அவர்கள் அவரை அணுகி, "உங்களுக்கு ஓர் ஆச்சரியம் காத்திருக்கிறது!" என்று அவரிடம் கூறினர். பிறகு அந்தப் புதிய காரை அவர்கள் அவருக்கு வழங்கினர். ஆனால் அவர் ஆச்சரியப்படவில்லை. ஏனெனில், தன் ஆழ்மனம் தன் தேவையை நிறைவேற்றும் என்பதை அவர் அறிந்திருந்தார். அவர் தன் சொந்த மனத்தில் உண்மை என்று ஏற்றுக் கொண்டிருந்த விஷயத்தை நிறைவேற்றும் விதத்தில் முடிவில்லா மனம் அந்த உறுப்பினர்களின் மனங்களில் செயல்பட்டது.

உங்கள் பிரார்த்தனைக்கு எப்படி விடை அளிக்கப்படும் என்பது உங்களுக்குத் தெரியாது. "ஒரு கார் வாங்குவதற்கு என்னிடம் பணம் இல்லை. எனவே, கார் இல்லாமல் நாம் சமாளித்தாக வேண்டும்," என்று நீங்கள் ஒருபோதும் கூறக்கூடாது. நீங்கள் விரும்பும் எதுவொன்றையும் கட்டளையிட்டு உங்களால் பெற முடியும். முடிவில்லா மனம் அதை உங்களிடம் கொண்டு வந்து சேர்க்கும்.

3

பிரார்த்தனைச் சிகிச்சையைக் கடைபிடித்தல்

உண்மையில் ஆன்மீகரீதியாகப் பிணிநீக்குபவர், அது குறித்துத் தீவிரமாகச் சிந்திக்க வேண்டும். ஆன்மீகரீதியான பிணிநீக்கமும் விசுவாசத்தின் அடிப்படையிலான பிணிநீக்கமும் ஒன்றல்ல. விசுவாசத்தின் அடிப்படையில் நோயாளிகளை குணப்படுத்துபவர், அச்செயல்முறையில் உள்ளடங்கி இருக்கின்ற சக்திகள் குறித்த அறிவியற்பூர்வமான புரிதல் இல்லாமல் குணப்படுத்துகிறார். குணமாக்குவதற்கான ஒரு சிறப்பு சக்தி தனக்கு இருப்பதாக அவர் முழங்கக்கூடும். நோயாளிகள் அவர்மீதோ அல்லது அவருடைய சக்திகள்மீதோ கொண்டுள்ள கண்மூடித்தனமான நம்பிக்கை அவர்களுடைய பிணிகளைப் போக்கக்கூடும். ஆன்மீகரீதியான பிணிநீக்கம் என்பது ஒரு திட்டவட்டமான குறிக்கோளை நோக்கி ஆழ்மனமும் வெளிமனமும் இணைந்து இணக்கமாகவும் அறிவார்ந்த முறையிலும் செயல்படுவதை உள்ளடக்கியுள்ளது. தான் என்ன செய்து கொண்டிருக்கிறோம், தான் அதை ஏன் செய்து கொண்டிருக்கிறோம் என்பது ஆன்மீகப் பிணிநீக்குனருக்குத் தெரிந்திருக்க வேண்டும். பிணிநீக்க விதியை அவர் நம்புகிறார். தென்னாப்பிரிக்காவில் பில்லி சூனியத்தைக் கையாண்டு சிகிச்சையளிப்பவர்

சில மந்திரங்களைக் கூறுவதன் மூலம் நோயாளிகளை குணப்படுத்தக்கூடும். அல்லது, சில புனிதர்களின் எலும்புகளைத் தொடுவதன் மூலம் நோயாளிகள் குணமாகக்கூடும். மொத்தத்தில், ஒரு நோயாளிக்கு எந்த வழிமுறையின்மீது அல்லது செயல்முறையின்மீது நம்பிக்கை ஏற்படுகிறதோ, அதன் மூலம் அவர் குணப்படுத்தப்படுகிறார்.

ஒரே பிணிநீக்கக் கோட்பாடு

ஆன்மீகரீதியான சிகிச்சை இக்காலகட்டத்தில் உலகம் நெடுகிலும் மக்களிடம் ஆர்வத்தைத் தூண்டியுள்ளது. தங்கள் ஆழ்மனத்தில் குடிகொண்டுள்ள குணமாக்கும் சக்திகள் குறித்து மக்களுக்கு மெல்ல மெல்ல விழிப்புணர்வு ஏற்பட்டுக் கொண்டிருக்கிறது. எல்லாவிதமான சிகிச்சை முறைகளும் பலனளிக்கும் என்பது எல்லோரும் அறிந்த விஷயம்தான். இதற்கான விடை ஒன்றுதான்: ஆழ்மனம் என்ற ஒரே ஓர் உலகளாவிய பிணிநீக்கக் கோட்பாடும், விசுவாசம் என்ற ஒரே ஒரு பிணிநீக்கச் செயல்முறையும் மட்டுமே உள்ளன. அதனால்தான், "நீங்கள் நம்பும் விஷயம் நிஜமானதாக இருந்தாலும் சரி, அப்படி இல்லாவிட்டாலும் சரி, ஒரே விதமான விளைவுகள்தான் உங்களுக்குக் கிடைக்கும்," என்று பாராசெல்சஸ் இந்த மாபெரும் உண்மையைக் கூறியுள்ளார்.

ஜப்பான், இந்தியா, ஐரோப்பா, அமெரிக்கா ஆகிய நாடுகள் உட்பட, உலகம் நெடுகிலுமுள்ள ஆன்மீகத் தலங்களில் பலர் பிணிநீங்கப் பெற்றுள்ளனர் என்பது நிரூபிக்கப்பட்ட உண்மை. பல்வேறுபட்டக் கோட்பாடுகளையும் நீங்கள் காண்பீர்கள். பிணிநீக்கம் நிகழ்ந்துள்ளதற்கான உறுதியான மற்றும் நிச்சயமான ஆதாரங்களை அவை ஒவ்வொன்றும் வழங்குகின்றன. ஆனால் சிந்தனையாளர்கள் இவை அனைத்துக்கும் அடிப்படையில் பொதுவாக இருக்கின்ற ஒரு கொள்கையைத் தேடுவர். புவியியல்ரீதியான இடம் எதுவாக இருந்தாலும், பயன்படுத்தப்படும்

வழிமுறைகள் எதுவாக இருந்தாலும் சரி, ஒரே ஒரு பிணிநீக்கக் கோட்பாடு மட்டுமே இருக்கிறது. ஒவ்வொரு பிணிநீக்கச் செயல்முறைக்கும் பின்னால் இருப்பது விசுவாசமே.

முதலில் நீங்கள் நினைவில் வைத்துக் கொள்ள வேண்டிய விஷயம் உங்கள் மனத்தின் இருமை இயல்புதான். உங்கள் உடலை ஒட்டுமொத்தமாகக் கட்டுப்படுத்துவது உங்கள் ஆழ்மனம்தான். அலோபதி, ஆஸ்டியோபதி, கைரோபிராக்டிக்ஸ், நேச்சுரோபதி என்று எந்த வகையான சிகிச்சைமுறையாக இருந்தாலும் சரி, அனைத்துப் பிணிநீக்கங்களும் ஆழ்மனத்தால் மட்டுமே நிறைவேற்றப்படுகின்றன. ஆழ்மனம்தான் ஒரே வைத்தியர்.

ஆழ்மனமும் ஆரோக்கியமும்

சவரம் செய்யும்போது உங்கள் முகத்தில் ஏற்படும் ஒரு வெட்டுக்காயத்தை உங்கள் ஆழ்மனம் எப்படி குணமாக்குகிறது என்பதை கவனியுங்கள். உங்கள் காயத்திற்கு மருந்து போடும் மருத்துவர், "இயற்கை அதை குணமாக்கும்," என்று கூறுகிறார். இயற்கை என்பது இங்கு இயற்கை விதியைக் குறிக்கிறது, ஆழ்மன விதியைக் குறிக்கிறது. சுயபேணல் என்ற உள்ளுணர்வுதான் இயற்கையின் முதல் விதி. அனைத்துத் தூண்டுதல்களிலும் அதிக சக்தி வாய்ந்தது உங்களுடைய வலிமையான உள்ளுணர்வுதான்.

தூண்டுதல்முறை

மனவசியத்திற்கு உட்படுத்தப்படும் நபர்களின் உடலில் 'தூண்டுதல்முறை' மூலமாக எந்தவொரு நோய்க்கான அறிகுறியையும் ஏற்படுத்த முடியும் என்பது எல்லோருக்கும் தெரிந்த உண்மைதான். உங்கள் உள்ளுணர்வை ஒதுக்கிவிட்டு, தூண்டுதல் மூலமாக உங்கள் உடலில் செயற்கையாக நோய்களை ஏற்படுத்த முடியும். உங்களுடைய உள்ளுணர்வுரீதியான சுயதூண்டுதல்களுடன் இசைவாக

இருக்கின்ற தூண்டுதல்களுக்கு அதிக சக்தி இருப்பது இயல்பானதுதான். அது வெளிப்படையானதும்கூட.

உடலில் நோயை உருவாக்குவதைவிட, ஆரோக்கியத்தைப் பராமரிப்பதும் அதை மறுசீரமைப்பதும் அதிக சுலபமானது. பிணியை நீக்குகின்ற விசுவாசமானது ஒரு குறிப்பிட்ட மனப்போக்கு, ஒரு விதமான சிந்தனைப் போக்கு, ஓர் உள்ளார்ந்த உறுதியுணர்வு, சிறந்தவற்றை மட்டுமே எதிர்பார்க்கும் ஒரு போக்கு.

நீங்கள் பயன்படுத்தக்கூடிய எந்தவொரு வழிமுறையும், உத்தியும், செயல்முறையும் மனத்தில் ஒரு மாற்றத்தைக் கொண்டுவரும் அல்லது ஒரு நியாயமான, புதிய மனச்சூழலுக்கு உத்வேகமளிக்கும். விளைவுகள் அதைப் பின்தொடரும். மாறிய மனப்போக்கினாலோ அல்லது மனத்தின் பரிபூரணமான மாற்றத்தினாலோ பிணிநீக்கம் நடைபெறுகிறது.

கண்மூடித்தனமான நம்பிக்கை

கவலை மற்றும் பய எண்ணங்களைக் கைவிட்டுவிட்டு, விசுவாசம் மற்றும் எதிர்பார்ப்பை நோக்கி உங்களை அழைத்துச் செல்லக்கூடிய எந்தவொரு வழிமுறையும் உங்களை குணமாக்கும். வெளிமனமும் ஆழ்மனமும் அறிவியற்பூர்வமாக இயக்கப்பட்டு ஒன்றாக இணைந்து செயல்படும்போதுதான் உண்மையிலேயே அறிவியற்பூர்வமான, உளரீதியான பிணிநீக்கம் நிகழ்த்தப்படுகிறது. தங்களுடைய கோட்பாடு நல்ல விளைவுகளை ஏற்படுத்திக் கொடுப்பதால் அதுதான் சரியான கோட்பாடு என்று ஏராளமானோர் முழங்குகின்றனர். ஆனால் அது உண்மையாக இருக்க முடியாது என்பதை இந்த அத்தியாயத்தில் கொடுக்கப்பட்டுள்ள விளக்கம் உங்களுக்குப் புரிய வைக்கும்.

பல்வேறு வகையான குணமாக்கும் முறைகள் இருப்பது உங்களுக்குத் தெரியும். தாங்கள் ஒரு குறிப்பிட்டக் காந்தத் திரவத்தை நோயாளிகளின்

உடலில் பாய்ச்சி அவர்களை குணப்படுத்தியதாக மெஸ்மரும் இன்னும் சிலரும் கூறினர். ஆனால் அது அபத்தம் என்றும், தூண்டுதல்முறை மூலமாகவே அவர்கள் குணப்படுத்தினர் என்றும் அவர்களுக்குப் பின்னால் வந்தவர்கள் கூறினர். புனிதர்களின் எலும்புகளுக்கும் சில குறிப்பிட்ட நீருக்கும் குணமாக்கும் சக்தி இருப்பதாக நீங்கள் நம்பினால், நிச்சயமாக நீங்கள் குணமடைவீர்கள். ஏனெனில், இந்த வலிமையான தூண்டுதல் உங்கள் ஆழ்மனத்திடம் தெரிவிக்கப்படுகிறது. உங்கள் ஆழ்மனம் உங்களை குணமாக்குகிறது.

அனைத்துக் குழுக்களும், உளவியலாளர்களும், மனநல நிபுணர்களும், மருத்துவர்களும், சமய மையங்களும் ஒரே ஒரு குணமாக்கும் சக்தியையே பயன்படுத்துகின்றனர். அந்த சக்தி நம் ஆழ்மனத்தில் உறைந்துள்ளது. தங்கள் கோட்பாடுதான் நோயாளியை குணப்படுத்தியது என்று ஒவ்வொருவரும் முழங்கக்கூடும். ஆனால் அனைத்து நோய் நிவாரணங்களுக்கும் காரணமான செயல்முறை விசுவாசம்தான். அது ஒரு திட்டவட்டமான நேர்மறை மனப்போக்கு, உள்ளார்ந்த ஓர் உறுதி, ஒரு சிந்தனைப் போக்கு. நம்பிக்கையோடு கூடிய ஒரு நேர்மறையான எதிர்பார்ப்புதான் நோயை குணப்படுத்துகிறது. ஏனெனில், இந்த எதிர்பார்ப்பு ஆழ்மனத்திற்கு ஒரு சக்திவாய்ந்த தூண்டுதலாகச் செயல்பட்டு, ஆழ்மனத்தின் குணமாக்கும் சக்தியை விடுவிக்கிறது.

எனவே, தங்கள் சொந்தக் கோட்பாடும் வழிமுறையும்தான் சரி என்று பல சிகிச்சையாளர்கள் முழங்கினாலும், உங்கள் ஆழ்மனம் என்ற ஒரே ஒரு குணமாக்கும் சக்திதான் அனைத்து நோய்களையும் குணமாக்குகிறது. உங்களுக்குப் பிடித்தமான கோட்பாட்டையும் வழிமுறையையும் நீங்கள் தேர்ந்தெடுத்துக் கொள்ளுங்கள். உங்களுக்கு விசுவாசம் இருந்தால், நீங்கள் விரும்பும் விளைவுகளை நீங்கள் பெறுவீர்கள் என்பது நிச்சயம்.

ரெட்லேன்ட்ஸ் பல்கலைக்கழகத்தில் பிரார்த்தனைச் சிகிச்சை

'பிரார்த்தனையின் சக்தியை வெளிப்படுத்திய மன உடல் பரிசோதனைகள்' என்ற தலைப்பில் ரெட்லேன்ட்ஸ் பல்கலைக்கழகத்தில் பிரார்த்தனைச் சிகிச்சை தொடர்பாக நடத்தப்பட்டுக் கொண்டிருந்த பரிசோதனைகளை லாஸ் ஏஞ்சலீஸ் எக்ஸாமினர் பத்திரிகையில் ஜான் மெக்டோவல் விவரிக்கிறார். அவர் பின்வருமாறு எழுதுகிறார்:

> மூட்டு வீக்கம், வயிற்றுப் புண்கள், பேச்சுக் குறைபாடு போன்றவற்றால் துன்புற்றுக் கொண்டிருந்த இருபது நபர்கள் அடங்கிய ஒரு குழுவிற்குக் கொடுக்கப்பட்டப் பிரார்த்தனைச் சிகிச்சையில் சாதகமான விளைவுகள் கிடைத்திருப்பதாக அப்பல்கலைக்கழகத்தின் மருத்துவ மையத்தில் 37 ஆண்டுகளாக இயக்குனராக இருந்து வந்துள்ள டாக்டர் வில்லியம் பார்க்கர் முதன்முறையாக இன்று வெளிப்படுத்தியுள்ளார்.
>
> "பல்கலைக்கழக மருத்துவ மையத்தில் தங்களுக்குக் கொடுக்கப்பட்டுக் கொண்டிருந்த வழக்கமான உளவியல் சிகிச்சையோடு கூடவே பிரார்த்தனைச் சிகிச்சையையும் கடைபிடிக்க ஒப்புக் கொண்ட நோயாளிகள், வெறும் உளவியல் சிகிச்சையை மட்டுமே எடுத்துக் கொண்ட நோயாளிகளைவிட மிக அதிக முன்னேற்றம் அடைந்து வந்து கொண்டிருக்கின்றனர்," என்று டாக்டர் பார்க்கர் கூறினார்.
>
> எடுத்துக்காட்டாக, பிரார்த்தனைச் சிகிச்சையையும் குழுச் சிகிச்சையையும் மட்டுமே சார்ந்திருந்த, வயிற்றுப்புண்ணால் பாதிக்கப்பட்டிருந்த நோயாளி ஒருவர், கடந்த மூன்று வாரங்களாகத் தன்னுடைய நோய்க்கான அறிகுறிகள் அனைத்தும் முற்றிலும் மறைந்துவிட்டதாகத் தெரிவித்தார்.
>
> ரெட்லேன்ட்ஸ் பல்கலைக்கழகப் பேராசிரியர் ஒருவர் தன் வாழ்நாளின் பெரும்பகுதியில் தீவிரமான திக்குவாயால் பாதிக்கப்பட்டிருந்தார். பல வருடங்களாகப் பல்வேறு சிகிச்சைகளுக்கு அவர்

உட்பட்டிருந்தும் எந்தப் பலனும் விளையவில்லை. ஆனால் ஆறு மாதங்கள் பிரார்த்தனைச் சிகிச்சை எடுத்துக் கொண்ட பிறகு, அவருக்குத் திக்குவாய் இருந்ததற்கான அடையாளமே இல்லாமல் போய்விட்டது. இன்று அவர் மிக நன்றாகப் பேசுகிறார்.

இன்னோர் ஆசிரியர், காசநோயின் காரணமாக ஒரு வருடத்திற்கு முன்பு தன் வேலையிலிருந்து ஓய்வு பெற வேண்டிய கட்டாயத்திற்கு ஆளானார். ஆனால் அவர் இப்போது குணமடைந்து மீண்டும் தன் ஆசிரியப் பணிக்கு வந்துவிட்டார்.

“இந்த ஆசிரியருக்குச் சிகிச்சை அளித்துக் கொண்டிருந்த காசநோய் நிபுணர் சமீபத்தில் இவரைப் பரிசோதித்தார். ஆனால் காசநோய் இல்லை என்று அந்தப் பரிசோதனையின் முடிவு தெரிவித்தது. ஆனால் தான் ஏதோ தவறு செய்திருந்ததாக அந்த மருத்துவர் உறுதியாக நம்பினார். எனவே அவர் மீண்டும் ஒரு முறை அந்த ஆசிரியருக்குப் பரிசோதனையை மேற்கொண்டார். அதுவும் அதே முடிவைத்தான் தெரிவித்தது.”

“பிரார்த்தனைச் சிகிச்சை என்பது அதிசயகரமான முறையில் குணப்படுத்துகின்ற ஒரு போலியான சிகிச்சை முறை அல்ல. மாறாக, பிரார்த்தனைக்கான ஓர் அறிவியற்பூர்வமான அணுகுமுறை அது. ஆழ்மனத்தின்மீது அது விளைவுகளை ஏற்படுத்துகிறது,” என்று உளவியல் மருத்துவரான டாக்டர் பார்க்கர் வலியுறுத்துகிறார்.

மூட்டுவீக்கம், ஆஸ்துமா, காசநோய், வயிற்றுப்புண்கள், உயர் ரத்த அழுத்தம் போன்றவை உட்பட, மனிதகுலத்தைத் தாக்குகின்ற பல நோய்களுக்கு ஆழ்மனம்தான் காரணம் என்று உள உடல் மருத்துவ உலகம் கருதுகிறது. இப்படிப்பட்ட நோய்கள் முதலில் ஆழ்மனத்தில் செயல்பாட்டுக் கோளாறுகளாகத் தொடங்கி, பிறகு நோயாக உருவெடுக்கிறது என்றும், மருத்துவர்கள் நோய்க்கான காரணத்திற்குச் சிகிச்சையளிப்பதை விட்டுவிட்டு வெறுமனே அதன் அறிகுறிகளைக் களைவதற்குச் சிகிச்சையளிக்கின்றனர்

என்றும் உள உடல் மருத்துவர்கள் கூறுகின்றனர். ஆனால் இக்கோட்பாட்டை அலோபதி மருத்துவம் காரசாரமாக மறுக்கிறது.

இக்கோளாறுகளுக்கான காரணங்கள் ஆழ்மனத்தில்தான் உள்ளன. எனவே, பிரார்த்தனைச் சிகிச்சை என்பது அக்காரணங்களைத் தாக்கி அவற்றைக் களைவதற்கு மனநலச் சிகிச்சை மூலமாக மேற்கொள்ளப்படும் ஒரு முயற்சியே என்று டாக்டர் பார்க்கர் கூறுகிறார். "நான்கு அடிப்படை ஆளுமைப் பிரச்சனைகள்தான் ஆழ்மனத்தில் தவறாகப் போகின்ற அனைத்திற்குமான மூலகாரணம். பயம், வெறுப்பு, குற்றவுணர்வு, தாழ்வு மனப்பான்மை ஆகியவைதான் அவை," என்று டாக்டர் பார்க்கர் கூறுகிறார்.

ரெட்லேண்ட்ஸ் பல்கலைக்கழகத்தில் நடத்தப்படும் பிரார்த்தனைச் சிகிச்சைப் பரிசோதனைகளில், அவற்றுக்கு உட்படுகின்ற நோயாளிகளிடம் பல உளவியல் சோதனைகள் நடத்தப்பட்டு, அவற்றின் மூலமாக அந்த நான்கு அடிப்படைப் பிரச்சனைகளும் முதலில் வெளியே கொண்டுவரப்படுகின்றன.

அதைத் தொடர்ந்து, வாரத்திற்கு ஒரு முறை அவர்கள் ஒரு குழுச் சிகிச்சையில் பங்கு கொள்கின்றனர். 90 நிமிடங்கள் நடைபெறும் அச்சிகிச்சையில் அவர்கள் தங்கள் பிரச்சனைகளைப் பற்றிப் பேசுகின்றனர். இந்த சந்திப்புக்கூட்டங்களில், முன்பு பரிசோதனைகள் வாயிலாகக் கண்டுபிடிக்கப்பட்ட ஆளுமைப் பிரச்சனைகளில் ஏதோ ஒன்றைக் குறித்த ஒரு மோசமான அம்சம் பற்றிய தகவல், ஒட்டப்பட்ட ஓர் உறையில் ஒவ்வொரு நோயாளிக்கும் கொடுக்கப்படுகிறது.

வீட்டிற்கு வந்தவுடன் நோயாளிகள் அந்த உறையைத் திறந்து பார்த்துவிட்டு, தங்கள் ஆளுமையின் இன்னொரு மோசமான அம்சத்தைப் பற்றித் தெரிந்து கொள்கின்றனர். பிறகு, அடுத்த சந்திப்புக்கூட்டத்திற்குச் செல்லும்வரை தினமும் பிரார்த்தனையின் மூலமாக அந்தக் குறிப்பிட்டப் பிரச்சனைக்குத் தீர்வு காண்பதில் அவர்கள் மும்முரமாகின்றனர்.

அவர்களுக்கு ஒரே ஒரு கட்டாயம் மட்டுமே இருந்தது. ஒவ்வொரு நோயாளியும் தினமும் இரவில் படுக்கப் போவதற்கு முன்பாகக் கண்டிப்பாகப் பிரார்த்தனை செய்ய வேண்டும் என்று அவர்களிடம் கூறப்பட்டது. "இரவில் பிரார்த்தனை செய்ய வேண்டும் என்று நாங்கள் வலியுறுத்துவதற்கு ஒரு காரணம் இருக்கிறது. தூங்கப் போவதற்கு முன்பாக ஒருவர் கடைசியாக என்ன நினைத்துக் கொண்டிருக்கிறாரோ, அது அவருடைய ஆழமனத்தில் ஊடுருவிச் செல்வதற்கு அதிக வாய்ப்புகள் இருக்கின்றன," என்று டாக்டர் பார்க்கர் கூறினார்.

மூன்று வருடங்களுக்கு முன்பு வயிற்றுப் புண்களால் அவதியுற்ற டாக்டர் பார்க்கர், பிரார்த்தனைச் சிகிச்சையை முதலில் தன்மீது பயன்படுத்திப் பார்த்திருந்தார். எப்படிப் பிரார்த்தனை செய்ய வேண்டும் என்று பெரும்பாலான நோயாளிகளுக்குக் கற்றுக் கொடுக்கப்பட வேண்டியுள்ளதாக அவர் கூறினார்.

அவருடைய மருத்துவ மையத்திற்கு வரும் நோயாளிகளுக்குப் பிரார்த்தனைக்கான ஒரு நேர்மறையான அணுகுமுறை கற்றுக் கொடுக்கப்படுகிறது. அதில் அன்பும், கடவுளையும் பிரபஞ்சத்தையும் பற்றிய ஓர் உயர்வான கோட்பாடும் வலியுறுத்தப்படுகிறது.

"எங்களுடைய பிரார்த்தனைகள் ஆரோக்கியம் வேண்டி செய்யப்படும் யாசிப்புகள் அல்ல. மாறாக, அவை சுயபிரகடனங்களே. நோயாளி ஒருவர் தன்னிடம் உள்ள ஆரோக்கியமற்ற அம்சத்தைக் குணப்படுத்துவதற்கு மீண்டும் மீண்டும் தனக்குத் தானே கூறிக் கொள்கின்ற ஒரு நேர்மறையான வாசகம் அது. அது இறுதியில் அவருடைய ஆழ்மனத்திற்குள் பதிவாகி, அவருடைய ஒரு நிரந்தர அங்கமாக ஆகிவிடுகிறது," என்று டாக்டர் பார்க்கர் கூறினார்.

அந்த விதத்தில் பார்க்கும்போது, ஆழ்மனத்திற்குள் இருக்கின்ற அழிவுப்பூர்வமான அம்சங்களைப் பிரார்த்தனையின் மூலமாகத் தாக்கி, இறுதியில்

அவற்றிலிருந்து மீண்டு, நோய்க்கான அடிப்படைக் காரணங்களை முற்றிலுமாக ஒழித்துக்கட்ட முடியும்.

'பிரேயர் கேன் சேஞ்ச் யுவர் லைஃப்' என்ற ஒரு நூலை டாக்டர் பார்க்கர் எழுதியுள்ளார். ரெட்லேன்ட்ஸ் பல்கலைக்கழகத்தில் பிரார்த்தனைச் சிகிச்சையின் மூலம் கிடைத்தக் குறிப்பிடத்தக்க மற்றும் அதிசயகரமான விளைவுகளை அது விளக்குகிறது. வில்ஷயர் எபெல் அரங்கில் என்னுடன் சேர்ந்து அவர் பல தொடர்ச்சியான, பிரபலமான சொற்பொழிவுகளையும் கொடுத்துள்ளார். இது எந்தப் பாகுபாடும் இன்றி அனைத்து மதத்தினரையும் கவர்ந்தது. பிரார்த்தனைச் சிகிச்சை பற்றி நாங்கள் எடுக்கின்ற ஒரு பயிற்சி வகுப்பில் 1,200 மாணவர்கள் பங்கு கொண்டுள்ளனர்.

பிரார்த்தனைச் சிகிச்சையின் மூலம் எவ்வாறு குணப்படுத்துவது

வழக்கமான செயல்முறை இதுதான்:

1. பிரச்சனையைப் பாருங்கள்.
2. அப்பிரச்சனைக்குத் தீர்வு கொடுக்குமாறு உங்கள் ஆழ்மனத்திடம் கேட்டு அப்பிரச்சனையை அதனிடம் ஒப்படைத்துவிடுங்கள்.
3. பிறகு, உங்கள் பிரச்சனை தீர்க்கப்பட்டுவிட்டது என்ற உறுதியான நம்பிக்கையோடு ஆசுவாசமாக இருங்கள்.

"இது நடந்தால் நன்றாக இருக்கும்!" போன்ற எதையாவது கூறி உங்களுடைய பிரார்த்தனைச் சிகிச்சையை பலவீனப்படுத்திவிடாதீர்கள். உங்கள் ஆழ்மனத்தின் வாயிலாக உங்கள் வெளிமனம் தங்களிடம் கொடுக்கின்ற செய்தியை உங்கள் உடலின் அணுக்கள் விசுவாசத்தோடும் நேர்மையாகவும் பின்பற்றும். ஆரோக்கியம் உங்கள் வசமாகிவிட்டதாக நம்புங்கள். இணக்கம் உங்கள் வசமாகிவிட்டதாக நம்புங்கள். ஆனால், அளவுக்கு அதிகமான

தன்னம்பிக்கையும் அளவுக்கதிகமான முயற்சியும் தோல்விக்கான காரணங்களாக அமையும். ஆரோக்கியம் பற்றிய யோசனையை உங்கள் ஆழ்மனத்திடம் ஒப்படைத்துவிட்டு நீங்கள் ஆசுவாசமாக இருங்கள், பொறுப்பிலிருந்து விலகிக் கொள்ளுங்கள். உங்கள் சூழல்களையும் சூழ்நிலைகளையும் பார்த்து, "இதுவும் கடந்து போகும்!" என்று கூறுங்கள். ஆசுவாசமாக இருப்பதன் மூலம் நீங்கள் உங்கள் ஆழ்மனத்தில் பதிவுகளை ஏற்படுத்துகிறீர்கள். உங்கள் ஆழ்மனம் உங்கள் யோசனையை ஏற்றுக் கொண்டு அதை யதார்த்தமாக்குகிறது.

வாழ்க்கையை நோக்கிப் போவதுதான் ஆழ்மனத்தின் போக்கு

மனிதனின் உடல் அவனுடைய உள்ளார்ந்த மனத்தின் செயல்பாடுகளைச் சித்தரிக்கிறது. நம்முடைய உண்மையான சக்திகள் நம்முடைய ஆழ்மனத்தில்தான் குடிகொண்டுள்ளன. ஆழ்மனத்தின் அனைத்துச் செயல்பாடுகளும் யாருக்கும் தெரியாது. ஏனெனில், அதன் வீச்சு எல்லையற்றது. ஆழ்மனம் எப்படிச் செயல்படுகிறது என்பதை நம்மால் இயன்ற அளவு தெரிந்து கொண்டு, பிறகு அதை நாம் அதற்கு ஏற்றாற்போலச் செயல்படுத்துகிறோம். நம் உடலை நாம் தொந்தரவு செய்யாமல் விட்டுவிட்டால், அதை நலமாக வைத்துக் கொள்வதற்கு ஒரு பேரறிவு இருக்கிறது. புறத் தோற்றங்களின் அடிப்படையில் அமைந்த, ஐம்புலன்களின் ஆதாரத்தைக் கொண்டு வெளிமனம் எப்போதும் குறுக்கிட்டுக் கொண்டே இருக்கிறது. இது பொய்யான நம்பிக்கைகளுக்கும் பயங்களுக்கும் அபிப்பிராயங்களுக்கும் இட்டுச் செல்கிறது. நம்முடைய வளர்ப்பின் மூலமாக பயமும் பொய்யான நம்பிக்கைகளும் எதிர்மறை எண்ணங்களும் ஆழ்மனத்தில் பதிய வைக்கப்படும்போது, தனக்குக் கொடுக்கப்பட்டப் பதிவுகளுக்கு ஏற்றபடி செயல்படுவதைத் தவிர அதற்கு வேறு எந்த வழியும் இல்லை.

உங்கள் ஆழ்மனம் உங்கள் நலனுக்காகவே தொடர்ந்து செயல்பட்டுக் கொண்டிருக்கிறது. அனைத்திற்கும் பின்னால் உள்ள உள்ளார்ந்த இணக்கக் கோட்பாட்டை அது பிரதிபலிக்கிறது. அவ்வளவாகக் கல்வியறிவு பெற்றிராத, ஆனால் தங்கள் ஆழ்மனத்தின் சக்தியை எவ்வாறு உச்சபட்சமாகப் பயன்படுத்த வேண்டும் என்பதை நன்றாக அறிந்திருந்த எடிசன், கார்வர், ஐன்ஸ்டீன் மற்றும் பலரது படைப்புகளை ஆய்வு செய்யுங்கள். உங்கள்மீது நம்பிக்கை வையுங்கள். உங்களால் பார்க்க முடியாத ஒன்றை உங்களால் நம்ப முடியாவிட்டால் உங்களால் வெகுதூரம் செல்ல முடியாது. நான் அன்பைப் பார்ப்பதில்லை, ஆனால் அதை நான் உணர்கிறேன். நான் அழகைப் பார்ப்பதில்லை, ஆனால் அதன் வெளிப்பாடுகளை நான் பார்க்கிறேன். ஆழ்மனத்தின் சக்திகள்மீது நமக்கு நம்பிக்கை இல்லாமல் இருப்பதுதான் நாம் தோற்றுப் போவதற்கான மிகப் பெரிய காரணம். உங்களுடைய உள்ளார்ந்த சக்திகளை அறிந்து கொள்ளுங்கள். நீங்கள் கச்சிதமானவர் என்று உங்களுக்குத் தெரியும், ஆனால் அதை வெளிக்கொண்டு வர முடியாவிட்டால் என்ன பயன்? சுய உணர்தலும் அதனோடு தொடர்புடைய உணர்ச்சியும்தான் நீங்கள் குணமாவதற்கான ஒரே திறவுகோல். உங்கள் மனத்தையும், அதை எப்படிப் பயன்படுத்த வேண்டும் என்பதையும் அறிந்து கொள்ளுங்கள்.

அளவுக்கதிகமாக முயற்சிக்காதீர்கள்

தன் வீட்டில் இருந்த வெந்நீர் உலையைப் பழுது பார்க்க வந்த மெக்கானிக் அந்த வேலைக்காக 200 டாலர்கள் கட்டணம் கேட்டபோது, அது அதிகம் என்று கூறி அதன் உரிமையாளர் அவனோடு சண்டையிட்டார். அதற்கு அந்த மெக்கானிக், "உங்கள் உலையில் ஒரு போல்ட்டைப் பொருத்தியதற்கு வெறும் ஐந்து சென்ட்டுகள்தான் நான் வசூலித்தேன். ஆனால் மீதி 199.95 டாலர்கள் பணத்தை உங்கள் உலையில்

என்ன பிரச்சனை என்பதை நான் அறிந்திருந்ததற்காக நான் வசூலித்தேன்," என்று பதிலளித்தான்.

அதேபோல, உங்கள் ஆழ்மனம்தான் முதன்மை மெக்கானிக். அதற்கு எல்லாம் தெரியும். உங்கள் உடலின் எந்தவோர் உறுப்பையும் குணப்படுத்துவதற்கும் உங்கள் விவகாரங்களைக் கையாள்வதற்குமான வழிகள் அதற்கு நன்றாகத் தெரியும். ஆரோக்கியம் வேண்டும் என்று நீங்கள் கட்டளையிட்டால், உங்கள் ஆழ்மனம் அதை உங்களுக்குப் பெற்றுத் தரும். ஆனால் நீங்கள் ஆசுவாசமாக இருக்க வேண்டும். அதுதான் இங்கு முக்கியம். "அளவுக்கதிகமான முயற்சி பலனளிக்காது." உங்கள் விருப்பம் நிறைவேறும் என்பதை மட்டும் நீங்கள் அறிந்திருந்தால் போதும். அது எப்படி நிகழும், அதற்கு என்னவெல்லாம் தேவை ஆகியவற்றைப் பற்றி நீங்கள் கவலைப்படத் தேவையில்லை. ஆரோக்கியம், பொருளாதாரம், வேலை என்று உங்கள் பிரச்சனை எது தொடர்பானதாக இருந்தாலும் சரி, அதற்கு ஒரு மகிழ்ச்சியான தீர்வு உங்களுக்குக் கிடைக்கும் என்று நம்புங்கள், அத்தீர்வு கிடைத்துவிட்டதுபோல இப்போதே உணருங்கள். உங்கள் ஆழ்மனம் சிறப்பாகச் செயல்படுவதற்கு உங்கள் உணர்வு மிகவும் அவசியமானது. நீங்கள் எந்த யோசனையை உங்கள் ஆழ்மனத்திடம் தெரிவிக்கிறீர்களோ, அதை நீங்கள் உணர்வுப்பூர்வமாகச் செய்ய வேண்டும். உங்கள் விருப்பம் ஏற்கனவே நிறைவேற்றப்பட்டுவிட்டதுபோல நீங்கள் உணர வேண்டும்.

ஆரோக்கியத்திற்கான பிரார்த்தனை

கச்சிதமான ஆரோக்கியத்திற்கான பிரார்த்தனை இது. தென்னாப்பிரிக்காவில் எனக்குத் தெரிந்த பாதிரியார் ஒருவர் இப்பிரார்த்தனையைப் பயன்படுத்தித் தன்னை முழுமையாக குணப்படுத்திக் கொண்டது எனக்குத் தெரியும். அவர் முதலில் தன்னை உளரீதியாகவும் உடல்ரீதியாகவும் ஆசுவாசப்படுத்திக் கொண்டு, தினமும் பல முறை மெதுவாகவும் அமைதியாகவும் பின்வருமாறு பிரார்த்தனை செய்தார்:

"கடவுளின் கச்சிதம் இப்போது என் ஊடாக வெளிப்படுத்தப்பட்டுக் கொண்டிருக்கிறது. ஆரோக்கியம் குறித்த எண்ணம் இப்போது என் ஆழ்மனத்தை நிரப்பிக் கொண்டிருக்கிறது. கடவுள் என்னைப் பற்றிக் கொண்டிருக்கும் பிம்பம் ஒரு கச்சிதமான பிம்பம். கடவுளின் மனத்தில் நிலை கொண்டுள்ள அந்தக் கச்சிதமான பிம்பத்திற்கு ஏற்றாற்போல என் ஆழ்மனம் என் உடலை மீண்டும் உருவாக்கிக் கொண்டிருக்கிறது."

கச்சிதமான ஆரோக்கியம் குறித்த யோசனையை உங்கள் ஆழ்மனத்திற்குத் தெரிவிப்பதற்கான ஓர் எளிய, சுலபமான வழி இது. பிரார்த்தனைச் சிகிச்சையில் அல்லது ஆன்மீகரீதியான பிணிநீக்கத்தில் ஆன்மீக எண்ணம்தான் நாம் பயன்படுத்துகின்ற ஒரே கருவி.

ஆழ்மனத்தில் பதிவுகளை ஏற்படுத்துதல்

ஒழுங்குடன்கூடிய அல்லது அறிவியற்பூர்வமான கற்பனையின் மூலமாகப் பதிவுகளை ஏற்படுத்துவது ஆழ்மனத்தில் பதிவுகளை ஏற்படுத்துவதற்கான ஓர் அற்புதமான வழி. ஆழ்மனம்தான் நம் உடலை உருவாக்கி, அதன் அனைத்து முக்கியச் செயல்பாடுகளையும் கட்டுப்படுத்தி இயக்குகிறது. பக்கவாதத்தால் பாதிக்கப்பட்டிருந்த ஓர் நபருக்கு நான் இவ்வாறு பரிந்துரைத்தேன்: அவர் தன் அலுவலகத்தைச் சுற்றி நடந்து வருவதுபோலவும், தன் மேசையைத் தொட்டுப் பார்ப்பதுபோலவும், தொலைபேசி அழைப்புக்கு பதிலளிப்பதுபோலவும், அவர் ஆரோக்கியமாக இருந்தால் அவர் என்னவெல்லாம் செய்வாரோ அவற்றையெல்லாம் இப்போது அவர் செய்து கொண்டிருந்ததுபோலவும் தன் மனத்தில் காட்சிப்படுத்துமாறு நான் அவரிடம் கூறினேன். அவர் நான் கூறியபடியே செய்தார். தான் உண்மையிலேயே தன் அலுவலகத்தில் அமர்ந்து வேலை செய்து கொண்டிருந்ததுபோல அவர் உணர்ந்தார்.

தன் விருப்பம் நிறைவேறிவிட்டதுபோல அவர் தெளிவாகக் கற்பனை செய்தது, அவருடைய ஆழ்மனம்

செயல்படுவதற்கு ஒரு திட்டவட்டமான வேலையை அதற்குக் கொடுத்தது என்று நான் அந்நபரிடம் விளக்கினேன். ஆழ்மனம் என்ற படச்சுருளின்மீதுதான் காட்சிகள் பதிவு செய்யப்படுகின்றன. ஆழ்மனம் அந்தக் காட்சியை யதார்த்தத்தில் உருவாக்கி, அதை ஓர் அனுபவமாகவோ, ஒரு நிகழ்வாகவோ அல்லது ஒரு சூழ்நிலையாகவோ உங்களுடைய வாழ்வில் வெளிப்படுத்துகிறது. பக்கவாதத்தால் பாதிக்கப்பட்டிருந்த அந்நபர் இவ்வாறு தினமும் தன் ஆழ்மனத்தின்மீது பதிவுகளை ஏற்படுத்தி வந்திருந்த நிலையில், திடீரென்று ஒருநாள், அவருடைய வீட்டுத் தொலைபேசி மணி ஒலித்தது. அந்த நேரத்தில் அவருடைய மனைவியும் செவிலியும் வெளியே சென்றிருந்ததனர். தொலைபேசி அவர் இருந்த இடத்திலிருந்து பன்னிரண்டு அடி தூரத்தில் இருந்தது. ஆனாலும் அவர் எப்படியோ அதை அடைந்து அதற்கு பதிலளித்தார். அக்கணத்தில் அவருக்கு முழுமையாக குணமாகிவிட்டிருந்தது என்பதை அவரது மனைவி உணர்ந்தார். அந்நபர் எந்த விஷயத்தின்மீது தன் மனத்தை ஒருமுகப்படுத்தியிருந்தாரோ, ஆழ்மனத்தின் குணமாக்கும் சக்தி அந்த விஷயத்தை நோக்கிப் பாய்ந்து சென்று அவருடைய நோயை குணப்படுத்தியது.

உளவியல்ரீதியாகப் பார்த்தால், அவருடைய மனக்காட்சி அவருடைய மனத்தின் இருட்டறையில் உருவாக்கப்பட்டது. அதைத் தொடர்ந்து அவர் பரிபூரணமாக குணமடைந்தார். அவர் பக்கவாதத்தால் பாதிக்கப்பட்டிருந்த சமயத்தில், அவருடைய மனத்தில் ஒரு தடை இருந்தது. மூளை அனுப்பும் சமிக்கைகள் அவருடைய கால்களைச் சென்று அடைவதை அது தடுத்தது. எனவேதான், தன்னால் நடக்க முடியவில்லை என்று அந்நபர் கூறினார். தனக்குள் இருந்த குணமாக்கும் சக்தியின்மீது அவர் தன் கவனத்தைத் திருப்பியபோது, அந்த சக்தி அவரின் ஊடாகப் பாய்ந்து சென்று அவரை குணப்படுத்தியது. நீங்கள் கேட்பது கிடைக்கும் என்ற நம்பிக்கையோடு நீங்கள்

பிரார்த்தனை செய்யும்போது, அதை நிச்சயமாக நீங்கள் பெறுவீர்கள் என்று பைபிள் கூறுகிறது. ஒன்று உண்மை என்று ஏற்றுக் கொள்வதுதான் நம்பிக்கை. நீங்கள் இந்த மனநிலையைத் தக்கவைத்துக் கொள்ளும்போது, உங்கள் பிரார்த்தனைக்கு விடையளிக்கப்பட்டுவிட்டது போன்ற ஒரு பேரானந்த நிலையை நீங்கள் அனுபவிப்பீர்கள்.

'பாட்ஸ்' நோய் குணமானது

நாட்டிலஸ் என்ற ஒரு பத்திரிகையில் 'பாட்ஸ்' நோயால் பாதிக்கப்பட்டிருந்த ஓர் இளைஞர் அதிசயகரமான முறையில் குணமடைந்ததைப் பற்றிய ஒரு கட்டுரையை நான் படித்தேன். முதுகுத்தண்டில் ஏற்படும் காசநோய் அது. இன்டியானாபொலிஸ் நகரைச் சேர்ந்த அவருடைய பெயர் ஃபிரெடரிக் எலியஸ் ஆன்ட்ரூஸ். பின்னாளில் அவர் கேன்சஸ் நகரில் ஒரு பாதிரியாராக ஆனார். அவருடைய நோய் குணப்படுத்தப்பட முடியாதது என்று அவருடைய மருத்துவர் உறுதியாகக் கூறியிருந்தார். ஆனால் அந்த இளைஞர் அதை ஒதுக்கித் தள்ளிவிட்டுப் பிரார்த்தனை செய்யத் தொடங்கினார். தாறுமாறாக வளைந்திருக்கும் தன்னுடைய கைகளும் கால்களும் நேராக ஆகி, தான் ஒரு வலிமையான, நேரான, திடகாத்திரமான உடலைக் கொண்டவனாக ஆவதுபோல அவர் பிரார்த்தனை செய்யத் தொடங்கினார். அவர் தன் சுயபிரகடனத்தைத் தானாகவே உருவாக்கிக் கொண்டு, தான் விரும்பிய பண்புநலன்கள் அனைத்தையும் தன் மனத்தில் உள்வாங்கியபடி, "நான் முழுமையானவன், வலிமையானவன், சக்தி வாய்ந்தவன் அன்பானவன், இணக்கமானவன், மகிழ்ச்சியானவன்," என்று தினமும் பல முறை மீண்டும் மீண்டும் பிரார்த்தனை செய்தார்.

அவர் விடாமுயற்சியோடு இவ்வாறு செய்தார். இரவில் தூங்கப் போவதற்கு முன்பும் காலையில் கண்விழித்த உடனேயும் அவருடைய உதடுகள் இந்தப் பிரார்த்தனையைத்தான் உச்சரித்தன. அன்பு,

இணக்கம் ஆகிய எண்ணங்களை எண்ணியதன் மூலம் அவர் மற்றவர்களுக்காகவும் பிரார்த்தனை செய்தார். இந்த மனப்போக்கும், அவருடைய விசுவாசமும், விடாமுயற்சியும், இந்த விதமான பிரார்த்தனையும் அவருக்குப் பெரும் வெகுமதி அளித்தன. பயம், கோபம், பொறாமை, கவலை போன்ற எண்ணங்கள் அவருடைய மனத்தில் தோன்றியபோதெல்லாம், அவர் மீண்டும் தன் சுயபிரகடனத்தைக் கூறினார். அவருடைய வழக்கமான சிந்தனைக்கு ஏற்ப அவருடைய ஆழ்மனம் செயல்விடை அளித்தது. அவர் பரிபூரணமாக குணமடைந்தார்.

4

பிரார்த்தனை எப்படி வேலை செய்கிறது

“என் மனம் மிகவும் காயப்பட்டுள்ளது. என்னால் இதிலிருந்து மீள முடியவில்லை,” “என்னால் எதை வேண்டுமானாலும் மன்னித்துவிட முடியும், ஆனால் இதை என்னால் ஒருபோதும் மன்னிக்க முடியாது,” “வேதனைமேல் வேதனையாக வந்து கொண்டே இருக்கிறது. இதுதான் உச்சகட்ட வேதனை,” போன்ற பேச்சுக்களை உங்களில் பலர் கேட்டிருக்கக்கூடும். நம்முடைய சொந்த எண்ணம்தான் ஒரே படைப்பு சக்தி. எனவே, நாம் நம் சொந்த எண்ணங்களாலும், நம் சொந்த மனத்தின் அசைவாலும்தான் காயப்படுகிறோம். நேர்மறையாகவோ அல்லது எதிர்மறையாகவோ எதிர்வினையாற்றும் சக்தி ஒவ்வொரு தனிநபருக்கும் இருக்கிறது. அடுத்தவர் கூறுகின்ற ஒரு விஷயமோ அல்லது அவர் செய்கின்ற ஒரு விஷயமோ உங்களைக் காயப்படுத்துவதில்லை. மாறாக, அதற்கு நீங்கள் எப்படி எதிர்வினை ஆற்றுகிறீர்கள் என்பதுதான் உங்களைக் காயப்படுத்துகிறது. மற்றவர்களுடைய தூண்டுதல்களாலும் வார்த்தைகளாலும் நமக்கான சூழல்களை உருவாக்க முடியாது. நாம் அந்தத் தூண்டுதல்களை ஏற்றுக் கொண்டு, அவற்றுக்கு நம் மனரீதியான ஒப்புதலைக் கொடுத்தால் மட்டுமே அத்தூண்டுதல்களால் நம்மீது தாக்கம் ஏற்படுத்த

முடியும். இது உங்கள் மனம் சார்ந்த விஷயம். உங்கள் மனம் மட்டுமே ஒரே படைப்புத் தளம். நீங்கள் விரும்பினால் உங்களால் ஆக்கப்பூர்வமாகவோ அல்லது அழிவுப்பூர்வமாகவோ சிந்திக்க முடியும். நீங்கள் எவ்வாறு சிந்திப்பீர்கள், எவ்வாறு எதிர்வினை ஆற்றுவீர்கள் என்பதைத் தேர்ந்தெடுப்பதற்கான முழு சுதந்திரம் உங்களுக்கு இருக்கிறது.

குறிகாரியின் கணிப்பு

நான் வாழ்ந்துள்ள பல நாடுகளில் இந்தியாவும் ஒன்று. அங்கு வசித்த என்னுடைய உறவினர் ஒருவர், தன் நண்பர் ஒருவரைப் பற்றிய கதையை என்னிடம் கூறினார். அந்த நண்பர் ஒரு குறிகாரியிடம் சென்றிருந்தார். அடுத்த அமாவாசைக்குள் ஒரு தீவிர மாரடைப்பினால் அவர் இறந்துவிடுவார் என்று அந்தக் குறிகாரி அவரிடம் கூறினாள். அவள் கணித்ததுபோலவே அவர் இறந்துவிட்டார். இந்தக் குறிகாரிக்கு ஏதோ ஒரு வினோதமான சக்தி இருந்ததாகவும், அவளால் ஒருவருக்கு நல்லதும் செய்ய முடியும் கெட்டதும் செய்ய முடியும் என்றும் என் உறவினர் என்னிடம் கூறினார். இத்தகைய முட்டாள்தனமான, நகைப்புக்குரிய, மூடநம்பிக்கைத்தனமான கதைகளை நம்மில் பலர் கேள்விப்பட்டிருக்கக்கூடும்.

ஆழ்மனம் எப்படிச் செயல்படுகிறது என்பது குறித்து நாம் பெற்றுள்ள அறிவின் கண்ணோட்டத்திலிருந்து இதை நாம் ஆய்வு செய்யலாம். வெளிமனம் எதை நம்புகிறதோ, ஆழ்மனம் அதை அப்படியே ஏற்றுக் கொண்டு அதன்மீது நடவடிக்கை எடுக்கும். அதாவது, நாம் எந்த விஷயங்களை நம்புகிறோமோ, அவைதான் நம்முடைய அனைத்து அனுபவங்களையும் உருவாக்குகின்றன. என் உறவினரின் நண்பர் அந்தக் குறிகாரியைப் பார்ப்பதற்கு முன்பாக மகிழ்ச்சியாகவும், ஆரோக்கியமாகவும், ஆற்றலோடும், திடகாத்திரமாகவும், வலிமையாகவும் இருந்தார். ஆனால் அந்தக் குறிகாரி மிக எதிர்மறையான ஒரு கணிப்பை அவருக்குக் கொடுத்தது

ஒரு மனவசியத் தூண்டுதல்போலச் செயல்பட்டது. என் உறவினரின் நண்பர் மிகவும் பயந்து போனார். அடுத்த அமாவாசைக்குள் தான் இறந்துவிடுவோம் என்ற விஷயத்தைப் பற்றியே அவர் எப்போதும் சிந்தித்துக் கொண்டிருந்தார். அவ்விஷயத்தைப் பற்றி அவர் எல்லோரிடமும் பேசினார். சாவதற்கு அவர் தயாரானார். இந்த நடவடிக்கை அவருடைய மனத்தில் நடைபெற்றது. அவருடைய சொந்த எண்ணம்தான் அவரைக் கொன்றுவிட்டது. தன் பயத்தின் மூலமாகவும், தன் மரணத்தை எதிர்பார்த்ததன் மூலமாகவும், அவர் தன் மரணத்தைத் தானாகவே வரவழைத்துக் கொண்டார்.

அவருடைய மரணத்தைக் கணித்த அந்தக் குறிகாரிக்கு வெட்டவெளியில் கிடக்கும் ஒரு கல் அல்லது குச்சிக்கு இருக்கும் சக்தியைவிட அதிக சக்தி எதுவும் இருக்கவில்லை. அந்த நபரின் மரணத்தை உருவாக்குவதற்கான எந்த சக்தியும் அவளுடைய தூண்டுதலுக்கு இருக்கவில்லை. இறந்து போன அந்நபருக்குத் தன் மனத்தின் விதிகள் தெரிந்திருந்தால், அப்பெண்ணின் எதிர்மறைத் தூண்டுதலை அவர் முழுமையாக நிராகரித்திருப்பார், அவளுடைய வார்த்தைகளுக்குச் செவிசாய்ப்பதை அவர் தவிர்த்திருப்பார். ஏனெனில், தன் சொந்த எண்ணமும் உணர்வும்தான் தன்னைக் கட்டுப்படுத்தி இயக்குகின்றன என்பதை அவர் அறிந்திருப்பார். ஒரு பெரிய போர்க்கப்பல்மீது தொடுக்கப்படும் தகர அம்புகளைப்போல, அந்தக் குறிகாரியின் கணிப்பு யாரையும் தாக்காமல் மறைந்து போயிருக்கும். மற்றவர்களுடைய தூண்டுதல்களுக்கு உங்கள்மீது எந்த சக்தியும் இல்லை. ஆனால் உங்கள் எண்ணங்கள் மூலமாக நீங்கள் அத்தூண்டுதல்களுக்கு சக்தி அளிக்கிறீர்கள். அடுத்தவருடைய தூண்டுதலுக்கு நீங்கள் உங்கள் மனரீதியான ஒப்புதலைக் கொடுத்து அந்த எண்ணத்தை ஊக்குவிக்கும்போதுதான் அது உங்கள் சொந்த எண்ணமாக ஆகிறது. நீங்கள்தான்

சிந்திக்கிறீர்கள். தேர்ந்தெடுப்பதற்கான திறன் உங்களுக்கு உள்ளது என்பதை நினைவில் கொள்ளுங்கள். வாழ்க்கையைத் தேர்ந்தெடுங்கள்! அன்பைத் தேர்ந்தெடுங்கள்! ஆரோக்கியத்தைத் தேர்ந்தெடுங்கள்!

சிந்திப்பது என்றால் என்ன பொருள்

சிந்திப்பது என்றால் ஒரு பொருளை இன்னொன்றோடும், ஒரு கருத்தை இன்னொரு கருத்தோடும் ஒப்பிடுவது என்று பொருள். மனிதனின் மனத்தால் 'சரி' என்று மட்டுமே கூற முடிந்தால், பிறகு ஒப்பீடு சாத்தியமில்லை. சிந்திப்பது என்றால் தேர்ந்தெடுப்பது என்று பொருள். இரண்டு விஷயங்களுக்கு இடையே ஒன்றைத் தேர்ந்தெடுப்பதற்கான சுதந்திரம் உங்களுக்கு இருக்கிறது. அவற்றில் ஒன்றுக்கு நீங்கள் 'சரி' என்று கூறுகிறீர்கள், இன்னொன்றுக்கு 'முடியாது' என்று கூறுகிறீர்கள்.

எடுத்துக்காட்டாக, 'ஏன்?' என்று நீங்கள் கேட்கும்போது, நீங்கள் ஒரு காரணத்தைத் தேடுகிறீர்கள். அனைத்துக் காரண ஆய்வுகளும் ஒன்றைத் தேர்ந்தெடுப்பதையும் இன்னொன்றை நிராகரிப்பதையும் உள்ளடக்கியுள்ளன. ஒப்புதல் அளிக்கவோ அல்லது நிராகரிக்கவோ உங்கள் மனத்திற்கு சக்தி இருந்தால் தவிர ஒன்றைத் தேர்ந்தெடுப்பதோ அல்லது நிராகரிப்பதோ சாத்தியமில்லை. உங்கள் எண்ணங்கள் நேர்மறையாகவும் ஆக்கப்பூர்வமாகவும் இணக்கமாகவும் இருக்கும்போதும், அனைத்து பயங்களையும் நிராகரித்துவிட்டு உங்கள் விருப்பம் நிஜமாவது பற்றி நீங்கள் யோசிக்கும்போதும், நீங்கள் உண்மையிலேயே சிந்தித்துக் கொண்டிருக்கிறீர்கள். உங்கள் ஆழ்மனத்தில் குடிகொண்டிருக்கும் தெய்வீக சக்தி உங்கள் எண்ணங்களுக்கு ஏற்பச் செயல்விடை அளிக்கும் என்ற அறிதலோடு நீங்கள் இவ்வாறு சிந்திக்கும்போது, அந்த சக்தி உங்கள் எண்ணங்களைப் பொருட்களாகப் பரிணமிக்கச் செய்யும். இணக்கத்திற்கும் அமைதிக்கும் தன்னை அர்ப்பணித்துக்

கொண்டுள்ள ஒரு மனத்திற்குப் பொருந்தாத அனைத்துக் கோட்பாடுகளையும் நிராகரித்துவிட்டு, விஷயங்களை உங்கள் மனத்தில் அறிவுரீதியாக நீங்கள் காரணப்படுத்திப் பார்க்கும்போது, நீங்கள் உண்மையிலேயே சிந்தித்துக் கொண்டிருக்கிறீர்கள். நீங்கள் பயத்திலிருந்து விடுபட்டிருக்கும்போது உங்கள் படைப்பு எண்ணங்களுக்கு ஏற்பச் செயல்படுகின்ற ஓர் உள்ளார்ந்த ஞானம் இருக்கிறது என்ற அறிதலோடு, உங்கள் பிரச்சனைக்கு ஒரு தீர்வு இருக்கிறது, அதிலிருந்து விடுபட ஒரு வழி இருக்கிறது என்று நீங்கள் உணரும்போது நீங்கள் உண்மையிலேயே சிந்தித்துக் கொண்டிருக்கிறீர்கள். நீங்கள் கவலைப்பட்டாலோ, பயந்து கொண்டிருந்தாலோ, அல்லது பதற்றமாக இருந்தாலோ, நீங்கள் உண்மையில் சிந்தித்துக் கொண்டிருக்கவில்லை என்று பொருள். அருமையானவற்றையும் நல்லவற்றையும் பற்றியே சிந்தனை செய்யுங்கள்.

தன் இழப்பை ஈடுகட்டிய பெண்

தன் நம்பிக்கைக்கு உரியவனாக இருந்த ஒருவன் கிட்டத்தட்ட 15,000 டாலர்கள் பணத்தைத் தன்னிடமிடருந்து திருடியிருந்ததாக லாஸ் ஏஞ்சலீஸ் நகரைச் சேர்ந்த ஒரு பெண் என்னிடம் கூறினார். அவன் இவ்வாறு செய்ததால் அவர் அனைத்து ஆண்கள்மீதும் கடுஞ்சினம் கொண்டார், அவர்களைப் பழி வாங்கத் துடித்தார், அவர்கள்மீது பகையும் வெறுப்பும் கொண்டார். தன்னுடைய துரதிர்ஷ்டம்தான் தன் இழப்பிற்குக் காரணம் என்று அவர் கூறினார். அவர் கூறிய துரதிர்ஷ்டம், அவர் தன் ஆழ்மனத்தில் விதைத்திருந்த மோசமான எண்ணங்கள் அமைதியாக வெளிப்பட்டுக் கொண்டிருந்ததுதான் என்று நான் அவருக்கு விளக்கினேன். நாம் எதை விதைக்கிறோமோ அதையே நாம் அறுவடை செய்கிறோம். நம்முடைய தலைவிதி நாம் தேர்ந்தெடுக்கும் எண்ணங்களைச் சார்ந்துள்ளது. நாம் சிந்திக்கும் ஒவ்வொரு முறையும் நம்

மனமெனும் தோட்டத்தில் எண்ணமெனும் விதையை நாம் விதைத்துக் கொண்டிருக்கிறோம் என்பதை நாம் நினைவில் வைத்திருக்க வேண்டும். நாம் அறுவடை செய்யும்வரை, அந்த விதைகள் தழைத்தோங்கி வளர்ந்து கொண்டே இருக்கும்.

அந்த நம்பிக்கைத் துரோகியை அப்பெண் தன் வாழ்வில் கவர்ந்திழுத்திருந்த நேரத்தில், தான் மிகவும் மனச்சோர்வு அடைந்திருந்ததாகவும் முற்றிலும் நம்பிக்கை இழந்த ஒரு நிலையில் தான் இருந்ததாகவும் அவர் ஒப்புக் கொண்டார். தன் மனநிலையானது பண இழப்பு, வருத்தம், கழிவிரக்கம், நம்பிக்கையிழப்பு ஆகியவற்றை உள்ளடக்கியதாக இருந்ததுதான் அவ்வுணர்வுகளை நிருபிக்கும் விதமாக ஒருவனைத் தன்னிடம் அனுப்பி வைத்திருந்தது என்பதை அவர் விரைவாக உணர்ந்து கொண்டார். இழப்புகள் பல வழிகளில் வரக்கூடும். இவருடைய விஷயத்தில், மகிழ்ச்சி, ஆரோக்கியம், மன அமைதி, பணம் ஆகியவற்றை அவர் இழந்தார். இழப்பு, பற்றாக்குறை, தட்டுப்பாடு ஆகிய எண்ணங்களை இப்பெண் தன் மனத்தில் விதைத்திருந்தால் தவிர, அந்நபர் அவரை ஏமாற்றியிருக்க மாட்டான். ‘காரணமும் அதன் விளைவும்’ விதி எப்போதும் இயக்கத்தில் இருந்து கொண்டே இருக்கிறது. அது நாம் தேர்ந்தெடுக்கின்ற விளைவுகளைக் கொண்டுவருகிறது.

பின்வரும் பிரார்த்தனையை தினமும் இரண்டு அல்லது மூன்று முறை தொடர்ந்து பயன்படுத்தியதன் மூலம் இப்பெண் தன்னுடைய மனக்கலக்கத்திலிருந்தும் இழப்பு குறித்த மனப்போக்கில் இருந்தும் விடுபட்டார்:

“முடிவில்லா மனத்தில் எதுவும் தொலைந்து போவதில்லை என்பதை நான் அறிவேன். அனைத்து விஷயங்களும் ஒரே மனத்தில்தான் இருக்கின்றன. நான் என் மனத்தில் எதை ஏற்றுக் கொள்கிறேனோ, அதை நான் என் வாழ்வில் அனுபவிக்கிறேன் என்பதை நான் அறிவேன். நான் என் செல்வத்தை இழந்ததை ஏற்றுக் கொள்ள மறுக்கிறேன். செல்வம் அபரிமிதமாக என்னிடம் வந்து குவிகிறது.

என் மனரீதியான ஒப்புதலாலும் நம்பிக்கையாலும் தவிர எதையும் என்னால் அனுபவிக்க முடியாது என்பதை நான் திட்டவட்டமாகவும் நேர்மறையாகவும் முழுமையாகவும் அறிவேன். நான் இப்போது செல்வத்தையும் அபரிமிதத்தையும் ஏற்றுக் கொள்கிறேன். எனக்கு நான் எதை விரும்புகிறேனோ, மற்றவர்களுக்கும் அதையே நான் விரும்புகிறேன். ஏனெனில், ஆரோக்கியம், செல்வம், மன அமைதி ஆகிய விதிகளை அன்புதான் இயக்குகிறது என்பதை நான் அறிவேன்."

அவர் இந்தப் பிரார்த்தனையை அடிக்கடிக் கூறி, தன் மனத்தை செல்வத்திற்குப் பக்குவப்படுத்தினார். தான் ஏமாற்றப்பட்டது பற்றிய எண்ணம் அவருடைய மனத்திற்குள் மீண்டும் நுழைந்தபோதெல்லாம், எதிர்மறையாக நடந்து கொள்வதற்கு பதிலாக, "அவன் நன்றாக இருக்கட்டும்," என்று அவர் கூறினார். அதாவது, ஆரோக்கியம், செல்வம், மகிழ்ச்சி, மன அமைதி ஆகிய அனைத்து ஆசீர்வாதங்களும் அவனுக்குக் கிடைக்கட்டும் என்று அவர் வாழ்த்தினார். ஒருசில வாரங்களுக்குப் பிறகு, அவர் மிகவும் உற்சாகமான மனநிலையில் இருந்தார். ஒரு பங்குத்தரகரின் தனிப்பட்டச் செயலாளராக அவர் ஒரு புதிய வேலையில் சேர்ந்தார். ஒருசில மாதங்களில், தான் இழந்திருந்ததைவிடப் பத்து மடங்கு அதிகப் பணத்தை அவர் சம்பாதித்தார். சில குறிப்பிட்டப் பங்குகளின் ஏற்ற இறக்கங்கள் பற்றிய தகவல்களின் வாயிலாக, அவருடைய ஆழ்மனம் அவருடைய இழப்பை ஈடு செய்தது. நம் மன விதிகளைப் பற்றிய அறிவுதான் நம்மை விடுவிக்கின்ற பேருண்மையாகும்.

நோயிலிருந்து மீண்ட பெண்

தன் சகோதரி தன்னை மோசமான பட்டப்பெயர் சொல்லி அழைத்ததால் ஒரு பெண் அவள்மீது வெறுப்புக் கொண்டிருந்தாள். அவள் அது குறித்துப் பல மாதங்கள் துன்புற்றாள், மிகுந்த மன வேதனை அடைந்தாள். இதன் விளைவாக அவளுக்குப்

பெருங்குடல் அழற்சி நோய் ஏற்பட்டது. அவளுடைய சகோதரி கூறிய ஒருசில வார்த்தைகள்தான் அவளை இந்த நிலைக்கு இட்டுச் சென்றன. இப்போது அவள் தன்னைத் தானே குணப்படுத்த வேண்டியிருந்தது. இது நிகழ்வதற்கு, தன் மனம் எப்படி வேலை செய்தது என்பதை அவள் புரிந்து கொள்வது இன்றியமையாததாக இருந்தது. தன் சகோதரி கூறிய வார்த்தைகளுக்குத் தன்மீது எந்த சக்தியும் இல்லை என்றும், தன் சொந்த எண்ணம் மட்டுமே ஒரே படைப்பு சக்தி என்பதையும் முதலில் அவள் உணர்ந்து கொள்ள வேண்டியிருந்தது. வெளிப்படுத்தப்படுகின்ற ஓர் எண்ணமே வார்த்தை. எனவே அவளுடைய சகோதரியின் எண்ணங்களுக்கு அவளைத் தொந்தரவு செய்யும் சக்தி இருக்கவில்லை. ஆனால் அந்த எண்ணங்களை இப்பெண் தன் சொந்த மனத்தில் ஏற்றுக் கொண்டு, அவற்றுக்கு எதிர்மறையாக எதிர்வினை ஆற்றியபோதுதான் அந்த எண்ணங்கள் படைப்பு சக்தி கொண்டவையாக ஆயின. வெறுப்பு எனும் எண்ணத்திற்கு அவள் பலியாகியிருந்தாள். அது ஓர் எதிர்மறையான உணர்ச்சியைத் தோற்றுவித்தது. அதைத் தொடர்ந்து, அவளுக்குப் பெருங்குடல் அழற்சி நோய் ஏற்பட்டது. எண்ணம், உணர்ச்சி, வெளிப்பாடு ஆகிய மூன்று நடவடிக்கைகளும் அவளுடைய சொந்த மனத்தில்தான் இடம்பெற்றன. மக்கள் கூறும் ஒன்றோ அல்லது செய்யும் ஒன்றோ நம்மைக் காயப்படுத்துவதில்லை; நம்முடைய எதிர்வினையும் செயல்விடையுமே நம்மை பாதிக்கின்றன. வேறு வார்த்தைகளில் கூறினால், நாம் அனுபவிக்கின்ற நன்மைகளும் தீமைகளும் நம் மனத்தின் அசைவுகளால் ஏற்படுகின்றவையே. அவளுக்கு இருந்த உணர்ச்சிரீதியான பிரச்சனை எதுவோதான் அவளுடைய பெருங்குடல் நோய்க்குக் காரணம் என்று அவளிடம் கூறிய அவளுடைய மருத்துவர், அவள் அன்பானவளாகவும் மன்னிப்பவளாகவும் ஆக வேண்டும் என்று அவளுக்கு அறிவுறுத்தினார்.

அன்பு, மன அமைதி ஆகிய எண்ணங்களை மனரீதியாக அவள் தன் சகோதரியை நோக்கி அனுப்பினாள். அவள் தினமும் பல முறை இவ்வாறு சுயபிரகடனம் செய்தாள்: "என் சகோதரி ஆரோக்கியமாகவும் மகிழ்ச்சியாகவும் மன அமைதியோடும் இருக்க வேண்டும் என்று நான் மனதார விரும்புகிறேன். கடவுளின் அமைதியும் அன்பும் இக்கணத்தில் அவளின் ஊடாகப் பாய்ந்தோடிக் கொண்டிருக்கிறது என்பதை நான் அறிவேன்." இந்த சுயபிரகடனம் அவளுடைய மனப்போக்கை மாற்றியது. இது அவளுக்குள் இருந்த குணமாக்கும் சக்தியைக் கட்டவிழ்த்துவிட்டது. ஒருசில வாரங்களில் அவள் முழுமையாக குணமடைந்தாள். அவள் உட்பட்டப் பரிசோதனையின் முடிவு அவளுடைய நோய் முற்றிலுமாக குணமடைந்திருந்ததை வெளிப்படுத்தியது.

வயிற்றுப்புண் நோய் குணமானது

ஜோன்ஸின் மனத்தில் கோபமும் வெறுப்பும் பகையுணர்வும் கவலையும் குடிகொண்டிருந்தன. அவர் என்னிடம், "எனக்கு வயிற்றுப்புண் நோய் இருப்பதாக என் மருத்துவர் கூறுகிறார். என் கோபம்தான் அதற்குக் காரணம் என்று நீங்கள் கருதுகிறீர்களா?" என்று கேட்டார். அவரோடு உரையாடியதில், தன் வியாபாரக் கூட்டாளி ஒருவர்மீது அவர் கடுங்கோபத்தில் இருந்ததை நான் கண்டறிந்தேன். ஒரு முக்கியமான சந்திப்புக்கூட்டத்தின்போது பலரது முன்னிலையில் அந்நபர் இவருடைய பரிந்துரைகள் குறித்து இவரைக் கேலி செய்திருந்தார். அன்றிலிருந்து ஜோன்ஸ் அவர்மீது கடுங்கோபத்தில் இருந்து வந்திருந்தார். நாம் அடக்கி வைக்கும் உணர்ச்சிகள் வயிற்றுப்புண்களாகவும் தலைவலியாகவும் மூட்டுவீக்கமாகவும் இன்னும் பல நோய்களாகவும் நம் உடலில் வெளிப்பட்டே ஆக வேண்டும். ஏனெனில் அந்த உணர்ச்சிகளுக்கு ஒரு வடிகால் தேவை. ஜோன்ஸின் கோபம் அவருடைய மகிழ்ச்சியையும் மன அமைதியையும்

ஆரோக்கியத்தையும் உளத்திறனையும் அவரிடம் இருந்து பறித்துவிட்டது.

நான் அவர் குணமாவதற்கு ஒரு வழிமுறையைப் பரிந்துரைத்தேன். அதன்படி, தன் பிரச்சனைக்குக் காரணமான அனைத்து எதிர்மறை எண்ணங்களையும் தான் தன் மனத்திலிருந்து ஒட்டுமொத்தமாக ஒழித்துக்கட்ட வேண்டும், அவற்றை எரித்துவிட வேண்டும் என்பதை அவர் தெளிவாகப் பார்த்தார். தனக்கு எரிச்சலூட்டுவதற்கும், தன்னைக் கோபப்படுத்துவதற்கும், தன்னைத் தொந்தரவு செய்வதற்குமான சக்தி தன்னுடைய வியாபாரக் கூட்டாளிக்கு இல்லை என்பதை அவர் உணர்ந்தார். "என் மனத்தைக் காயப்படுத்துவதற்கான சக்தியை இனி என் வாழ்வில் ஒருபோதும் நான் இன்னொருவருக்குக் கொடுக்கப் போவதில்லை. அவர்களுக்கு அந்த சக்தி கிடையாது என்பது எனக்குத் தெரியும்," என்று ஜோன்ஸ் என்னிடம் கூறினார். அவரிடமிருந்து இந்த வார்த்தைகள் வெளிவந்தது, அவர் ஏற்கனவே பாதி குணமடைந்துவிட்டார் என்பதைத் தெளிவாக உணர்த்தின. தன் மன அமைதியையும் நிம்மதியையும் பறித்துக் கொண்டிருந்த உளக் கொலையாளிகளையும் திருடர்களையும் தான் தன் மனத்தில் ஊக்குவித்துக் கொண்டிருந்தோம் என்பதை அவர் அறிந்தார். அவருடைய எதிர்மறையான, அழிவுப்பூர்வமான எண்ணங்கள்தான் அவருடைய வயிற்றுப் புண்களை உருவாக்கின. அவருடைய எண்ணங்கள்தான் அவரது ஆரோக்கியத்தைத் திருடிய திருடர்கள்.

பின்வரும் பிரார்த்தனையை தினமும் பல முறை கூறியதன் மூலமாக ஜோன்ஸ் தன்னைத் தானே குணப்படுத்திக் கொண்டார்:

"என் கூட்டாளி ஜான் அன்பாகவும் பரிவாகவும் ஒத்துழைப்போடும் நடந்து கொள்கிறார். அவர் என்னைக் காயப்படுத்தவில்லை, ஏமாற்றவில்லை, என்னைக் குழப்பவில்லை. அவர் குறித்துப் பகைமை எண்ணங்களையும் பழி வாங்கும் எண்ணங்களையும் நான்

என்னுள் வளர்த்துக் கொண்டிருந்ததற்காக என்னை நானே மன்னித்துக் கொள்கிறேன். எங்கள் இருவருக்கும் இடையே இணக்கமும் அமைதியும் புரிதலும் நிலவுகின்றன. ஜானைப் பற்றியோ அல்லது வேறு யாரைப் பற்றியோ என் மனத்தில் எதிர்மறை எண்ணங்கள் எழும்போதெல்லாம், கடவுளின் அமைதி என் ஊடாகப் பாய்ந்து கொண்டிருப்பதாக உடனடியாக எனக்கு நானே நினைவூட்டிக் கொள்கிறேன்."

இந்த ஆன்மீக எண்ணங்கள் அவருடைய மனத்தின் ஊடாகவும் உடலின் ஊடாகவும் ஓர் அளப்பரிய, ஆற்றல்வாய்ந்த, குணமாக்கும் அதிர்வை விடுவித்தன. அவருடைய உடலின் அனைத்து அணுக்களும் மறு அவதாரம் எடுத்தன. மேலும், இந்த ஆன்மீக அதிர்வுகள் அவருடைய ஆழ்மனத்தில் இருந்த எதிர்மறை எண்ணப் பதிவுகளை அழித்தன. அவர் ஒரு குறிப்பிடத்தக்க நல்ல மாற்றத்தை அனுபவித்தார். ஒருசில மாதங்களில், அவர் முற்றிலும் குணமாகியிருந்ததாக அவருடைய மருத்துவர் அவரிடம் கூறினார். இப்போது தன்னுடைய பத்திய உணவை விட்டுவிட்டு தன்னுடைய வழக்கமான உணவை அவரால் சாப்பிட்டு மகிழ முடிகிறது.

உங்களை நீங்களே மதிப்பீடு செய்து கொள்ளுங்கள்

மற்றவர்களுடனான உங்கள் உறவில் நீங்கள் உரசலையோ, தவறான புரிதலையோ, அல்லது கோபத்தையோ அனுபவித்துக் கொண்டிருக்கிறீர்களா? உங்கள் மனத்தில் நீங்கள் குடியமர்த்தி இருக்கும் தவறான சகவாசம்தான் இதற்குக் காரணம். நீங்கள் சிறுவனாக இருந்தபோது, மோசமான நபர்களுடன் சகவாசம் வைத்துக் கொள்ளக்கூடாது என்று உங்கள் தாயார் உங்களை எச்சரித்திருப்பார். நீங்கள் அதற்குக் கீழ்ப்படிந்து நடக்காவிட்டால் நீங்கள் தண்டிக்கப்பட்டிருப்பீர்கள். அதேபோல, நீங்கள் உங்கள் மனத்தின் இருண்ட சந்துகளில் நடந்து சென்று, கோபம், மோசமான எண்ணம், பகைமை, வெறுப்பு ஆகிய மோசமான தொடர்புகளை ஏற்படுத்திக் கொள்ளக்கூடாது. ஏனெனில், உங்கள் சமநிலையையும்,

இணக்கத்தையும், ஆரோக்கியத்தையும், அமைதியையும் திருடிவிடுகின்ற கொள்ளையர்கள் இவை. உங்கள் மனமென்னும் வீதியில் இத்தகைய மோசமான அம்சங்களுடன் சேர்ந்து நடப்பதையோ அல்லது அவற்றிடம் பேச்சுவார்த்தை வைத்துக் கொள்வதையோ முற்றிலுமாகத் தவிர்த்துவிட வேண்டும்.

மாறாக, உங்கள் மனத்தின் பிரகாசமான வீதிகளில் நீங்கள் நடந்து செல்ல வேண்டும். நம்பிக்கை, சமாதானம், அன்பு, மகிழ்ச்சி, நல்லெண்ணம், ஆரோக்கியம், வழிகாட்டுதல், உத்வேகம், அபரிமிதம் போன்ற அருமையான நண்பர்களோடு நீங்கள் உறவு ஏற்படுத்திக் கொள்ள வேண்டும். புற உலகில் நீங்கள் உங்கள் நண்பர்களைத் தேர்ந்தெடுக்கும்போது நேர்மை, நாணயம் ஆகிய அம்சங்களுக்கு ஏற்ப நீங்கள் தேர்ந்தெடுப்பீர்கள். உங்கள் உடைகள், வேலை, நண்பர்கள், ஆசிரியர்கள், புத்தகங்கள், வீடு, உணவு ஆகியவற்றை நீங்கள் தேர்ந்தெடுக்கிறீர்கள். தேர்ந்தெடுக்கின்ற ஓர் உயிரினம் நீங்கள். நீங்கள் ஒன்றைத் தேர்ந்தெடுக்கும்போது, ஒன்றைவிட மற்றொன்று உங்களுக்கு அதிகமாகப் பிடித்திருக்கிறது என்பதை நீங்கள் சித்தரிக்கிறீர்கள். நீங்கள் தேர்ந்தெடுப்பது ஒரு பையாக இருக்கலாம் அல்லது ஒரு ஜோடி காலணியாக இருக்கலாம். உங்கள் மனத்தில் ஆரோக்கியத்தையும் மகிழ்ச்சியையும் தேர்ந்தெடுங்கள்.

புரிதலை வளர்த்துக் கொள்ளுதல்

நாம் நம்முடைய பொய்யான நம்பிக்கைகள், அபிப்பிராயங்கள், மற்றும் கோட்பாடுகளை விட்டுவிட்டு, உண்மையைப் புரிந்து கொள்ள வேண்டும். அது நம்மை விடுவிக்கும். நாம் நம்முடைய ஐம்புலன்களுக்கு பலிகடாக்கள் அல்ல என்பதையும், நாம் புறச்சூழல்களின் கட்டுப்பாட்டில் இல்லை என்பதையும் நாம் உணர்ந்து கொள்ள வேண்டும். நம்முடைய மனப்போக்குகளை மாற்றிக் கொள்வதன் மூலம் நம்முடைய சூழ்நிலைகளை நம்மால் மாற்ற முடியும்.

நம்முடைய சொந்த எண்ணங்களும் உணர்வுகளும்தான் நம்முடைய தலைவிதியை உருவாக்குகின்றன, நாம் பெறக்கூடிய அனுபவங்களைத் தீர்மானிக்கின்றன. எனவே, நம்முடைய துயரத்திற்கும் வேதனைக்கும் தோல்விக்கும் இனியும் நம்மால் மற்றவர்களைக் குறை கூற முடியாது. பிரக்ஞையுடனோ அல்லது பிரக்ஞையின்றியோ நாம் எதைச் சிந்திக்கிறோமோ, எதை உணர்கிறோமோ, எதை நம்புகிறோமோ, எதற்கு நம் மனரீதியான ஒப்புதலைக் கொடுக்கிறோமோ, அதுதான் நம் வாழ்வில் நமக்கு நிகழக்கூடிய அனைத்து நிகழ்வுகளையும் சூழல்களையும் தீர்மானித்து உருவாக்குகிறது என்பதை நம்மால் தெளிவாகப் பார்க்க முடியும்போது, மற்றவர்கள்மீது கோபம் கொள்வதையும், அவர்களைப் பழித்துரைப்பதையும், அவர்களைக் குறை கூறுவதையும் நாம் கைவிடுகிறோம். குறை நம்மிடம்தான் இருக்கிறதே தவிர, மற்றவர்களிடம் அல்ல என்பதை நாம் கண்டறிகிறோம்.

எண்ணங்கள்தான் பொருட்களாகப் பரிணமிக்கின்றன

மற்றவர்கள்தான் நம்முடைய மகிழ்ச்சியைப் பறித்துக் கொண்டிருக்கின்றனர், அவர்கள்தான் நமக்குப் பிரச்சனைகளை விளைவித்துக் கொண்டிருக்கின்றனர் என்ற நம்முடைய நம்பிக்கையினால், பல நூற்றாண்டுகளாக, நாம் நமக்கு உள்ளே பார்ப்பதை விட்டுவிட்டு, நமக்கு வெளியே பார்த்துவிட்டு, நம் மனங்களைப் பொறாமையாலும் கோபத்தாலும் வெறுப்பாலும் சோர்வாலும் நிரப்பி வந்துள்ளோம். தலைவிதி, விபத்துக்கள் போன்றவற்றுக்கு நாம் பலிகடாக்களாக ஆகியிருப்பதாகவும், நம்முடைய நலனுக்கு எதிராகப் பல்வேறு ஆற்றல்களும் சக்திகளும் செயல்பட்டுக் கொண்டிருப்பதாகவும் நாம் நம்பி வந்துள்ளோம். இத்தகைய நம்பிக்கைகளும், இவற்றை ஒத்தப் பிற நம்பிக்கைகளும் பொய்யானவை. ஏனெனில், நம்முடைய எண்ணங்கள்தான் பொருட்களாகப் பரிணமிக்கின்றன. நாள் முழுதும் நாம் எதைப் பற்றிச் சிந்திக்கிறோமோ, நாம் அதுவாகவே ஆகிறோம்.

நம் மனத்தில் ஏகப்பட்ட வினோதமான, அபத்தமான யோசனைகளும், மூடநம்பிக்கைகளும், பயங்களும், கவலைகளும் நிரம்பியுள்ளன. கூடவே, பேய்கள், தீய சக்திகள், கொடிய ஆற்றல்கள் போன்றவற்றைப் பற்றிய சிக்கலான தத்துவங்களும் நம் மனத்தில் ஏராளமாகக் குடிகொண்டுள்ளன. இந்தத் தவறான, பொய்யான கோட்பாடுகளை முதலில் நம் மனத்திலிருந்து நாம் விட்டொழிக்க வேண்டும். நாம்தான் இப்புவியில் நம் சொந்த சொர்க்கத்தையும் சொந்த நரகத்தையும் உருவாக்கிக் கொண்டிருக்கிறோம் என்பதை நாம் உணர வேண்டும். நம்முடைய ஆழ்மனத்தின்மீது நம்மால் நேர்மறையான தாக்கத்தையும் ஏற்படுத்த முடியும், எதிர்மறையான தாக்கத்தையும் ஏற்படுத்த முடியும். நம் ஆழ்மனம் யாரிடமும் பாரபட்சமாக நடந்து கொள்வதில்லை. அது உணர்ச்சிவசப்படுவது இல்லை. எனவே, நம்முடைய எண்ணம் தீய இயல்பைக் கொண்டதாக இருந்தால், நம் ஆழ்மன விதி இந்த எண்ணங்களுக்கு உருக்கொடுத்து, அவற்றை நம்முடைய அனுபவங்களாக ஆக்கிக் கொடுக்கும். நம் எண்ணங்கள் நல்லவையாக, முழுமையானவையாக, ஆக்கப்பூர்வமானவையாக இருந்தால், நம் ஆழ்மன விதி நல்ல அனுபவங்களையும் மகிழ்ச்சியான சூழ்நிலைகளையும் நம் வாழ்வில் உருவாக்கிக் கொடுக்கும். இது கிட்டத்தட்டக் 'காரணமும் அதன் விளைவும்' விதியைப் போன்றது. இந்த விதி உலகளாவியது, பாரபட்சமற்றது.

நம்மை நாமே தண்டித்துக் கொள்கிறோம்

நம் எண்ணம்தான் காரணம், நம் எண்ணத்திற்கு நம் மனம் ஆற்றும் எதிர்வினைதான் அதன் விளைவு. நமக்குக் கிடைக்கும் வெகுமதியோ அல்லது பதிலடியோ நம் மனத்தை நாம் எப்படிப் பயன்படுத்துகிறோம் என்பதைப் பொருத்தது. நம் எண்ணங்கள் அறிவார்ந்தவையாக இருந்தால், நம் செயல்களும் அறிவார்ந்தவையாக இருக்கும். கடவுள்

பழி வாங்கும் போக்கைக் கொண்டவர் அல்ல. ஆனால், பாரபட்சமற்ற நம் சொந்த மன விதிகள் நம் எண்ணங்களுக்கு ஏற்பச் செயல்விடை அளிக்கின்றன. வினையும் எதிர்வினையும் விதி இயற்கை நெடுகிலும் ஒரே மாதிரியாக இயங்குகிறது. இந்த விதி எப்போதும் சமமாகவும் துல்லியமாகவும் செயல்படுகிறது. நீச்சல் தெரியாத ஒருவன் தவறுதலாக ஓர் ஏரிக்குள் விழுந்துவிட்டால், ஏரியைக் குறை கூறுவதில் எந்த அர்த்தமும் இல்லை. ஏரி அவனைப் பழி வாங்கிவிட்டதாக நாம் அதைக் குறை கூறுவதில்லை. ஏனெனில், நீர் முற்றிலும் பாரபட்சமற்றது. நல்லதை நினைத்தால் நல்லது பின்தொடரும், தீயதை நினைத்தால் தீயது பின்தொடரும்.

5

மாற்றத்தைக் கொண்டுவரும் பிரார்த்தனையின் சக்தி

நம்முடைய அன்றாட நடவடிக்கைகளிலும் ஆரோக்கியத்திலும் துரதிர்ஷ்டவசமான சூழல்களை ஊடுருவச் செய்கின்ற அனைத்து எதிர்மறை மனப்போக்குகளையும் பரிபூரணமாக மாற்றக்கூடிய பிரார்த்தனையின் சக்தியை உணர்ந்து கொள்வதும் அதைப் பயன்படுத்துவதும் முக்கியம். கணத்திற்குக் கணம் மாறுகின்ற உணர்ச்சிரீதியான எதிர்வினைகள் நம்முடைய வாழ்வின் திட்டங்கள் மற்றும் நம்பிக்கைகளைப் புரட்டிப் போடவும், மக்களுடனான நம்முடைய உறவுகளைத் தொந்தரவு செய்யவும் நாம் அனுமதித்துவிடுகிறோம். இது நம்முடைய சூழ்நிலைகளுக்கு எதிராகப் போராட நம்மைத் தூண்டக்கூடும்.

உங்கள் நண்பர்களுடனும் உங்களுக்குப் பரிச்சயமான நபர்களுடனும் கனிவான உறவைத் தக்கவைத்துக் கொள்வதற்கும், உணர்ச்சிரீதியான நிச்சயமின்மைகளின் மாற்றங்களிலிருந்து உங்களைப் பாதுகாப்பதற்கும் உதவுவதில் பிரார்த்தனை எந்த அளவுக்கு சக்தி வாய்ந்தது என்பதை நீங்கள் புரிந்து கொள்ளும்போது உலகத்துடனான உங்கள் உறவில் பல ஆக்கப்பூர்வமான மாற்றங்கள் ஏற்படுவதை நீங்கள் காண்பீர்கள்.

தவறான மனப்போக்கைக் கொண்டிருந்த இளம் பொறியாளர்

சில மாதங்களுக்கு முன்பு ஓர் இளம் பொறியாளர் என்னிடம் இவ்வாறு கூறினார்: "என் முதலாளி ஒரு முட்டாள். எனவே நான் அங்கிருந்து வெளியேறிவிட்டேன். எனக்கு இன்னொரு வேலை கிடைத்தது. ஆனால் அது என் முந்தைய வேலையைவிட மிக மோசமாக இருக்கிறது." இவருடைய தந்தை ஒரு கொடுங்கோலனைப்போலவும், அதிக ஆதிக்கம் செலுத்துபவராகவும் இருந்தார். எனவே இவர் தன் தந்தையை மிகவும் வெறுத்தார். பல வருடங்களாக இவருக்கும் இவருடைய தந்தைக்கும் இடையே எந்தக் கடிதப் போக்குவரத்தும் இருந்திருக்கவில்லை. தன் தந்தையின் அதிகாரப் போக்கை உள்ளூரத் தான் எப்படி எதிர்த்து வந்திருந்தோமோ, அதே வழியில் தன்னுடைய வேலையிலும் தன் முதலாளிகளின் அதிகாரப் போக்கைத் தான் எதிர்த்து வந்து கொண்டிருந்ததை மெல்ல மெல்ல அவரால் பார்க்க முடிந்தது. தன்னுடைய குறைபாடுகள், தவறுகள், பிழைகள் ஆகியவற்றுக்குத் தான் மற்றவர்களைக் குறை கூறிக் கொண்டிருந்ததை அவர் புரிந்து கொள்ளத் தொடங்கினார். ஏற்றுக் கொள்ளப்பட முடியாத தன்னுடைய உணர்ச்சி வெளிப்பாடுகளுக்கும் எண்ணங்களுக்கும் மற்றவர்கள்தான் காரணம் என்று தான் பழித்துரைத்துக் கொண்டிருந்ததையும் அவர் உணர்ந்து கொண்டார்.

இதிலிருந்து விடுபடுவதற்குப் பின்வரும் பிரார்த்தனையை தினமும் காலையிலும் மாலையிலும் செய்வதென்று அவர் தீர்மானித்தார்:

> **"நான் வேலை செய்யும் இடத்தில் இருக்கும் அனைவருக்கும் ஆரோக்கியமும் மகிழ்ச்சியும் அமைதியும் பதவி உயர்வும் கிடைக்க வேண்டும் என்று நான் விரும்புகிறேன். என் வேலை குறித்து என் முதலாளி என்னைப் பாராட்டுகிறார். நான் இக்காட்சியை**

என் மனத்தில் தினமும் பதிவு செய்கிறேன். இது என் வாழ்வில் நிஜமாகும் என்பதை நான் அறிவேன். நான் அன்பாகவும், பரிவாகவும், ஒத்துழைப்போடும் நடந்து கொள்கிறேன். நான் பொன்விதியைக் கடைபிடிக்கிறேன். மற்றவர்கள் என்னை எப்படி நடத்த வேண்டும் என்று நான் விரும்புகிறேனோ, அவர்களை நான் உண்மையிலேயே அதே வழியில் நடத்துகிறேன். தெய்வீகப் பேரறிவு நாள் முழுவதும் என்னைக் கட்டுப்படுத்தி இயக்குகிறது, என்னை எப்போதும் வழிநடத்துகிறது. நான் எல்லா வழிகளிலும் செழிப்படைந்துள்ளேன்."

அவர் இந்த ஆன்மீக எண்ணங்களால் தன் மனத்தை முறையாகவும் ஒழுங்காகவும் நிரப்பியபோது, அவருடைய மனப்போக்கு ஆக்கப்பூர்வமானதாக மாறியது. அது அவருடைய வாழ்வில் அனைத்து விஷயங்களும் அவருக்கு அனுகூலமாகவும் சிறப்பாகவும் இருக்கும்படி அவற்றை மாற்றியது.

ஐந்து மாதங்களில் ஐந்து வேலைகளை இழந்த இளைஞர்

ஒருமுறை நான் ஓர் இளைஞருக்கு அறிவுரை வழங்கினேன். அவர் ஐந்து மாதங்களில் ஐந்து வேலைகளை இழந்திருந்தார். அவர் அளவுக்கதிகமாகக் குடித்தார், பொறுப்பின்றியும் சோம்பேறியாகவும் லட்சியமின்றியும் புரிதலின்றியும் உற்சாகமின்றியும் இருந்தார். வேலையிலும் அவர் திறமைசாலியாக இருக்கவில்லை. அவருடைய ஆதிக்க மனப்போக்குதான் எல்லாவற்றையும் அவருக்குப் பாழாக்கிக் கொண்டிருந்தது என்பதை நான் அவருக்கு விளக்கினேன். வாழ்க்கையைப் பற்றி அவர் கொண்டிருந்த அவலமான கண்ணோட்டம்தான் எல்லாவற்றையும் எதிர்மறையான கண்ணோட்டத்திலிருந்து பார்க்க அவரைத் தூண்டியது. அவ்வப்போது தன் குடும்பத்தினரிடமிருந்து வந்த மகிழ்ச்சியான செய்திகள் அவருக்குச் சிறிதளவு மகிழ்ச்சியைக் கொடுத்தன. ஆனால் ஒருசில நிமிடங்களில் அவருடைய ஆதிக்க

எண்ணம் மீண்டும் அவருள் தலைதூக்கி அவரை மனச்சோர்வுக்கு ஆளாக்கியது.

என்னுடைய பரிந்துரையின் பேரில் மேடைப்பேச்சுப் பயிற்சி வகுப்பு ஒன்றில் அவர் சேர்ந்தார். வர்த்தக உலகில் பணிபுரியத் தேவையான அடிப்படை அறிவைக் கற்றுக் கொடுத்த ஒரு பயிற்சி வகுப்பிலும் அவர் சேர்ந்து விடாமுயற்சியுடன் அவற்றைக் கற்றுத் கொள்ளத் தொடங்கினார். பிறகு வழிகாட்டுதலும் செழிப்பும் வேண்டி அவர் பிரார்த்தனை செய்யத் தொடங்கினார். மெல்ல மெல்ல அவர் ஒரு புதிய மனிதராக உருவானார். அவர் உற்சாகத்தையும் தாங்குதிறனையும் தன்னுள் வளர்த்துக் கொண்டார். ஒரு வேலையில் நீண்டகாலம் தன்னைத் தக்கவைத்துக் கொள்ளவும் அவர் கற்றுக் கொண்டார். அவர் மகிழ்ச்சியானவராக ஆனார். ஆரோக்கியமும் இணக்கமும் அவருள் வளரத் தொடங்கின. வாழ்க்கையையும் மக்களையும் நிகழ்வுகளையும் குறித்த மனப்போக்கை நல்லவிதமான ஒன்றாக மாற்றுவதுதான் எந்தவொரு போதனையின் நோக்கம் என்பதை அவர் அறிந்து கொண்டார். வாழ்க்கை குறித்தத் தன்னுடைய மனப்போக்கைத் திருத்திக் கொள்வதுதான் அவர் எடுத்து வைக்க வேண்டிய முதல் அடியாக இருந்தது.

ஒரு கொலைகாரன் ஓர் ஆசிரியராக ஆன விதம்

தான் ஒருவரைக் கொலை செய்திருந்ததாக ஒருவர் ஒருமுறை என்னிடம் ஒப்புக் கொண்டார். ஆனால் தன்னை முழுமையாக மாற்றிக் கொள்ள வேண்டும் என்ற ஒரு தீவிர விருப்பம் அவரிடம் இருந்தது. மனரீதியாகவும் ஆன்மீகரீதியாகவும் அவர் மறுபிறவி எடுக்க விரும்பினார். அவர் ஏற்புத்தன்மை கொண்டவராக ஆனார். “கடவுளின் உதவி இருந்தால் எல்லாமே சாத்தியம்,” என்று அவர் நம்பினார். என்னுடைய பரிந்துரையின் பேரில், அவர் தினமும் பல முறை 15லிருந்து 20 நிமிடங்கள்வரை தன் மனத்தை அமைதிப்படுத்திக் கொண்டு, “கடவுளின் அன்பு,

அமைதி, அழகு, அறிவு, ஞானம் ஆகியவற்றுக்கான ஓர் ஊடகமாக நான் இருக்கிறேன். என் மனமும் இதயமும் தூய்மைப்படுத்தப்பட்டுக் கொண்டிருக்கின்றன, குணப்படுத்தப்பட்டுக் கொண்டிருக்கின்றன," என்று பிரார்த்தனை செய்யத் தொடங்கினார். அவர் இவ்வாறு ஒழுங்காகவும் உண்மையாகவும் உற்சாகத்தோடும் பிரார்த்தனை செய்தபோது, அதிக அன்பும் அதிக மனஅமைதியும் அதிகப் பரிவும் கொண்டவராக அவர் ஆனார். ஓர் உள்ளார்ந்த அமைதி அவருள் உருவானது.

ஒருநாள் இரவில் அவருக்கு ஓர் அற்புதமான அனுபவம் ஏற்பட்டது. தான் ஓர் ஒளி வெள்ளத்தில் மூழ்கியிருந்ததுபோல அவர் உணர்ந்தார். உண்மையில், அந்த ஒளி சிறிது நேரம் அவருடைய பார்வையை முற்றிலுமாக மறைத்தது. கடவுளின் அன்பினால் ஏற்படும் பேரானந்தத்தையும் பரவசத்தையும் தான் உணர்ந்தது மட்டுமே அவருக்கு நினைவிருக்கிறது. அந்த உணர்வு விவரிக்கப்பட முடியாததாக இருந்தது. அவர் தன் மனத்திலும் இதயத்திலும் முற்றிலுமாக மாறியிருந்தார். எப்படி வாழ வேண்டும் என்பதை அவர் மற்றவர்களுக்குக் கற்றுக் கொடுக்கத் தொடங்கினார். அவர் இன்றளவும் அதைச் செய்து வருகிறார்.

மனப்போக்குகள் கற்பனையால் செதுக்கப்படுகின்றன

ஒரு பொருள் எப்படி இருப்பதாக நீங்கள் கற்பனை செய்கிறீர்களோ, அதற்கு ஏற்ற ஓர் உணர்ச்சிரீதியான எதிர்வினை இருக்கும். கிழக்கத்தியத் தத்துவத்தைக் கற்றுக் கொடுத்தப் பிரபல ஆசான் ஒருவர், ஒருநாள் இரவுப் பொழுதில் லண்டன் நகர வீதிகள் வழியாக நடந்து சென்று கொண்டிருந்தபோது, சிறிது தூரத்தில் சுருண்டு கிடந்த ஒரு நீளமான கயிற்றைப் பார்த்துவிட்டு, அதைப் பாம்பென்று நினைத்து பயத்தில் உறைந்து போனார். அவர் தன் தவறை உணர்ந்து கொண்டபோது, அந்தக் கயிற்றைப் பற்றிய உண்மையான படம் ஒரு புதிய மனப்போக்கையும் ஓர் உணர்ச்சிரீதியான செயல்விடையையும் அவருள்

தூண்டியது. நீங்கள் யாராக இருக்க வேண்டும் என்று நீங்கள் கற்பனை செய்து வைத்திருக்கிறீர்கள்? உங்கள் வாழ்க்கை எப்படி இருக்க வேண்டும் என்று நீங்கள் கற்பனை செய்துள்ளீர்கள்? உங்கள் கற்பனையின்படியே உங்களுக்குச் செயல்விடை அளிக்கப்படும்.

மாறிய மனப்போக்கு

இசையில் பட்டம் பெற்றிருந்த ஓர் இளம்பெண், மற்றவர்களுக்கு இசையைக் கற்றுக் கொடுக்க விரும்பினாள். ஆனால் தான் அதில் தோற்றுவிடுவோம் என்றும், தான் பிரபலமானவளாக இல்லாததால் தன்னிடம் இசை பயில்வதற்கு மாணவர்கள் யாரும் வர மாட்டார்கள் என்றும் அவள் ஓர் எதிர்மறையான மனப்போக்கைக் கொண்டிருந்தாள். நான் பரிந்துரைத்தபடி அவள் ஒரு புதிய மனப்போக்கை சுவீகரித்துக் கொண்டு, பின்வருமாறு துணிச்சலோடு சுயபிரகடனம் செய்யத் தொடங்கினாள்: “நான் யாராக ஆக விரும்புகிறேனோ, என்னால் அப்படிப்பட்டவளாக ஆக முடியும். எனக்குள் இருக்கும் கடவுளின் சக்தியின் மூலமாக, நான் செய்ய விரும்பும் விஷயங்களை என்னால் செய்ய முடியும்.” தன் இசை ஞானத்தால் ஏராளமான மாணவர்கள் பலனடைவர் என்ற ஒரு தீர்மானத்திற்கு அவள் வந்தாள். பயம்தான் அவளுடைய அடிப்படைப் பிரச்சனையாக இருந்தது. ஆனால், தினமும் பல முறை, மேற்கூறப்பட்டப் பிரார்த்தனையைத் தன் கற்பனையைப் பயன்படுத்தி ஒழுங்குமுறையுடன் செய்ததன் மூலமாக அவள் அந்த பயத்திலிருந்து மீண்டாள். மாணவர்களுக்குத் தான் இசையைப் பயிற்றுவித்துக் கொண்டிருந்தது போலவும், அவர்கள் மகிழ்ச்சியாகப் பயில்வதைத் தான் பார்த்துக் கொண்டிருந்ததைப் போலவும் தினமும் இரண்டு முறை அவள் தன் மனத்தில் காட்சிப்படுத்தினாள்.

தான் ஒரு வெற்றிகரமான ஆசிரியையாக இருந்ததுபோல அவள் உணர்ந்தாள். அவள் தன் கற்பனையில் அப்பாத்திரத்தை ஏற்று நடித்தாள். தன் கவனம் முழுவதையும் அவள் தன் லட்சியத்தின்மீது

குவித்தாள். தன்னுடைய விடாமுயற்சியின் மூலமாக, அவள் தன் மனத்திலிருந்த அந்த யோசனையுடன் ஒன்றுகலந்தாள். தன் வாழ்க்கை எப்படி இருக்க வேண்டும் என்று அவள் கற்பனை செய்திருந்தாளோ, அது எப்படி இருக்க வேண்டும் என்று அவள் உணர்ந்திருந்தாளோ, அந்தப் புதிய உணர்வு மற்றும் மனப்போக்கிற்கு ஏற்ப அவள் தன் வாழ்வில் விளைவுகளைப் பெற்றாள்.

வாழ்க்கையை மாற்றிய புதிய மனப்போக்கு

தென்னாப்பிரிக்காவிலுள்ள கேப்டவுன் நகரில் நான் ஒருமுறை பல தொடர்ச்சியான சொற்பொழிவுகளைக் கொடுத்தேன். அவற்றில் ஒரு சொற்பொழிவில் கலந்து கொண்ட ஓர் அற்புதமான வழக்கறிஞர், மன்னித்தலைப் பற்றி ஒரு செய்திப் பத்திரிகையில் வெளிவந்திருந்த ஒரு கட்டுரையை என்னிடம் கொடுத்தார். அதிலிருந்து சில பொருத்தமான வாக்கியங்களை நான் இங்கே கொடுத்திருக்கிறேன்:

> **“லெஃப்டினன்ட் கர்னல் ஜே.பி.கார்ன், கொரியாவில் தான் ஒரு போர்க் கைதியாக இருந்ததைப் பற்றிய கதையைக் கூறினார். அவர் பதினெட்டு மாதங்கள் தனிமைச் சிறையில் அடைக்கப்பட்டிருந்தபோது, அவரைச் சிறைபிடித்திருந்த சீனர்கள் அவரைக் கடுமையாகத் துன்புறுத்தினர். அவர் இதையெல்லாம் தாங்கிக் கொண்டு எப்படி உயிர் பிழைத்திருந்தார் என்று அங்கிருந்த மருத்துவர்கள் வியந்தனர். ஆனாலும் தன்னைச் சிறையில் அடைத்துக் கொடுமைகள் புரிந்தவர்கள்மீது அவருக்கு எந்த வெறுப்பும் ஏற்படவில்லை. தேவாலய மணியின் ஒலியைக் கேட்டபடி இங்கிலாந்தில் தன் வீட்டுத் தோட்டத்தைச் சுற்றி அவர் நடந்து வந்து கொண்டிருந்தபோது, ‘என் வீடும், என் தோட்டமும், என் அன்புக்குரியவர்களும் இருக்கின்ற இந்த அழகான இடம் பற்றிய காட்சிதான் அந்தத் தனிமைச் சிறையில் என் மனத்தை உயிர்த்துடிப்போடு வைத்திருந்தது. அந்தக் காட்சி என் மனத்திலிருந்து அகல ஒரு கணம்கூட நான் அனுமதிக்கவில்லை,’ என்று அவர் கூறினார்.”**

மன்னிக்கும் கலையைப் பற்றிய ஓர் அழகான பாடம் இது. கோபப்படுவதற்கும், பகையுணர்வு கொள்வதற்கும், எதிர்த்துக் குற்றம் சாட்டுவதற்கும் பதிலாக, ஓர் ஆக்கப்பூர்வமான காட்சியை அவர் தன் மனத்தில் பதிய வைத்தார். தன் வீட்டில் தன் அன்புக்குரியவர்களுடன் தான் இருந்ததுபோல அவர் கற்பனை செய்து அதன் மூலம் மகிழ்ச்சியை உணர்ந்தார். தன் தோட்டத்தில் மலர்கள் பூத்துக் குலுங்கியதுபோலவும், செடிகொடிகளும் மரங்களும் நன்றாக வளர்ந்து கனிகளைத் தாங்கி நின்றதுபோலவும் அவர் தன் மனத்தில் காட்சிப்படுத்தினார். அவருடைய கற்பனை விரிவானதாகவும் நிஜமானதாகவும் இருந்தது. அவர் இவை அனைத்தையும் உள்ளூரத் தன் கற்பனையில் உணர்ந்தார். மற்றக் கைதிகளுக்குப் பித்துப் பிடித்திருக்கும் அல்லது அவர்கள் மனமொடிந்து இறந்து போயிருப்பர் என்று கூறிய அவர், தனக்கு ஒரு வலிமையான காட்சி இருந்ததால் அது தன்னைக் காப்பாற்றியது என்று தெரிவித்தார். “அந்தக் காட்சி என் மனத்திலிருந்து அகல நான் ஒருபோதும் அனுமதிக்கவில்லை,” என்று அவர் கூறினார். இழப்பு, துயரம், அவல நிலை ஆகியவற்றுக்கு நடுவே அவர் கொண்டிருந்த ஒரு புதிய மனப்போக்குதான் அவருடைய மாபெரும் ரகசியம். அவர் தன் மனத்தில் நிலைப்படுத்தியிருந்த காட்சிக்கு விசுவாசமாக இருந்தார். அழிவுப்பூர்வமான உட்பேச்சின் மூலமோ அல்லது எதிர்மறையான மனக்காட்சியின் மூலமோ அவர் அதிலிருந்து ஒருபோதும் விலகவே இல்லை.

“இதுதான் உச்சகட்ட ஏமாற்றம்!”

ஜான் கோபத்தில் கொதித்துக் கொண்டிருந்தார். “இத்தனை ஆண்டுகளாக நான் விசுவாசமாக வேலை பார்த்து வந்திருந்ததற்கு எனக்குக் கிடைத்த வெகுமதி இதுதானா? இதை என்னால் ஒருபோதும் ஏற்றுக் கொள்ள முடியாது,” என்று அவர் குமுறினார். தன் மேலாளாரிடமிருந்து தனக்கு வந்த ஒரு கடிதம் தன்னை

இன்னும் வேதனைப்படுத்திக் கொண்டிருந்ததாக அவர் கூறினார். “இதுதான் உச்சகட்ட ஏமாற்றம்!” என்று அவர் பொரிந்து தள்ளினார். தன்னுடைய எதிர்மறையான மனப்போக்கால் தன் ஒட்டுமொத்த உடலிலும் அவர் விஷமேற்றிக் கொண்டிருந்ததாகவும், அவர் தன் மனக்காட்சியை மாற்றியாக வேண்டும் என்றும் நான் அந்த இளைஞரிடம் விளக்கினேன்.

நான் அவருக்கு இவ்வாறு பரிந்துரைத்தேன்: “உங்கள் மேலாளர் உங்களுக்கு எழுதியிருப்பதுபோல ஒரு கடிதத்தை உங்களுக்கு நீங்களே எழுதிக் கொள்ளுங்கள். அது உங்களை மகிழ்ச்சிப்படுத்துவதாகவும் திருப்திப்படுத்துவதாகவும் இருக்கும்படி எழுதிக் கொள்ளுங்கள். உங்கள் மேலாளர் உங்களிடம் என்ன வார்த்தைகளைக் கூற வேண்டும் என்று நீங்கள் விரும்புகிறீர்களோ, அந்த வார்த்தைகளை அக்கடிதத்தில் சேர்த்துக் கொள்ளுங்கள்.” என் அறிவுறுத்தலின்படி, தினமும் இரவில் தூங்கப் போவதற்கு முன்பாக, தன் மேலாளர் தன்னையும் தன் வேலையையும் பாராட்டித் தனக்கு ஒரு கடிதம் எழுதியிருந்ததுபோலவும், அது தன்னை மகிழ்ச்சிப்படுத்தியதுபோலவும் தனக்கு மனநிறைவைக் கொடுத்ததுபோலவும் அவர் கற்பனை செய்தார்.

“நான் தினமும் இவ்வாறு மனக்காட்சிப்படுத்தினேன். நான் என் கற்பனையில் அக்கடிதத்தை மீண்டும் மீண்டும் படித்தேன். என் மேலாளரின் கையொப்பத்தை நான் அதில் பார்த்தேன்,” என்று அவர் என்னிடம் கூறினார். அவர் தொடர்ந்து இவ்வாறு செய்து வந்தபோது, அவரிடம் இருந்த பகையுணர்வு முற்றிலுமாக அவரிடமிருந்து விடைபெற்றுக் கொண்டது. இதைத் தொடர்ந்து நிகழ்ந்த சம்பவம் சுவாரசியமானது. அவரையும் அவருடைய வேலையையும் பாராட்டி அவருடைய மேலாளர் உண்மையிலேயே அவருக்கு ஒரு கடிதம் எழுதினார். அதோடு, அவருக்குப் பதவி உயர்வும் கொடுத்து அவரை கௌரவித்தார். இந்த இளைஞர் எந்த விஷயத்தைப் பல நாட்களாகத் தன்

உணர்வுப்பூர்வமாகக் கற்பனை செய்து வந்திருந்தாரோ, அதே விஷயம்தான் இந்த உண்மையான கடிதத்தில் இடம்பெற்றிருந்தது. பகையுணர்வையும் வெறுப்பையும் உதறிவிட்டு, அன்பையும் நல்லெண்ணத்தையும் மனத்தில் குடியமர்த்தும்போது ஏற்படுகின்ற புதிய மனப்போக்கு விளைவிக்கின்ற அற்புதத்திற்கு இது ஒரு நல்ல எடுத்துக்காட்டு. இந்த இளைஞரின் புதிய, இணக்கமான, ஒத்துழைப்பான மனப்போக்கை அவருடைய மேலாளரின் ஆழ்மனம் உணர்ந்து கொண்டு, அதற்கு ஏற்றபடி அந்த மேலாளர் செயல்படும்படி அவரைத் தூண்டியது. இந்த இளைஞர் அன்பைக் கொடுத்தார், எனவே அன்பைத் திரும்பப் பெற்றார்.

பல வருடத் துன்பத்திற்குக் காரணம்

சில ஆண்டுகளுக்கு முன்பு, மேற்கு ஆஸ்திரேலியாவில் அமைந்த பெர்த் நகரைச் சேர்ந்த ஓர் இளம்பெண் என்னை சந்தித்தார். ஒற்றைத் தலைவலி, தீவிரச் சளித் தொந்தரவு, வயிற்றுப் பிரச்சனை, இளைப்பு நோய் ஆகியவற்றால் அவர் பல வருடங்களாகத் துன்புற்று வந்திருந்தார். தன் தாயார்மீது தனக்கு இருந்த வெறுப்பையும் பகையுணர்வையும் மனக்கசப்பையும் பற்றிய அவலமான கதையை அவர் என்னிடம் கூறினார். அவருடைய தாயார் எங்கு இருந்தார் என்று நான் அப்பெண்ணிடம் கேட்டதற்கு, "அவர் இறந்து பத்து வருடங்கள் ஆகிவிட்டன," என்று அவர் பதிலளித்தார். இவருடைய தாயார் இறந்தபோது, தன் வீட்டை நியூசிலாந்தில் இருந்த இவருடைய சகோதரியின் பெயரில் எழுதி வைத்துவிட்டிருந்ததுதான் இப்பெண்ணின் கோபத்திற்குக் காரணம். வெறுப்பு எனும் மன விஷத்தால் இத்தனைக் காலமாக இவர் தனக்குத் தானே விஷம் கொடுத்து வந்திருந்தார். வெறுப்பு ஓர் உண்மையான 'கொலையாளி.'

இவ்விஷயத்தை அறிவுப்பூர்வமாக நான் இப்பெண்ணிடம் விவாதித்தப் பிறகு, தன் தாயார்

தன் அறிவுக்கு எட்டிய விதத்தில் சரியாக நடந்து கொண்டிருந்தார் என்பதை இவர் உணர்ந்து கொண்டார். தான் ஒரு புதிய மனப்போக்கைப் பெற்று, தன் தாயாருக்காகப் பிரார்த்தனை செய்ய வேண்டியது அவசியம் என்பதையும் இவர் அறிந்தார். பிறகு தன்னைக் கட்டுப்படுத்திக் கொள்ள முடியாமல் அவர் அழுதார். அது அவருக்கு நல்லதாகவே அமைந்தது. தன் மனத்தில் இருந்த பாரத்தை அவர் இறக்கி வைத்தார். அது அவரை விடுவித்தது. “கடவுள் என் தாயாரை ஆசீர்வதிக்கட்டும். என் தாயார் எங்கு இருந்தாலும் கடவுளின் அன்பு அங்கு அவரோடு இருக்கட்டும்!” என்று அவர் கூறினார். இதுதான் அவருக்குத் தேவைப்பட்ட உண்மையான மருந்து. நாங்கள் இருவருமாகச் சேர்ந்து அவருடைய தாயாருக்காகப் பிரார்த்தனை செய்தோம். கடவுளின் அன்பும் அழகும் அவருடைய தாயாரைச் சூழ்ந்திருக்க வேண்டும் என்றும், கடவுளின் அன்பு அவருடைய ஆன்மாவை நிரப்ப வேண்டும் என்றும் நாங்கள் வேண்டினோம். அப்போது இப்பெண்ணிடம் ஓர் அற்புதமான மாற்றம் உருவானது. அவருடைய கண்களில் ஓர் ஒளி குடியேறியது, அவரது உதடுகளில் ஒரு புன்னகை மலர்ந்தது, ஒரு பிரகாசமான ஒளி அவரை ஆட்கொண்டது. அவருடைய பகையுணர்வானது கடவுளின் அன்பெனும் கதிரொளியில் கரைந்து போனது.

6

வழிகாட்டுதல் கேட்டுப் பிரார்த்தனை செய்வது எப்படி

இப்பிரபஞ்சத்தை ஆட்டுவிக்கின்ற சக்திதான் ஒவ்வொரு தனிநபருக்குள்ளும் இருக்கின்ற படைப்பாற்றலின் வற்றாத ஊற்று. வழிகாட்டுதல் வேண்டிப் பிரார்த்தனை செய்யக் கற்றுக் கொள்வதன் மூலம் இந்த ஆற்றலைப் பயன்படுத்திக் கொள்ள நாம் கற்றுக் கொள்கிறோம். ஆனாலும், நம்முடைய பிரார்த்தனைக்கான விடை எப்படி, எப்போது, எங்கிருந்து, அல்லது எதன் மூலமாக வரும் என்பது ஒரு புரியாத புதிராகவே இருக்கிறது. மனித மனம் வெறுமனே ஓர் எண்ணத்தை ஆழ்மனத்தில் பதிய வைக்கிறது. முடிவில்லா மனம் அதன் ஊடாக வேலை செய்கிறது. ஒரு கோரிக்கையை முன்வைத்துப் பிரார்த்தனை செய்யும்போது, இடம், காலம், வழி போன்ற எந்தவொரு விஷயத்தையும் குறிப்பிட்டுக் கேட்பதன் மூலம் நம் பிரார்த்தனையின் ஆற்றலை நாம் மட்டுப்படுத்திவிடக்கூடாது.

ஒரு மருத்துவருக்குக் கிடைத்த வழிகாட்டுதல்

பிரபல நூலாசிரியரான டாக்டர் ஏ.ஜே.குரானின் தன் ஆழ்மனத்தால் வழிநடத்தப்பட்டார். அவர் எங்களுடைய உள்ளூர்ச் செய்திப் பத்திரிகை ஒன்றில் ஒரு கட்டுரை எழுதினார். அவரது ஆரோக்கியம் சீர்குலைந்த பிறகு, மருத்துவத் தொழிலின்

அழுத்தத்தைத் தாங்கிக் கொள்ளக்கூடிய சக்தி இனி ஒருபோதும் அவருக்கு இருக்காது என்றும், அவருக்கு அத்தொழில் பொருத்தமாக இருக்காது என்றும் அவரது மருத்துவர்கள் அவரிடம் கூறியதால் அவர் ஓராண்டு காலம் ஓய்வெடுக்க வேண்டியதாயிற்று. அவர் தன் தொழில்வாழ்க்கையின் உச்சகட்ட லட்சியமாக வரித்திருந்த ஒன்று துவங்கவிருந்த நேரம் அது. லண்டனில் அவர் ஒரு நிபுணராக ஆவதற்கு அவர் தீவிர விருப்பம் கொண்டிருந்தார். அதற்கான ஒரு வாய்ப்பு அவருக்கு அப்போதுதான் கிடைத்திருந்தது. அவருடைய நண்பர் ஒருவர், அவரிடம், "கடவுள் ஒரு கதவை மூடினால் இன்னொரு கதவைத் திறப்பார் என்று எங்கள் ஊரில் ஒரு கூற்று சொல்லப்படுகிறது," என்று கூறி அவரை ஊக்கப்படுத்தினார்.

சிறிது காலத்திற்குப் பிறகு, எழுத வேண்டும் என்ற ஒரு தூண்டுதல் அவரை ஆட்கொண்டது. அதன் விளைவாக உருவானதுதான் 'ஹேட்டர்ஸ் காஸில்' என்ற நூல். அவர் அதன் கையெழுத்து நகலை ஒரு பதிப்பாளரிடம் அனுப்பி வைத்தபோது, அதை அப்பதிப்பாளர் ஏற்றுக் கொண்டார். ஒரு கதவு மூடப்பட்டிருந்தது, ஆனால் ஆழ்மனத்தின் ஞானம் இன்னொரு வெற்றிகரமான, அதிக செல்வத்தைக் கொண்டுவரக்கூடிய ஒரு தொழிலை அவருக்குத் திறந்துவிட்டிருந்தது. அவருக்கே தெரியாமல் அவருக்குள் ஒளிந்திருந்த தனித்திறமைகளை அது அவருக்கு வெளிப்படுத்தியது. நீங்களும் உங்கள் ஆழ்மனத்தின்மீது விசுவாசம் கொண்டிருந்தால், உங்கள் பிரார்த்தனைக்கான விடையை அது உங்களிடம் கொண்டுவந்து சேர்க்கும் என்று நீங்கள் நம்பினால், உங்கள் ஆழ்மனம் அதை உங்களுக்காகச் செய்யும்.

உங்கள் விருப்பங்கள் நிறைவேறுவதற்கு ஏதோ ஒரு வழி இருக்கிறது

ஏதோ ஒன்றைச் செய்ய வேண்டும், ஏதோ ஒன்றைக் கைவசப்படுத்த வேண்டும், யாரோ

ஒருவராக ஆக வேண்டும் என்ற தூண்டுதல் எல்லோருக்கும் இருக்கிறது. "நான் ஒரு நடிகனாக, நடிகையாக, எழுத்தாளராக, பொறியாளராக, அல்லது மாபெரும் இசைக்கலைஞராக இருந்தால் எவ்வளவு நன்றாக இருக்கும்!" என்று உங்களுக்கு நீங்களே கூறிக் கொண்டிருக்கக்கூடும்.

லாஸ் ஏஞ்சலீஸ் டைம்ஸ் பத்திரிகையில் ஒரு முன்னணி இசை நட்சத்திரம் எழுதிய ஒரு கட்டுரை வெளியிடப்பட்டிருந்தது. 'உங்கள் ஆழ்விருப்பங்களை உன்னிப்பாக கவனியுங்கள்' என்ற அர்த்தத்தில் அமைந்த தலைப்பில் வெளியிடப்பட்டக் கட்டுரை அது.

அக்கட்டுரையை எழுதிய பெண்மணி, "ஆழ்விருப்பங்கள் என்பவை உயிர்த்துடிப்புக் கொண்ட எண்ணங்கள். செயல்நடவடிக்கையில் இறங்க அவை தீவிர ஆர்வத்துடன் இருக்கின்றன. ஒளியையும் அழகையும் உற்பத்தி செய்யக்கூடிய சக்தி அவற்றுக்கு உண்டு," என்று குறிப்பிட்டிருந்தார். அவர் தன் வாழ்வில் விரும்பிய அனைத்தும் அவருக்குக் கிடைத்திருந்தது. எனவே, தன் விருப்பங்கள் மதிப்புவாய்ந்தவையாக இருப்பதை உறுதி செய்வதற்காக அவர் அவற்றை 'உன்னிப்பாக கவனிக்கிறார்.'

ஒரு தோட்டக்காரர் தன் தோட்டத்தைச் செப்பனிட்டு, அதிலுள்ள களைகளை அகற்றி, மலர்களையும்கனிகளையும்வளர்த்தெடுப்பதைப்போல, ஒரு மனிதன் தன் மனமென்னும் தோட்டத்தைப் பேணிப் பராமரிக்க வேண்டும். தவறான, பயனற்ற, தூய்மையற்ற எண்ணங்களைக் களைந்து, சரியான, பயனுள்ள, சுத்தமான எண்ணங்களால் விளையும் மலர்களையும் கனிகளையும் அவன் வளர்த்தெடுக்க வேண்டும். இச்செயல்முறையைப் பின்பற்றுவதன் மூலம், தானே தன் ஆன்மாவின் தோட்டக்காரன் என்பதையும், தானே தன் வாழ்வின் இயக்குனர் என்பதையும் அவன் விரைவில் கண்டறிகிறான்.

ஒரு துப்பறிவாளருக்குக் கிடைத்த வெற்றி

கடினமான விவகாரங்களில் துப்புத் துலக்குவதற்கு ஆழ்மனத்தைப் பயன்படுத்தி வெற்றி காண முடியும் என்று சில மாதங்களுக்கு முன்பு நான் சந்தித்த ஒரு துப்பறிவாளரிடம் நான் கூறினேன். நான் பின்வருமாறு அவரிடம் விளக்கினேன்:

"இரவில் நீங்கள் தூங்கப் போவதற்கு முன்பாக, காலை ஆறு மணிக்கு உங்களுக்கு விழிப்பூட்டுமாறு உங்கள் ஆழ்மனத்திடம் கூறினால், துல்லியமாக ஆறு மணிக்கு அது உங்களை எழுப்பிவிடும். ஏனெனில், காலை ஆறு மணியைப் பற்றி நீங்கள் சிந்தித்துக் கொண்டிருக்கிறீர்கள். உங்கள் வெளிமனத்தில் ஒரு விஷயத்தில் நீங்கள் திட்டவட்டமான உறுதியுடன் இருந்தால், உங்கள் ஆழ்மனம் தானாகவே அதற்குச் செயல்விடை அளிக்கும். உங்கள் எண்ணம் தெளிவானதாகவும் திட்டவட்டமானதாகவும் இருக்கும்போதும், உங்கள் வேண்டுதலுக்கு விடையளிக்கின்ற சக்தி ஆழ்மனத்திற்கு உண்டு என்று நீங்கள் நம்பும்போதும், உங்கள் ஆழ்மனம் விரைவாகச் செயல்விடை அளிக்கும். குற்றத்தில் ஈடுபட்டவர்கள் அனைவரும் எங்கே இருக்கின்றனர் என்பது உங்கள் ஆழ்மனத்திற்குத் தெரியும். அவர்கள் எங்கே ஒளிந்திருக்கின்றனர், அவர்களை எவ்வாறு கண்டுபிடிக்க வேண்டும் என்பதும் அதற்குத் தெரியும்."

மனிதனுக்குத் தோன்றியுள்ள அனைத்துச் சிந்தனைகளும், இப்புவியில் நிகழ்ந்துள்ள அனைத்தின் நினைவுகளும் பிரபஞ்ச ஆழ்மனத்தில் பதிவாகியுள்ளன. ஒவ்வொரு தனிநபரின் ஆழ்மனமும் இந்தப் பிரபஞ்ச ஆழ்மனத்துடன் ஒன்றுகலந்துள்ளது.

நான் முன்பு குறிப்பிட்டத் துப்பறிவாளருக்குப் பின்வரும் எளிய உத்தியை நான் பரிந்துரைத்தேன்:

"உங்கள் மனத்தை அமைதிப்படுத்திக் கொள்ளுங்கள். ஆசுவாசம் கொள்ளுமாறு உங்கள் உடலிடம் கூறுங்கள். அது உங்களுக்குக் கட்டுப்பட்டு நடக்கும். உங்கள்

உடலுக்கென்று தனிப்பட்ட விருப்பமோ அல்லது அறிவோ கிடையாது. அது ஓர் உணர்ச்சிகரமான வட்டு. உங்கள் நம்பிக்கைகளையும் அபிப்பிராயங்களையும் அது தன்னகத்தே பதிவு செய்து வைத்துக் கொள்கிறது. உங்கள் பிரச்சனைகளுக்கான தீர்வின்மீது உங்கள் கவனத்தை நிலைப்படுத்துங்கள். உங்கள் வெளிமனத்தைக் கொண்டு அப்பிரச்சனைகளுக்குத் தீர்வு காண முயற்சி செய்யுங்கள். உங்களுக்குக் கிடைக்கும் கச்சிதமான தீர்வு உங்களுக்கு எவ்வளவு மகிழ்ச்சியளிக்கும் என்று எண்ணிப் பாருங்கள். உங்கள் மனம் அலைபாய்ந்தால், மீண்டும் அதை மென்மையாக இழுத்து வாருங்கள். இந்தத் தூக்க நிலையில், கிறக்க நிலையில், 'விடை இப்போது என்னுடையது. என் பிரச்சனைக்கான விடை என் ஆழ்மனத்திற்குத் தெரியும் என்பதை நான் அறிவேன்,' என்று அமைதியாகவும் நேர்மறையாகவும் கூறுங்கள். அந்த விடை கிடைத்துவிட்டதுபோல உணருங்கள். உங்கள் மனம் இந்த மனநிலையில் சிறிது நேரம் உலாவட்டும். பிறகு அப்படியே தூங்கிவிடுங்கள். நீங்கள் எதிர்பார்த்ததைவிட மிக விரைவாக நீங்கள் தூங்கக்கூடும். ஆனால் நீங்கள் உங்கள் விடையைப் பற்றிச் சிந்தித்துக் கொண்டிருந்தீர்கள். உங்கள் நேரம் வீணாக்கப்படவில்லை. காலையில் நீங்கள் கண்விழிக்கும்போது விடை உங்களுக்குக் கிடைத்திராவிட்டால், வேறு ஏதேனும் வேலையில் மும்முரமடையுங்கள். நீங்கள் எதிர்பார்க்காத நேரத்தில் உங்கள் விடை உங்கள் மனத்தில் முளைத்தெழும்."

அவர் இந்த எளிய அறிவுறுத்தல்களைப் பின்பற்றினார். நான்காவது நாளன்று காலையில் அவர் சவரம் செய்து கொண்டிருந்தபோது அவருக்கான விடை அவருடைய வெளிமனத்தில் தோன்றியது. அதற்கு ஒரு காரணம் இருந்தது. அவர் சவரம் செய்து கொண்டிருந்தபோது அவர் ஆசுவாசமாக இருந்தார். அப்போது அவருடைய ஆழ்மனத்தின் ஞானமும் உள்ளுணர்வும் அவருடைய வெளிமனத்திற்கு வந்தன.

ஆழ்மனம் உங்களுக்கு வழிகாட்டும், ஆனால் உங்கள் வெளிமனத்தில் நீங்கள் ஒரு திட்டவட்டமான முடிவுக்கு வர வேண்டும். உங்களுக்கு அங்கு எந்தத்

தடுமாற்றமும் இருக்கக்கூடாது. வேறு வார்த்தைகளில் கூறினால், இந்தத் துப்பறிவாளரைப்போல நீங்கள் உங்கள் மனத்தில் ஓர் உறுதியான தீர்மானத்திற்கு வர வேண்டும். உங்கள் ஆழ்மனம் உங்களுக்கு விடையளிக்கும் என்று நீங்கள் உறுதியாக நம்ப வேண்டும்.

விடைக்கு முட்டுக்கட்டையாக இருப்பதை நிறுத்துவது எப்படி

"இந்தப் புதிய வேலையை நான் ஏற்றுக் கொள்ள வேண்டுமா அல்லது என் பழைய வேலையிலேயே இருந்துவிட வேண்டுமா?"

"நான் இந்த மனையில் முதலீடு செய்யலாமா?"

"நான் என் வீட்டை விற்க வேண்டுமா அல்லது இப்போதைக்கு அதை அப்படியே விட்டுவைக்க வேண்டுமா?"

"நான் இந்த வியாபாரக் கூட்டை ரத்து செய்துவிட்டு ஒரு புதிய வியாபாரக் கூட்டை ஏற்படுத்திக் கொள்ள வேண்டுமா கூடாதா?"

"நான் இந்த நபரைத் திருமணம் செய்து கொள்ளலாமா?"

"நள்ளிரவிற்குள் எனக்கு ஒரு விடை கிடைத்தாக வேண்டும். நான் என்ன தீர்மானம் மேற்கொள்வது?"

இப்படிப்பட்ட அன்றாடப் பிரச்சனைகளுக்கு மக்கள் தொடர்ந்து விடை தேடிக் கொண்டிருக்கின்றனர். தங்கள் ஆழ்மனம் எவ்வாறு செயல்படுகிறது என்பதைப் புரிந்து கொள்ளத் தவறியதால், பலர் தங்களையும் அறியாமல் இக்கேள்விகளுக்கான விடைகளையும் பிற குழப்பமான கேள்விகளுக்கான விடைகளையும் தடுத்துக் கொண்டிருக்கின்றனர். ஆழ்மனம் ஒரு யோசனையை ஏற்றுக் கொள்ளும்போது, அது உடனடியாக அதன்மீது நடவடிக்கை எடுக்கத் தொடங்கிவிடுகிறது என்பதை நாம் நினைவில் கொள்ள வேண்டும். அந்த வேலைக்குத் தேவையான அனைத்து வளங்களையும் அது ஒன்றுதிரட்டும், நமக்குள்

இருக்கின்ற எல்லையற்ற மனரீதியான சக்திகளையும் ஆன்மீகரீதியான சக்திகளையும் அது முடுக்கிவிடும். ஒரு யோசனை நல்லதோ அல்லது கெட்டதோ, இந்த விதி துல்லியமாக இயங்கும். நாம் இந்த விதியை எதிர்மறையாகப் பயன்படுத்தினால், அது நமக்குப் பிரச்சனையையும் தோல்வியையும் குழப்பத்தையும் கொண்டுவரும். அதை நாம் நேர்மறையாகப் பயன்படுத்தினால்,வழிகாட்டுதலையும் சுதந்திரத்தையும் மன அமைதியையும் அது கொண்டுவரும். நம் எண்ணங்கள் ஆக்கப்பூர்வமாகவும் நேர்மறையாகவும் அன்பானவையாகவும் இருக்கும்போது, சரியான விடைகள் நமக்குக் கிடைப்பது உறுதி. இதிலிருந்து நமக்கு ஒரு விஷயம் வெளிப்படையாகத் தெரிகிறது. ஒரு யோசனை ஏற்கனவே நிஜமாகிவிட்டதுபோல உணர்வதன் மூலம் அந்த யோசனையை நம் ஆழ்மனம் ஏற்றுக் கொள்ளும்படி செய்வது மட்டுமே நாம் செய்ய வேண்டிய ஒரே வேலை. நம் மன விதி மற்றவற்றைப் பார்த்துக் கொள்ளும். நம் ஆழ்மனம் பொறுப்பேற்றுக் கொள்வதற்கு நாம் விசுவாசத்தோடும் நம்பிக்கையோடும் நம்முடைய கோரிக்கையை அதனிடம் ஒப்படைத்துவிட வேண்டும்.

“விஷயங்கள் மோசமாகப் போய்க் கொண்டிருக்கின்றன,” “எனக்கு ஒருபோதும் விடை கிடைக்காது,” “இதிலிருந்து விடுபட எனக்கு வழி தெரியவில்லை,” “என்ன செய்வதென்று எனக்குத் தெரியவில்லை,” போன்ற பேச்சுக்கள் மூலம் நம்முடைய பிரச்சனைகளுக்கான விடைகளையும் நம்முடைய முன்னேற்றத்தையும் நாமே தடுத்துக் கொண்டிருக்கிறோம். நாம் இப்படிப்பட்டப் பேச்சுக்களில் ஈடுபடும்போது, நம் ஆழ்மனத்திடமிருந்து எந்தச் செயல்விடையும் எந்த ஒத்துழைப்பும் நமக்குக் கிடைப்பதில்லை. நாம் முன்னேறிச் செல்வதும் இல்லை, பின்னோக்கிச் செல்வதும் இல்லை. அதாவது, நாம் எந்த இடத்தையும் சென்றடைவதில்லை. நாம் ஒரு டாக்ஸியில் ஏறி, ஐந்து நிமிடங்களில் ஆறு வெவ்வேறு

திசைகளை அதன் ஓட்டுனருக்குக் கொடுத்தால், அவர் முற்றிலும் குழப்பமடைந்துவிடுவார், நம்மை எங்கும் அழைத்துச் செல்ல மறுத்துவிடுவார். நம் ஆழ்மனத்துடன் செயல்படும்போதும் இதேதான் நிகழ்கிறது. நம் மனத்தில் ஒரு தெளிவான யோசனை இருக்க வேண்டும். நாம் விடுபடுவதற்கு ஒரு வழி இருக்கிறது, நம்மைத் திணறடித்துக் கொண்டிருக்கும் பிரச்சனைக்கு ஒரு தீர்வு இருக்கிறது என்ற ஒரு திட்டவட்டமான தீர்மானத்திற்கு நாம் வர வேண்டும். நம் ஆழ்மனத்திற்குள் இருக்கின்ற முடிவில்லாப் பேரறிவுக்கு மட்டுமே விடை தெரியும். நம் வெளிமனத்தில் நாம் ஒரு திட்டவட்டமான முடிவுக்கு வரும்போது, நம் மனம் உறுதியாகிவிடுகிறது. நம் நம்பிக்கைதான் நம் யதார்த்தத்தை உருவாக்குகிறது.

நம்பிக்கை என்பது நம் மனத்தில் நாம் நிலைப்படுத்துகின்ற ஓர் எண்ணம் அல்லது கோட்பாடு. அந்த எண்ணம் எப்படிப்பட்ட இயல்பைக் கொண்டதாக இருந்தாலும் சரி, அதற்கு ஏற்ற ஒரு செயல்விடை வந்தே தீரும். "இதிலிருந்து விடுபடுவதற்கு எனக்கு வழியே இல்லை," "எனக்கு எந்த விடையும் கிடைக்கப் போவதில்லை," போன்றவை நம் கோட்பாடாக இருந்தால், குழப்பத்தை மட்டுமே நாம் வரவழைக்கிறோம். நம் எண்ணம் அறிவார்ந்ததாக இருந்தால், நமக்குக் கிடைக்கும் செயல்விடையும் அறிவார்ந்ததாக இருக்கும். ஒரு செயல்நடவடிக்கை என்பது ஓர் எண்ணத்தின் புற வெளிப்பாடு மட்டுமே என்பதை நாம் அனைவரும் அறிவோம். நம்முடைய ஆக்கப்பூர்வமான செயல்நடவடிக்கையோ அல்லது தீர்மானமோ, நம் மனத்தில் நாம் வளர்த்தெடுத்துள்ள ஓர் அறிவார்ந்த எண்ணத்தின் புற வெளிப்பாடுதான். பொது அறிவு என்பது உள்ளார்ந்த வழிகாட்டுதல் அல்லது ஞானத்தின் ஒரு வெளிப்பாடு. வழிகாட்டுதல் அல்லது ஒரு விடை வேண்டிப் பிரார்த்தனை செய்த பிறகு, நம் இலக்கை நோக்கிச் செல்வதற்கு நாம் மேற்கொள்ளக்கூடிய

வெளிப்படையான, சௌகரியமான நடவடிக்கைகளை நாம் புறக்கணித்துவிடக்கூடாது. நம் எண்ணம் நம் ஆழ்மனத்தைத் தூண்டி நமக்கான விடையைக் கொண்டுவரும் என்ற அறிதலோடு, நம் பிரச்சனைக்கான தீர்வைப் பற்றி மட்டுமே நாம் சிந்தித்துக் கொண்டிருக்கும்போது, நம் விடையைத் தடுப்பதை நாம் தவிர்க்கிறோம்.

தன்னம்பிக்கையையும் வெற்றியையும் உங்களால் தேர்ந்தெடுக்க முடியும்

தேர்ந்தெடுப்பதற்கான திறனில்தான் நம்முடைய ஆரோக்கியம், மன அமைதி, மகிழ்ச்சி, அபரிமிதம் ஆகியவற்றுக்கான திறவுகோல் இருக்கிறது. நாம் சரியாகச் சிந்திக்கக் கற்றுக் கொள்ளும்போது, வலி, துயரம், ஏழ்மை, தட்டுப்பாடு ஆகியவற்றைத் தேர்ந்தெடுப்பதை நாம் நிறுத்துகிறோம். மாறாக, நமக்குள் இருக்கின்ற பொக்கிஷத்திலிருந்து நாம் தேர்ந்தெடுக்கிறோம். "மகிழ்ச்சியையும் அமைதியையும் செழிப்பையும் ஞானத்தையும் பாதுகாப்பையும் நான் தேர்ந்தெடுக்கிறேன்," என்று நாம் ஒவ்வொருவரும் திட்டவட்டமாகவும் உறுதியாகவும் கூறுவோம். வெளிமனத்தில் நாம் அந்த உறுதியான தீர்மானத்திற்கு வரும்போது, முடிவில்லாப் பேரறிவின் ஞானத்தையும் சக்தியையும் கொண்டு நம் ஆழ்மனம் நம் உதவிக்கு வரும், நமக்கு வழிகாட்டுதல் கிடைக்கும், ஒன்றைச் சாதிப்பதற்கான பாதை நமக்கு வெளிப்படுத்தப்படும்.

துளிகூட சந்தேகமின்றி, எந்தத் தயக்கமும் இன்றி, எந்த பயமும் இன்றி, "ஒரே ஒரு படைப்பு சக்திதான் இருக்கிறது. என் சொந்த ஆழ்மனத்தின் சக்திதான் அது. ஒவ்வொரு பிரச்சனைக்கும் ஒரு தீர்வு இருக்கிறது. இதை நான் ஆழமாக நம்புகிறேன்," என்று நேர்மறையாகவும் உறுதியாகவும் சுயபிரகடனம் செய்யுங்கள். நாம் இந்த உண்மைகளைத் துணிச்சலாகப் பிரகடனம் செய்யும்போது, நமக்கு வழிகாட்டுதல் கிடைக்கும், நாம் மேற்கொள்ள வேண்டிய நடவடிக்கைகள் நமக்கு வெளிப்படுத்தப்படும்.

காட்டில் தொலைந்து போன கதை

ஆழ்மனத்தைப் பயன்படுத்தும்போது நாம் ஒரு விஷயத்தை நினைவில் வைத்திருக்க வேண்டியது அவசியம். ஆழ்மனம் எதையும் பகுத்து ஆராய்வதில்லை. அது முடிவை மட்டுமே பார்க்கிறது. வெளிமனத்தில் எந்த யோசனை இருக்கிறதோ அதற்கு ஏற்ற ஒரு விளைவை மட்டுமே அது ஏற்படுத்திக் கொடுக்கும்.

எனக்கு சுமார் பதினோரு வயதாக இருந்தபோது, ஒருமுறை நான் ஒரு காட்டில் தொலைந்து போனேன். முதலில் எனக்கு மிகவும் பயமாக இருந்தது. பிறகு, கடவுள் என்னை வழிநடத்திச் சென்று காட்டிலிருந்து பாதுகாப்பாக வெளியே கூட்டிச் செல்வார் என்று எனக்கு நானே கூறிக் கொள்ளத் தொடங்கினேன். அப்போது, ஒரு குறிப்பிட்டத் திசையில் செல்வதற்கான ஓர் உந்துதல் என்னுள் எழுந்தது. ஆழ்மனம் கொடுத்த இந்தத் தூண்டுதலை நான் பின்தொடர்ந்தேன். என் உள்ளுணர்வு சரியாக இருந்தது. இரண்டு நாட்களுக்குப் பிறகு, என்னைத் தேடி வந்த குழுவினரின் பார்வையில் நான் பட்டேன். இந்தத் தூண்டுதல் என்னுடைய ஆழ்மனம் கொடுத்ததுதான். காட்டிலிருந்து எப்படி என்னை வெளியே கூட்டிச் செல்ல வேண்டும் என்பதை அது அறிந்திருந்தது.

குழப்பம், பயம், நடுக்கம் ஆகிய எண்ணங்களை உள்ளடக்கிய ஓர் உளரீதியான காட்டில் பலர் வாழ்ந்து கொண்டிருக்கின்றனர். உங்கள் ஆழ்மனத்திற்குள் இருக்கும் ஞானம் உங்கள் வாழ்வில் ஒழுங்கையும் அமைதியையும் இணக்கத்தையும் கொண்டுவந்து கொண்டிருப்பதாக வலிமையாக சுயபிரகடனம் செய்யுங்கள். இதை நீங்கள் ஒழுங்காகவும் முறையாகவும் தொடர்ந்து செய்து வரும்போது, சரியான விளைவுகள் உங்களை வந்தடைவதை யாராலும் அல்லது எதுவொன்றாலும் தடுத்து நிறுத்த முடியாது. ஏனெனில், ஆழ்மனத்தின் அளப்பரிய வளங்களின் ஞானமும் சக்தியும் அன்பும் உங்கள் சார்பில் இயங்கிக்

கொண்டிருக்கின்றன. ஆழ்மனத்தின் வலுவான சக்திகள் ஒருபோதும் தோற்பதில்லை.

மனமென்னும் தோட்டத்தில் ரோஜாக்களைப் பயிரிடுங்கள்

ஒரு தோட்டத்தை நினைத்துக் கொள்ளுங்கள். அப்போது மனத்தின் இருவேறு தளங்களையும், மனத்தை இயக்குகின்ற விதியையும் நீங்கள் புரிந்து கொள்வீர்கள். வெளிமனம் நிலத்தில் விதைகளை விதைக்கிறது. எந்த வகையான விதைகள் பயிரிடப்பட வேண்டும் என்பதை அது தீர்மானிக்கிறது. திராட்சையைப் பயிரிட்டாலும் சரி, முட்களைப் பயிரிட்டாலும் சரி, எது பயிரிடப்படுகிறதோ அதை அந்த நிலம் வளர்த்தெடுக்கும் என்பது நீங்கள் அறிந்ததுதான்.

அதேபோல, ஆழ்மனத்தையும் ஒரு நிலமாகப் பாருங்கள். வளர்ச்சிக்குத் தேவையான அனைத்து அம்சங்களையும் அது உள்ளடக்கியுள்ளது. ஒன்றை வளர்த்தெடுப்பதுதான் நிலத்தின் இயல்பே அன்றி, தான் எதை வளர்த்தெடுக்கிறோம் என்பது பற்றி அதற்குத் துளிகூட அக்கறை கிடையாது. தான் ஒரு விஷச் செடியை வளர்த்தெடுக்கிறோமா அல்லது ரோஜா மலர்களை வளர்த்தெடுக்கிறோமா என்பது பற்றி அது கவலைப்படுவது இல்லை. விஷச் செடிகளைப் பயிரிடுவதை வெளிமனம் தேர்ந்தெடுத்திருக்கும்போது, அதை வளர்த்தெடுக்க நிலம் மறுப்புத் தெரிவிக்குமானால், இயற்கை விதிகள் அனைத்தும் மீறப்பட்டுவிடும்.

ஆழ்மனத்தின் விஷயத்திலும் இது பொருந்தும். வெறுமனே நடவடிக்கை மேற்கொள்வதுதான் அதன் வேலை. அது ஒருபோதும் கேள்வி கேட்பதில்லை, எதிர்த்துப் பேசுவதில்லை. தன்மீது பதிய வைக்கப்படும் எதுவொன்றையும் ஏற்றுக் கொண்டு, அதை உங்கள் அனுபவத்தில் அது உருவாக்கித் தருகிறது — அது நல்லதானாலும் சரி, அல்லது கெட்டதானாலும்

சரி. உண்மையான, நியாயமான, தூய்மையான, அருமையான, உன்னதமான, நல்லியல்பு கொண்ட விஷயங்களை உங்கள் மனத்தில் பயிரிடுங்கள். அப்போது உங்கள் மனத்திலும் உடலிலும் அனுபவத்திலும் ரோஜாக்கள் மலரும்.

சரியான நடவடிக்கைக்கான ரகசியம்

சரியான விடைக்கு மனரீதியாக உங்களை அர்ப்பணித்துக் கொள்ளுங்கள். ஒரு விடை உங்களிடத்தில் ஒன்றைத் தூண்டுமானால், அதுதான் சரியான விடை என்று நீங்கள் எடுத்துக் கொள்ளலாம். அது உங்களிடத்தில் தூண்டுவது ஓர் உணர்வாக இருக்கலாம், அல்லது ஓர் உள்ளார்ந்த விழிப்புணர்வாக இருக்கலாம், அல்லது விடை உங்களுக்குத் தெரியும் என்பதை நீங்கள் அறிந்திருப்பது தொடர்பான ஒரு வலிமையான உள்ளுணர்வாக இருக்கலாம். ஆழ்மனம் உங்களைப் பயன்படுத்திக் கொள்ளத் துவங்குகின்ற நிலையை நீங்கள் அடையும் அளவுக்கு அதன் சக்தியையும் ஞானத்தையும் நீங்கள் பயன்படுத்தியிருக்கிறீர்கள்.

இரண்டாம் உலகப் போரில் பங்கு கொண்டிருந்த ஓர் இளைஞனுக்காக நான் பிரார்த்தித்துக் கொண்டிருந்தேன். போரில் அவன் கொல்லப்பட்டிருந்ததாகத் தனக்குத் தந்தி வந்திருந்ததாக அந்த இளைஞனின் தாயார் என்னிடம் கூறினார். இது உண்மையல்ல என்ற உணர்வு எனக்கு ஏற்பட்டது. எனவே, அப்பெண்மணியிடமும் நான் அப்படியே கூறினேன். அந்த இளைஞன் இறக்கவில்லை என்பதை என்னால் அப்பெண்ணுக்கு நிரூபித்துக் காட்ட முடியவில்லை. ஆனால் அவன் உயிரோடுதான் இருந்தான் என்ற ஓர் உறுதியான உணர்வு என்னை ஆட்கொண்டது. ஆனால் அதையடுத்து நிகழ்ந்த பல நிகழ்வுகள் என் நம்பிக்கை சரிதான் என்று நிரூபித்தன. ஏதோ தவறு நிகழ்ந்திருந்தது. அந்த இளைஞன் உயிரோடுதான் இருந்தான்.

உங்களுக்குள் இருக்கும் ஆழ்மனத்தின் வழிகாட்டுதலில் நம்பிக்கையுடன் நீங்கள் இயங்கிக் கொண்டிருக்கும்போது, நீங்கள் தோற்க மாட்டீர்கள், ஒரு தவறான அடிகூட எடுத்து வைக்க மாட்டீர்கள். உங்களுடைய வழக்கமான சிந்தனைக்கு ஏற்றவாறு உங்களுக்கு வழிகாட்டுதல் கிடைக்கும். பயங்கள், பிரச்சனைகள், தோல்விகள் ஆகியவற்றைப் பற்றி மட்டுமே நீங்கள் சிந்தித்தால், நீங்கள் தவறான திசையில் வழிநடத்தப்படுவீர்கள், அதிகக் குழப்பத்தை மட்டுமே நீங்கள் அனுபவிப்பீர்கள்.

பிரபஞ்சத்தில் நீங்கள் பயப்படுவதற்கு எதுவுமே இல்லை. இந்த மாபெரும் உண்மையை நன்றாகக் கருத்தில் கொள்ளுங்கள். உங்கள் ஆழ்மனத்தை அறிவார்ந்த முறையில் பயன்படுத்துவதன் மூலமாக சக்தியையும் கட்டுப்பாட்டையும் உங்களால் பெற முடியும். அனைத்துப் பிரச்சனைகளுக்குமான விடை உங்களுக்குள் இருக்கிறது என்று உங்கள் மனத்தில் ஓர் உறுதியான நம்பிக்கையை வளர்த்துக் கொள்ளுங்கள். இந்த மன உறுதி உங்கள் ஆழ்மன சக்தியை முடுக்கிவிட்டு, அதன் ஞானமும் அன்பும் உங்களுக்காகச் செயல்படும்படி அவற்றைத் தூண்டிவிடுகிறது.

நீங்கள் இப்போது அமைதியாக உட்கார்ந்து கொண்டு, ஒரு மலையின்மீது ஓர் அழகான ஏரி இருப்பதுபோலக் கற்பனை செய்து கொள்ளுங்கள். அந்த ஏரியின் சலனமற்ற மேற்பரப்பில், நட்சத்திரங்கள், நிலவு, மற்றும் அருகிலுள்ள மரங்களின் பிரதிபலிப்புகளை நீங்கள் பார்க்கிறீர்கள். அந்த ஏரிக்குள் எதையேனும் எறிந்து அதன் நீரைத் தொந்தரவு செய்தால், அந்தப் பிரதிபலிப்புகளை உங்களால் பார்க்க முடியாது. அதேபோல, உங்கள் மனத்தை அமைதிப்படுத்துங்கள், ஆசுவாசப்படுத்துங்கள், மற்றவற்றை விட்டுத்தள்ளுங்கள். அமைதியையும் சலனமின்மையையும் பற்றி மட்டுமே சிந்தியுங்கள். நீங்கள் மன அமைதியோடு இருக்கும்போதுதான் உண்மையான விடை வருகிறது என்பதை அறிந்திடுங்கள்.

7

பிரார்த்தனை எவ்வாறு முட்டுக்கட்டைகளை அகற்றுகிறது

தான் மிகச் சிறந்த ஆண்டு வருவாயை ஈட்டிக் கொண்டிருந்ததாகவும், ஆனால் கடந்த மூன்று மாதங்களாக எல்லாக் கதவுகளும் மூடப்பட்டிருந்ததுபோலத் தோன்றியதாகவும் ஒரு விற்பனையாளராக வேலை செய்த ஜேம்ஸ் என்னிடம் கூறினார். ஒப்பந்தத்தில் கையெழுத்திடும் நிலைக்கு அவர் தன்னுடைய வாடிக்கையாளர்களைக் கூட்டி வந்திருந்தும், கடைசி நேரத்தில் அவரால் அந்தப் பரிவர்த்தனைகளைச் செய்து முடிக்க முடியாமல் போய்க் கொண்டிருந்தது. ஏதோ ஒரு துரதிர்ஷ்டம் தன்னைப் பின்தொடர்ந்து வந்து கொண்டிருந்தது என்று அவர் மேலும் கூறினார்.

நான் இது குறித்து அவரோடு விரிவாகக் கலந்து பேசியபோது, மூன்று மாதங்களுக்கு முன்பு, ஓர் ஒப்பந்தத்தில் கையெழுத்திடுவதாக வாக்குக் கொடுத்திருந்த பல் மருத்துவர் ஒருவர் கடைசி நேரத்தில் அதிலிருந்து விலகிவிட்டிருந்ததால் அவர்மீது ஜேம்ஸ் கடுங்கோபமும் எரிச்சலும் அடைந்திருந்தார் என்பதை நான் கண்டறிந்தேன். மற்ற வாடிக்கையாளர்களும் அதுபோலவே செய்துவிடுவரோ என்ற ஆழ்மனரீதியான பயத்தில் அவர் வாழத் தொடங்கினார். இது அவருக்கு வெறுப்பையும் பகையுணர்வையும் தடைகளையும்

ஏற்படுத்தியது. தனக்கு முட்டுக்கட்டைகள் ஏற்படும், கடைசி நிமிடத்தில் ஒப்பந்தங்கள் ரத்து செய்யப்படும் என்ற ஓர் எதிர்மறையான நம்பிக்கையை அவர் மெல்ல மெல்லத் தன்னுள் வளர்த்திருந்தார். "நான் எது குறித்து பயந்தேனோ, அது நடந்துவிட்டது," என்று கூறிய அவர், பிரச்சனை தன் மனத்தில்தான் இருந்தது என்பதையும், தன் மனப்போக்கை மாற்றுவது இன்றியமையாதது என்பதையும் உணர்ந்து கொண்டார்.

பின்வரும் பிரார்த்தனையைச் செய்ததன் மூலமாக அவர் தன்னுடைய 'துரதிர்ஷ்டத்தை' விரட்டியடித்தார்:

> **"தடைகள், இன்னல்கள், தாமதங்கள் ஆகிய எதையும் அறியாத முடிவில்லாப் பேரறிவோடு நான் ஒன்றுகலந்து இருக்கிறேன் என்பதை நான் உணர்கிறேன். சிறந்த விளைவுகளே ஏற்படும் என்ற நேர்மறையான எதிர்பார்ப்பில் நான் மகிழ்ச்சியாக வாழ்கிறேன். என் ஆழ்மனம் என் எண்ணங்களுக்குச் செயல்விடை அளிக்கிறது. முடிவில்லாப் பேரறிவின் செயல்பாட்டிற்கு எந்தத் தடையும் ஏற்படுவதில்லை என்பதை நான் அறிவேன். கடவுள் தான் தொடங்கும் எதையும் வெற்றிகரமாக முடித்துவிடுகிறார். கடவுள் என் ஊடாக இயங்கி, என்னுடைய அனைத்துத் திட்டங்களையும் நோக்கங்களையும் நிறைவேற்றிக் கொடுக்கிறார். நான் எதைத் தொடங்கினாலும், அதை நான் வெற்றிகரமாகச் செய்து முடிக்கிறேன். அற்புதமான சேவையைக் கொடுப்பதுதான் என் குறிக்கோள். என்னைத் தொடர்பு கொள்ளும் ஒவ்வொருவரும் நான் வழங்குகின்ற சேவையால் ஆசீர்வதிக்கப்படுகின்றனர். என் வேலை எனக்கு எல்லா விதத்திலும் செழிப்பைக் கொண்டுவருகிறது. இதற்காக நான் கடவுளுக்கு நன்றி கூறுகிறேன்."**

அவர் தன் வாடிக்கையாளர்களை சந்திக்கப் போவதற்கு முன்பாக தினமும் காலையில் இந்தப் பிரார்த்தனையைத் தொடர்ந்து செய்தார். இரவில் தூங்கப் போவதற்கு முன்பாகவும் அவர் இந்தப் பிரார்த்தனையைக் கூறினார். மிகக் குறுகிய காலத்திற்குள், அவர் மீண்டும் ஒரு வெற்றிகரமான விற்பனையாளராக ஆனார்.

தன் வாழ்வில் தான் அனுபவித்துக் கொண்டிருந்த அனைத்தும் தன் சொந்த எண்ணங்கள் மற்றும் நம்பிக்கைகளின் வெளிப்பாடுதான் என்பதை அவர் உணர்ந்து கொண்டபோது, அவர் தன் மனத் தடைகளை அகற்றினார். அவர் தன் எண்ணத்தை மாற்றியபோது, புறக் காட்சியும் மாறியது. தன் வாழ்வின் கதை உண்மையிலேயே தனக்கும் கடவுளுக்கும் இடையேயான உறவின் கதைதான் என்பதை அவர் கண்டறிந்தார்.

ஒரு குடிகாரனின் தடை

நியூசிலாந்தில் அமைந்த ஆக்லேன்ட் நகரில் நான் சில தொடர்ச் சொற்பொழிவுகளைக் கொடுத்துக் கொண்டிருந்தபோது, ஒருநாள், பார்லிகார்ன் என்பவர் என்னை சந்தித்தார். அவர் தீவிரக் குடிப்பழக்கத்திற்கு ஆளாகியிருந்தார். தான் எல்லா விதமான 'சிகிச்சைகளை' மேற்கொண்டிருந்தும் தனக்கு எந்தப் பலனும் கிடைக்கவில்லை என்று அவர் கூறினார். அவர் ஒரு பழக்கத்திற்கு அடிமையாகியிருந்தார். அவர் அடிக்கடி மதுவருந்திக் கொண்டிருந்ததால், அது அவருடைய ஆழ்மனத்தில் ஒரு போக்காகப் பதிவாகியிருந்தது.

தான் ஏறகனவே பல முறை சபலத்திற்கு இணங்கியிருந்ததால், மீண்டும் ஒரு முறை தான் சபலப்பட்டுவிடுவோம் என்று அவர் பயந்தார். அவருடைய ஆழ்மனத்திற்குக் கொடுக்கப்பட்டிருந்த தூண்டுதல்களினால் இது அவருடைய தொடர்ச்சியான தோல்விக்கு வழிவகுத்தது. அவருடைய கற்பனைதான் அவர் மீண்டும் மீண்டும் மதுவை நோக்கிச் சென்றதற்குக் காரணமாக இருந்தது. அவருடைய ஆழ்மனத்தில் பதிவு செய்யப்பட்டிருந்த காட்சிகள் பலனளிக்கத் தொடங்கின. மது நிரம்பிய கோப்பைகளையும், பிறகு காலியாக்கப்பட்டக் கோப்பைகளையும் அவர் கற்பனை செய்தார். இது அவருக்கு மகிழ்ச்சியையும் ஆசுவாசத்தையும் கொடுத்தது. அவருடைய கற்பனை

தறிகெட்டு ஓடியபோது, தன்னைக் கட்டுப்படுத்திக் கொள்ள முடியாமல் அவர் மீண்டும் மதுவிடுதிக்குச் சென்று ஒரு பாட்டில் மதுவை வாங்கினார்.

ஒரு குடிகாரன் தன்னுடைய மதுப்பழக்கத்திலிருந்து விடுபடுவதற்கு முயற்சியையும் மன உறுதியையும் பயன்படுத்துகிறான். ஆனால் அவன் எவ்வளவு அதிக முயற்சியையும் மன உறுதியையும் பயன்படுத்துகிறானோ, அவன் அவ்வளவு அதிகமாக அந்தக் குடிப்பழக்கத்தில் மூழ்கிவிடுகிறான்.

எதிர் முயற்சி விதி

முயற்சி எப்போதுமே தன்னைத் தானே வீழ்த்திக் கொள்கிறது. அது எப்போதும் நம் விருப்பத்திற்கு நேரெதிரானதையே விளைவிக்கிறது. இதற்கான காரணம் வெளிப்படையானது. ஒரு பழக்கத்திலிருந்து விடுபடுவதற்குத் தான் சக்தியற்றவனாக இருக்கிறோம் என்று ஒருவன் தனக்குத் தானே கூறிக் கொள்கின்ற வார்த்தைகள் அவனுடைய மனத்தில் ஆதிக்கம் செலுத்துகின்றன. ஆழ்மனம் எப்போதும் ஆதிக்க எண்ணங்களாலேயே கட்டுப்படுத்தப்படுகிறது. ஒன்றுக்கொன்று முரண்பட்ட இரண்டு விஷயங்களில், வலிமையானதைத்தான் ஆழ்மனம் எப்போதும் தேர்ந்தெடுக்கும். எனவே, முயற்சியற்ற வழிதான் சிறந்தது.

'எதிர் முயற்சி விதி' என்ற ஒரு விதி உள்ளது. உங்கள் விருப்பமும் உங்கள் கற்பனையும் ஒன்றுக்கொன்று முரண்பட்டு இருந்தால்,இறுதியில் உங்கள் கற்பனைதான் வெற்றி பெறும். எடுத்துக்காட்டாக, "நான் கடினமான முயற்சிகளை மேற்கொண்டேன், என்னை நானே கட்டாயப்படுத்தினேன், என் மன உறுதியையெல்லாம் ஒன்றுதிரட்டிப் பயன்படுத்தினேன்," என்று ஒரு குடிகாரன் கூறுவதை நீங்கள் கேட்கக்கூடும். தவறு அவனுடைய முயற்சியில்தான் இருக்கிறது என்பது முதலில் அவனுக்கு உணர்த்தப்பட வேண்டும்.

அப்போதுதான் அவன் தன் பழக்கத்தை வெற்றி கொள்ளத் தொடங்குவான்.

எடுத்துக்காட்டாக, தரையின்மீது கிடத்தப்பட்டுள்ள ஒரு நீளமான மரப்பலகையின் நடக்கும்படி உங்களிடம் கூறப்பட்டால், கேள்வி எதுவும் கேட்காமல் நீங்கள் அதன்மீது ஏறி நடப்பீர்கள். இதே பலகை இருபதடி உயரத்தில் இரண்டு சுவர்களுக்கு நடுவே அந்தரத்தில் வைக்கப்பட்டால், நீங்கள் அதன்மீது நடப்பீர்களா? அதன்மீது நடக்க வேண்டும் என்று நீங்கள் கொள்ளும் விருப்பம் உங்கள் கற்பனையால் தடுக்கப்படுகிறது. கீழே விழுந்துவிடுவது குறித்த உங்கள் பயம்தான் இங்கு உங்கள் மனத்தடையாக இருக்கிறது. எந்த எண்ணம் ஆதிக்கம் செலுத்துகிறதோ, அதுவே வெற்றி பெறும். அந்த மரப்பலகையின்மீது நடந்து செல்வதற்கு நீங்கள் கொள்ளும் விருப்பமும் முயற்சியும் உறுதியும் மாற்றியமைக்கப்பட்டு, தோல்வி குறித்த ஆதிக்க எண்ணம் வலியுறுத்தப்படும்.

“நான் என் குடிப்பழக்கத்தை விட்டொழிக்க விரும்புகிறேன், ஆனால் என்னால் முடியவில்லை,” என்று ஒருவர் கூறினால், அவர் உண்மையிலேயே அவ்வாறு விரும்பக்கூடும், ஆனால் அது குறித்து அவர் எவ்வளவு அதிகக் கடினமாக முயற்சிக்கிறாரோ, அப்பழக்கத்திலிருந்து விடுபடுவது அவருககு அவ்வளவு அதிகக் கடினமானதாக ஆகிறது. உங்கள் யோசனையை உங்கள் ஆழ்மனம் ஏற்றுக்கொள்ளும்படி செய்வதற்கு ஒருபோதும் உங்கள் மன உறுதியைப் பயன்படுத்தாதீர்கள். இத்தகைய முயற்சிகள் தோல்வியில்தான் முடியும். ஒன்றுக்கொன்று முரணான இரண்டு வாக்கியங்களில், ஆதிக்கமானதையே ஆழ்மனம் ஏற்றுக் கொள்கிறது. ஏழ்மையில் உழன்று கொண்டிருக்கும் ஒருவன், “நான் செல்வந்தனாக இருக்கிறேன்,” என்று கூறுவதைப் போன்றது இது. பல சமயங்களில், அவனுடைய இந்தப் பிரகடனம் அவனை மேலும் ஏழையாக்குகிறது. இதற்கான காரணம் எளியது. அவனுக்கு அபரிமிதத்தில் இருக்கும் நம்பிக்கையைவிட, ஏழ்மையில் அவன் அதிக

நம்பிக்கை கொண்டிருப்பதால், தான் செல்வந்தன் என்று அவன் கூறிக் கொள்ளும் ஒவ்வொரு முறையும் அதிகப்படியான பற்றாக்குறையையே அவன் தன் ஆழ்மனத்திற்குள் பதிவு செய்கிறான். எதிர் முயற்சி விதியை இது அழகாக விளக்குகிறது. வேறு வார்த்தைகளில் கூறினால், எந்த விளைவை நீங்கள் விரும்புகிறீர்களோ, அதற்கு நேரெதிரான விளைவை உங்கள் ஆழ்மனம் உருவாக்கிக் கொடுக்கிறது.

தொடர்ச்சியான தோல்விகளுக்கான காரணம்

சில வருடங்களுக்கு முன்பு நியூயார்க்கைச் சேர்ந்த ஒரு குடிகாரருக்கு நான் சிகிச்சை அளித்திருந்தேன். அவருடைய கதையை ஆக்லேன்டில் நான் சந்தித்தக் குடிகாரரான பார்லிகார்னிடம் நான் கூறினேன். நியூயார்க்கைச் சேர்ந்த அந்த நபர், என்னிடம், “நான் தொடர்ந்து ஆறு மாதங்களுக்குக் குடிக்காமல் இருப்பேன். அது குறித்து என்னை நானே பாராட்டிக் கொள்வேன். எனக்கு அளப்பரிய மன உறுதி இருந்ததாகக் கூறி என் நண்பர்கள் அனைவரும் என் முதுகில் தட்டிக் கொடுத்து என்னைப் பாராட்டுவர். ஆனால், திடீரென்று, கட்டுப்படுத்த முடியாத ஒரு தூண்டுதல் என்னுள் எழும். பிறகு இரண்டு வாரங்கள் நான் தொடர்ந்து குடித்துக் கொண்டே இருப்பேன்,” என்று கூறினார்.

இது மீண்டும் மீண்டும் நிகழ்ந்திருந்தது. அவர் மன உறுதியோடு மேற்கொண்ட முயற்சிகள் அவருடைய ஆசையைத் தற்காலிகமாகக் கட்டுப்படுத்தி வைத்தன. ஆனால் தன்னுள் எழுந்த தூண்டுதல்களை அடக்குவதற்கு அவர் மேற்கொண்ட தொடர்ச்சியான முயற்சிகள் விஷயத்தை மேலும் மோசமாக்கவே செய்தன. தொடர்ந்து அவருக்குக் கிடைத்துக் கொண்டிருந்த தோல்விகள், தன்னுடைய சபலத்தைக் கட்டுப்படுத்துவதற்குத் தனக்கு சக்தியில்லை, கட்டுப்பாடு இல்லை என்று அவரை நம்ப வைத்தன. சக்தியற்று இருத்தல் என்ற யோசனை அவருடைய

ஆழ்மனத்திற்குக் கொடுக்கப்பட்ட ஒரு வலிமையான தூண்டுதலாக இயங்கியது. இது அவரை மேலும் சக்தியற்றவராக ஆக்கி, அவருடைய வாழ்க்கையைப் பல தொடர்ச்சியான தோல்விகள் அடங்கிய ஒன்றாக மாற்றியது.

அவருடைய வெளிமனம் மற்றும் ஆழ்மனத்தின் செயல்பாடுகளை இணக்கமுறச் செய்வதற்கு நான் அவருக்குக் கற்றுக் கொடுத்தேன். இவ்விரண்டு மனங்களும் ஒன்றோடொன்று ஒத்துழைக்கும்போது, ஆழ்மனத்தில் பதிவு செய்யப்படும் யோசனைகளும் விருப்பங்களும் மெய்யாக்கப்படுகின்றன. தன் மனத்தை எதிர்மறையான விதத்தில் பழக்கப்படுத்த முடியும் என்றால், அதை நேர்மறையாகவும் பழக்கப்படுத்த முடியும் என்று அவருடைய வெளிமனம் ஒப்புக் கொண்டது. அதைத் தொடர்ந்து, தன்னால் வெற்றி பெற முடியும் என்ற யோசனையை அவர் தன் மனத்தில் பதிய வைக்கும் முயற்சியில் ஈடுபட்டார். தன் குடிப்பழக்கத்திலிருந்து தன்னால் மீள முடியாது என்று சிந்திப்பதை அவர் நிறுத்தினார் என்பதை பார்லிகார்னுக்கு நான் விளக்கினேன். மேலும், தன் சொந்த எண்ணத்தைத் தவிர தான் குணமாவதைத் தடுக்க வேறு எந்த முட்டுக்கட்டையும் இருக்கவில்லை என்பதையும் அவர் தெளிவாகப் புரிந்து கொண்டார். எனவே, இங்கு அளவுக்கதிகமான முயற்சியோ அல்லது மன உறுதியோ தேவையிருக்கவில்லை. நீங்கள் ஒன்றைக் கட்டாயப்படுத்துகிறீர்கள் என்றால், அங்கு எதிர்ப்பு இருக்கிறது என்று அர்த்தம். ஒரு பிரச்சனையிலிருந்து மீள்வதற்கான வழிகளைப் பற்றிய சிந்தனையில் உங்கள் மனம் முழுமையாக ஈடுபடும்போது, தடைகளைப் பற்றி அதற்குக் கவலையில்லை.

அக்குடிகாரர் தன் உடலை ஆசுவாசப்படுத்திக் கொள்ளப் பழகிக் கொண்டார். அவர் ஓர் ஆசுவாசமான தியான நிலையை அடைந்து, தான் விரும்பிய விளைவைப் பற்றிய காட்சியைத் தன் மனத்தில் நிரப்பினார். மிகச் சுலபமான வழியில் தன்

ஆழ்மனம் தன் பிரச்சனைக்குத் தீர்வு காணும் என்ற உறுதியான அறிதலோடு அவர் இதைச் செய்தார். தான் தன் குடிப்பழக்கத்திலிருந்து விடுபட்டிருந்தது குறித்துத் தன் மகள் தன்னைப் பாராட்டியதைப்போல அவர் கற்பனை செய்தார். உண்மையில் அவர் தன்னுடைய இந்த மோசமான பழக்கத்தால் தன்னுடைய குடும்பத்தை இழந்திருந்தார். அவர் தங்களைச் சந்திப்பதற்கு அவர்கள் அவரை அனுமதிக்கவில்லை. அவருடைய மனைவி அவரிடம் பேச மறுத்தார்.

இந்நபர் தினமும் முறையாக தியானம் செய்தார். தன் கவனம் சிதறியபோதெல்லாம், தன் மகளின் புன்னகையுடன்கூடிய முகத்தைக் கற்பனை செய்ததன் மூலம் அவர் மீண்டும் தன் மனத்தை ஒருமுகப்படுத்தினார். தன் மகளின் இனிமையான பண்புநலன்களால் தன் வீடு குதூகலமாக இருந்தது போன்ற காட்சிகளை அவர் தன் மனத்தில் நிலைப்படுத்தினார். இவை அனைத்தும் அவருடைய மனத்தில் ஒரு நேர்மறையான மாற்றத்தை ஏற்படுத்தின. அது ஒரு படிப்படியான செயல்முறையாக இருந்தது. ஆனால், தன் வெளிமனத்தில் இருக்கும் காட்சி விரைவில் தன் ஆழ்மனத்தில் பதிவாகிவிடும் என்ற அறிதலோடு, அவர் தன் நோக்கத்திலிருந்து பிறழாமல் தினமும் இப்பயிற்சியைச் செய்தார். வெளிமனம் ஒரு புகைப்படக் கருவி என்றும், காட்சிகள் பதிவு செய்யப்படுகின்ற தகடுதான் ஆழ்மனம் என்றும் நான் அவரிடம் கூறினேன். இது அவர்மீது ஓர் ஆழ்ந்த தாக்கத்தை ஏற்படுத்தியது. தன் வெளிமனத்தில் இருந்த காட்சியைத் தன் ஆழ்மனத்தில் பதிவு செய்வதுதான் அவருடைய ஒரே நோக்கமாக இருந்தது.

தன் வெளிமனம் வெறும் ஒரு புகைப்படக் கருவி மட்டுமே என்பதை உணர்ந்த அவர், முயற்சி எதையும் மேற்கொள்ளவில்லை. அவர் மனத்தில் எந்தப் போராட்டமும் இருக்கவில்லை. அவர் அமைதியாகத் தன் எண்ணத்தை ஒழுங்குபடுத்திவிட்டு, தன் கவனத்தைத் தனக்கு முன்னால் இருந்த காட்சியின்மீது

குவித்தார். மெல்ல மெல்ல அவர் அந்தக் காட்சியோடு தன்னை ஐக்கியப்படுத்திக் கொண்டார். அவர் தன் மனத்தில் இதைப் பல முறை காட்சிப்படுத்தினார். தான் குணமாகிவிடுவோம் என்று அவர் சந்தேகமின்றி நம்பினார். குடிப்பதற்கு அவருக்கு லேசான சபலம் எழுந்தபோதெல்லாம், குடியைப் பற்றிய சிந்தனையை விட்டுவிட்டு, தான் தன் குடும்பத்தினருடன் வீட்டில் மகிழ்ச்சியாக இருந்ததுபோல அவர் கற்பனை செய்தார். தன் மனத்தில் தான் உருவாக்கிக் கொண்டிருந்த காட்சியை நிஜ வாழ்க்கையில் தான் நிச்சயமாக அனுபவிப்போம் என்று அவர் உறுதியாக எதிர்பார்த்ததால் அவர் தன் நோக்கத்தில் வெற்றி பெற்றார். இன்று அவர் கோடிக்கணக்கான சொத்து மதிப்புள்ள ஒரு மாபெரும் நிறுவனத்தின் தலைவராக இருக்கிறார், மிகவும் மகிழ்ச்சியாக இருக்கிறார்.

மதுப் பழக்கத்திற்கான காரணம்

எதிர்மறையான, அழிவுப்பூர்வமான சிந்தனைதான் மதுப் பழக்கத்திற்கான உண்மையான காரணம். ஒரு மனிதன் எதை சிந்திக்கிறானோ, அவன் அதுவாகவே ஆகிறான். மதுப் பழக்கத்திற்கு அடிமையாகியுள்ள ஒருவரிடம் தாழ்வு மனப்பான்மை, போதாமை உணர்வு, தோல்வியுணர்வு, விரக்தி ஆகியவை ஆழமாக வேரூன்றியுள்ளன. கூடவே, ஓர் ஆழமான, உள்ளார்ந்த பகையுணர்வும் அவருள் இருக்கிறது. தான் மதுவருந்துவதற்கு அவரிடம் ஏகப்பட்டக் காரணங்களும் சாக்குப்போக்குகளும் இருக்கும். ஆனால் உண்மையான ஒரே காரணம் அவருடைய சிந்தனை வாழ்க்கையில்தான் இருக்கிறது. நீங்கள் ஒரு குடிகாரராக இருந்தால், அதை ஒத்துக் கொள்ளுங்கள். அதை விடுத்து, அந்த விவகாரத்தை ஏய்க்கப் பார்க்காதீர்கள். தாங்கள் குடிகாரர்கள் என்பதை ஒப்புக் கொள்ள மறுப்பதுதான் பலர் தொடர்ந்து குடிகாரர்களாக இருப்பதற்குக் காரணம்.

தடுமாற்றம், உள்ளார்ந்த பயம் ஆகியவைதான் உங்கள் நோய். வாழ்க்கையை எதிர்கொள்ள நீங்கள் மறுக்கிறீர்கள். எனவே, மது பாட்டில் வழியாக உங்கள் பொறுப்புகளிலிருந்து தப்பிக்க நீங்கள் முயற்சிக்கிறீர்கள். இதில் சுவாரசியமான ஒரு விஷயம் என்னவென்றால், ஒரு குடிகாரனுக்கு எந்த சுதந்திரமும் கிடையாது. தனக்கு சுதந்திரம் இருப்பதாக அவன் நினைக்கிறான், தன் மன உறுதியைப் பற்றி அவன் தம்பட்டம் அடித்துக் கொள்கிறான். குடிக்கு அடிமையாகியுள்ள ஒருவன், "அதை நான் இனிமேல் தொட மாட்டேன்," என்று தைரியமாகக் கூறுகிறான், ஆனால் அதை நடைமுறைப்படுத்துவதற்கான சக்தி அவனுக்கு இருப்பதில்லை.

பார்லிகார்னின் நிலையை ஒத்த நிலையில் பலர் இருக்கின்றனர். தங்கள் குடிப் பிரச்சனைக்குத் தங்கள் சிந்தனைதான் காரணம் என்பதையும், பயம், பொய்யான நம்பிக்கைகள், கோபம், பகைமை ஆகியவற்றை உள்ளடக்கிய ஓர் உளவியல்ரீதியான சிறையில் தாங்கள் வாழ்ந்து கொண்டிருக்கிறோம் என்பதை அவர்களுக்குப் புரிய வைத்துவிட்டால், ஆக்கப்பூர்வமான ஒரு வழியில் தங்களை மறுசீரமைத்துக் கொள்வதற்கு அவர்கள் தயாராகிவிடுகின்றனர். முந்தைய பழக்கங்களில் இருந்து தங்களை விடுவித்துக் கொள்வதற்கான ஒரு தீவிர ஆர்வத்தை அவர்கள் வெளிப்படுத்துகின்ற கணத்தில், அவர்கள் 51 சதவீதம் குணமாகிவிடுகின்றனர். பிறகு பிரார்த்தனையைப் பயன்படுத்தி அவர்களால் தங்கள் மனத்தடைகளை அகற்ற முடியும்.

குணமாக்குவதற்கான உத்திகள்

பார்லிகார்ன் பயன்படுத்திய உத்தியில் புதிதாக எதுவும் இல்லை. "ஒரு மனிதன் எவ்வாறு கற்பனை செய்கிறானோ, அவன் அதுவாகவே ஆகிறான்," என்பது காலங்காலமாகக் கூறப்பட்டு வருகின்ற ஓர் அறிவார்ந்த கூற்று.

முதல் நடவடிக்கை: உங்களை ஆசுவாசப்படுத்திக் கொண்டு, அசைவின்றி இருங்கள். உங்கள் மனத்தின் சக்கரங்களை இழுத்துப் பிடித்து அதை அமைதிப்படுத்துங்கள். பிறகு ஒரு கிறக்கமான, தூக்க நிலைக்குள் நுழையுங்கள். இந்த ஆசுவாசமான, அமைதியான, ஏற்புத்தன்மை கொண்ட நிலையில், நீங்கள் இரண்டாவது நடவடிக்கைக்குத் தயாராகிறீர்கள்.

இரண்டாவது நடவடிக்கை: சுலபமாக நினைவில் வைத்துக் கொள்ளக்கூடிய விதத்தில் ஒரு சுருக்கமான வாக்கியத்தை அமைத்து, அதை மீண்டும் மீண்டும் கூறுங்கள். "மன அமைதியும் நிதானமும் இப்போது என் வசமாகிவிட்டன. அதற்காக நான் நன்றி கூறுகிறேன்," என்ற வாக்கியத்தை சுயபிரகடனமாகப் பயன்படுத்துங்கள். மனம் அலைபாய்வதைத் தடுப்பதற்கு, அந்த சுயபிரகடனத்தை உரத்தக் குரலில் கூறுங்கள். அந்த சுயபிரகடனம் உங்கள் ஆழ்மனத்திற்குள் நுழைவதற்கு இது உதவும். இதைக் குறைந்தபட்சம் ஐந்து நிமிடங்கள் செய்யுங்கள். உங்கள் ஆழ்மனத்திலிருந்து ஓர் ஆழமான, உணர்ச்சிகரமான செயல்விடை வருவதை நீங்கள் காண்பீர்கள்.

மூன்றாவது நடவடிக்கை: தூங்கப் போவதற்கு முன்பாக, பின்வரும் பயிற்சியைச் செய்யுங்கள்: ஒரு நண்பரோ அல்லது உங்கள் அன்புக்குரிய ஒருவரோ உங்கள் முன்னால் இருப்பதைப்போலக் கற்பனை செய்து கொள்ளுங்கள். உங்கள் கண்கள் மூடியிருக்க வேண்டும். நீங்கள் ஆசுவாசமாகவும் அமைதியாகவும் இருக்க வேண்டும். கற்பனையாக உங்கள் எதிரில் இருக்கும் நபர், "வாழ்த்துக்கள்!" என்று உங்களிடம் கூற வேண்டும். கண்களை மூடிய நிலையில் நீங்கள் அவருடைய புன்னகையைப் பாருங்கள், அவருடைய குரலைக் கேளுங்கள். அவருடைய கையையும் முகத்தையும் தொடுங்கள். இவை அனைத்தும் நிஜமாக நிகழ்வதுபோல உங்களுக்குத் தோன்றும். 'வாழ்த்துக்கள்' என்ற வார்த்தை முழுமையான சுதந்திரத்தைக் குறிக்கிறது. உங்களுக்கு முழுமையான

திருப்தி ஏற்படும்வரை இந்த வார்த்தையை மீண்டும் மீண்டும் கேட்டுக் கொண்டே இருங்கள்.

இந்த உத்தியை தினமும் மூன்று அல்லது நான்கு முறையும், இரவில் தூங்கப் போவதற்கும் முன்பும் பயன்படுத்துங்கள். இறுதியில் உங்களுக்குக் கிடைக்கவிருக்கும் வெற்றியைக் கற்பனை செய்யுங்கள். இந்த வெற்றியால் உங்களுக்குக் கிடைக்கக்கூடிய மனநிறைவையும் சாதனையுணர்வையும் உணருங்கள். உங்கள் வெற்றியை நோக்கி நீங்கள் எடுத்து வைக்கும் ஒவ்வோர் அடியிலும் இந்த விசுவாசத்தைத் தக்க வைத்துக் கொள்ளுங்கள்.

இந்த நேரத்தில் ஒருவர் என் நினைவிற்கு வருகிறார். திருமணமாகி நான்கு குழந்தைகளுடன் மகிழ்ச்சியாக வாழ்ந்து கொண்டிருந்த ஒரு தொழிலதிபர், வியாபாரம் நிமித்தமாகத் தான் மேற்கொண்ட பயணங்களின்போது ரகசியமாக இன்னொரு பெண்ணுடன் குடும்பம் நடத்திக் கொண்டிருந்தார். அந்நபர் எப்போதும் நோயுற்றும், நடுக்கத்தோடும், எரிச்சலோடும், வாக்குவாதத்தில் ஈடுபட்டுக் கொண்டும் இருந்தார். தூக்க மருந்து உட்கொள்ளாமல் அவரால் தூங்க முடியவில்லை. மருத்துவர்களால் கண்டுபிடிக்க முடியாத பல வலிகளை அவர் தன் உடலின் பல்வேறு உறுப்புகளில் அனுபவித்தார். அவர் என்னைப் பார்க்க வந்தபோது, குடிப்பழக்கத்திற்கு அவர் அடிமையாகியிருந்தது வெளிப்படையாகத் தெரிந்தது. உள்ளூர அவர் கொண்டிருந்த குற்ற உணர்வுதான் அவருடைய குடிப்பழக்கத்திற்குக் காரணமாக இருந்தது. வாழ்க்கை குறித்தப் பண்டைய விதிமுறையை அவர் மீறியிருந்ததார். அது அவரைத் தொந்தரவு செய்தது. மதம் போதித்த மதிப்பீடுகள் அவருடைய மனத்தில் ஆழமாகப் பதிந்திருந்தன. தன் குற்றவுணர்வால் ஏற்பட்ட மனக்காயத்தை குணப்படுத்துவதற்காக அவர் அளவுக்கதிகமாகக் குடித்தார். தீவிர வலிகளைச் சமாளிப்பதற்கு மார்ஃபீன், கோடீன் போன்ற மருந்துகளைச் சிலர் உட்கொள்கின்றனர். இவர் தன்

மனத்தில் இருந்த காயத்தை ஆற்றுவதற்கு மதுவைத் தேர்ந்தெடுத்தார். இது அவருக்கு மேலும் அதிகப் பிரச்சனையைத்தான் விளைவித்தது.

மனம் எப்படிச் செயல்பட்டது என்பது பற்றிய விளக்கத்தை உன்னிப்பாகச் செவிமடுத்த அவர், தன் பிரச்சனையை நேருக்கு நேர் எதிர்கொண்டார், தன்னுடைய ரகசிய உறவை விட்டொழித்தார். தப்பிப்பதற்குத் தன் மனம் மேற்கொண்ட முயற்சிதான் தன் குடிப்பழக்கம் என்பதை அவர் அறிந்தார். அவருடைய ஆழ்மனத்தில் உறைந்திருந்த மறைவான காரணம் களையப்பட வேண்டியிருந்தது. அதைத் தொடர்ந்து அவர் நலமடையத் தொடங்கினார்.

அவர் தன் பிரச்சனையை அறிவார்ந்த முறையில் அலசி ஆராய்ந்து, அதிலிருந்து மீள்வதற்கான வழியைக் கண்டறிந்தபோது, அவருடைய பிரச்சனை மறைந்தது. பின்வரும் பிரார்த்தனையை அவர் தினமும் பல முறை கூறினார்:

> **"என் மனம் அமைதியாகவும் சமநிலையோடும் சலனமின்றியும் இருக்கிறது. முடிவில்லா சக்தி என்னுள் புன்னகைத்துக் கொண்டிருக்கிறது. கடந்தகாலம், நிகழ்காலம், மற்றும் எதிர்காலத்திலுள்ள எதைக் கண்டும் எனக்கு பயமில்லை. முடிவில்லாப் பேரறிவு எல்லா வழிகளிலும் என்னை வழிநடத்தி இயக்குகிறது. ஒவ்வொரு சூழ்நிலையையும் நான் நம்பிக்கையோடும் அமைதியோடும் விசுவாசத்தோடும் எதிர்கொள்கிறேன். நான் என் தீய பழக்கத்திலிருந்து முற்றிலுமாக விடுபட்டுவிட்டேன். என் மனம் உள்ளார்ந்த அமைதியாலும் சுதந்திரத்தாலும் மகிழ்ச்சியாலும் நிரம்பியுள்ளது. என்னை நான் மன்னிக்கிறேன். அமைதியும் தெளிவும் தன்னம்பிக்கையும் என் மனத்தில் கோலோச்சுகின்றன."**

தான் என்ன செய்து கொண்டிருந்தோம், அதை ஏன் செய்து கொண்டிருந்தோம் என்ற அறிதலுடன் அவர் அடிக்கடி இந்தப் பிரார்த்தனையைக் கூறினார். தான் என்ன செய்து கொண்டிருந்தோம் என்பதை அவர் அறிந்திருந்தது அவருக்குத்

தேவையான நம்பிக்கையையும் விசுவாசத்தையும அவருக்குக் கொடுத்தது. அவர் இந்த வாக்கியங்களை மெதுவாகவும், அன்பாகவும், அர்த்தத்தோடும் உரத்தக் குரலில் கூறினால், அது படிப்படியாக அவருடைய ஆழ்மனத்திற்குள் ஊடுருவிச் சென்று அதில் பதியும் என்று நான் அவருக்கு விளக்கினேன். விதை ஒன்றைப் போட்டால் சுரை ஒன்றா முளைக்கும் என்பதுபோல, இந்த வாக்கியங்களுக்கு ஏற்ற விளைவுகளை அவருடைய ஆழ்மனம் ஏற்படுத்திக் கொடுக்கும் என்பதை நான் அவருக்குக் காட்டினேன். ஆழ்மனம் என்பது ஒரு தோட்டத்தைப் போன்றது, அருமையான விதைகளை விதைப்பதன் மூலம் அவரால் ஓர் அற்புதமான அறுவடையைப் பெற முடியும் என்பதை நான் அவருக்கு விளக்கினேன். ஓர் ஆப்பிள் மரத்தை உருவாக்குவதுதான் ஓர் ஆப்பிள் விதையின் இயல்பு. இந்த உண்மைகள்மீது அவர் தன் கவனத்தை ஒன்றுகுவித்தபோது, அவை அவருடைய ஆழ்மனத்தைச் சென்றடைந்தன. அவருடைய அனைத்துப் பிரச்சனைகளுக்கும் காரணமாக இருந்த எதிர்மறை மனப்பதிவுகளை இந்த உண்மைகள் தவிடுபொடியாக்கின. ஒளியானது இருளைப் போக்குகிறது. அதேபோல, ஒரு நேர்மறை எண்ணம் ஓர் எதிர்மறை எண்ணத்தை அழிக்கிறது. ஒரு மாதத்திற்குள் அவர் பரிபூரணமாக மாறினார்.

பயம் உங்கள் கதவைத் தட்டும்போது, அல்லது கவலையும் கலக்கமும் சந்தேகமும் உங்கள் மனத்தில் முளைக்கும்போது, உங்கள் முன்னோக்கைத் தாங்கிப் பிடியுங்கள். கடவுளைப் பற்றிச் சிந்தியுங்கள், அவரை நம்புங்கள். அப்போது கடவுளின் சக்தி உங்கள் ஆழ்மனத்தால் உருவாக்கப்படும். அது உங்களுக்கு முழு நம்பிக்கையையும் வலிமையையும் கொடுக்கும். பொழுது புலர்ந்து இருள் துரத்தப்படும்வரை தொடர்ந்து பிரார்த்தனை செய்து கொண்டே இருங்கள்.

8

பிரார்த்தனையின் மூலம் மன்னிப்பது எப்படி

நாம் ஆற்றல்மிக்க முறையில் பிரார்த்தனை செய்து பலன்களைப் பெற வேண்டும் என்றால், முதலில் சக மனிதர்களுடன் நாம் சமாதானம் செய்து கொள்ள வேண்டியது இன்றியமையாதது. வீடுகளிலும் அலுவலகங்களிலும் தினமும் ஏற்படும் உரசல்களையும் தவறான புரிதல்களையும் தீர்ப்பதற்கு மக்களுக்கு உதவக்கூடிய சில திட்டவட்டமான பிரார்த்தனைகளை நான் கண்டுபிடித்துள்ளேன். பிரச்சனையை ஓர் ஆக்கப்பூர்வமான முறையில் ஒரு வாக்கியமாக அமைத்துக் கொள்வது, சம்பந்தப்பட்ட அனைவருக்கும் இடையே இணக்கம் ஏற்படுவதைத் துரிதப்படுத்தும்.

சமீபத்தில் என் அலுவலகத்திற்கு வந்து என்னை சந்தித்த ஒருவர் மிகக் கோபமான மனநிலையில் இருந்தார். அவர் சில ஆவணங்களைப் பொய்ப்பித்துக் கொண்டிருந்ததாக அவருடைய சக ஊழியர் ஒருவர் ஒரு வதந்தியைப் பரப்பிக் கொண்டிருந்தார். ஆனால் அந்த வதந்தியில் எந்த உண்மையும் இல்லை என்று இவர் திட்டவட்டமாக மறுத்தார்.

அவருடைய சக ஊழியர் கூறிக் கொண்டிருந்தது ஒரு பொய் என்றும், எனவே உண்மைக்கு முன்னால் அதனால் ஈடு கொடுத்து நிற்க முடியாது என்றும்

நான் அவருக்கு உத்தரவாதம் கொடுத்தேன். முதலில் மனத்தை அமைதிப்படுத்திக் கொண்டு, தனக்கும் தன் சக ஊழியருக்கும் இடையே கச்சிதமான இணக்கமும் சமாதானமும் புரிதலும் நிலவியதாக அமைதியாக சுயபிரகடனம் செய்யுமாறு நான் அவருக்கு அறிவுறுத்தினேன்.

நான் கூற வந்த விஷயத்தை உடனடியாக அவரால் புரிந்து கொள்ள முடிந்தது. உண்மை என்ன என்பது தன் சக ஊழியருக்குத் தெரியும் என்றும், அவர் எப்போதும் உண்மையையே பேசினார் என்றும், தங்கள் இருவருக்கும் இடையே நல்ல புரிதல் நிலவியது என்றும் அவர் சுயபிரகடனம் செய்தார். காலப்போக்கில், அவர்கள் இருவருக்கும் இடையே ஒரு மகிழ்ச்சிகரமான உறவு உருவானது. சில மாதங்களுக்கு முன்பு தங்கள் அலுவலகத்தில் நடைபெற்றக் கருத்தரங்கு ஒன்றில், தன் சக ஊழியர் கூறிய ஒரு பரிந்துரையைத் தான் கேலி செய்திருந்ததுதான் தன்னுடைய பிரச்சனைக்குக் காரணம் என்பதை இவர் கண்டறிந்தார். இதை அவர் புரிந்து கொண்டபோது, விமர்சனத்தை இங்கிதமாகவும் பக்குவமாகவும் ஏற்றுக் கொள்வதென்று அவர் தீர்மானித்தார். ஒரு கேலியால் ஏற்பட்டப் பின்விளைவு அவரை இத்தகைய துன்பத்திற்கு ஆளாக்கியிருந்தது. கோபத்திலிருந்து விடுபட்ட அவர் உற்சாகமான நல்ல மனநிலையை சுவீகரித்துக் கொண்டார்.

விமர்சனம் குறித்து நன்றியுணர்வோடு இருக்கக் கற்றுக் கொள்ளுதல்

அன்றொரு நாள் நான் ஓர் ஆசிரியையிடம் பேசிக் கொண்டிருந்தேன். அவர் மிக வேகமாகப் பேசியதாகவும், பேசும்போது அவர் சில வார்த்தைகளை விழுங்கியதாகவும், அவர் பேசியது சரியாகக் கேட்கவில்லை என்றும், அவருடைய உச்சரிப்பு மோசமாக இருந்தது என்றும், அவருடைய உரை ஆற்றலற்றதாக இருந்ததாகவும் குறிப்பிட்டு

யாரோ ஒருவர் அவருக்கு ஒரு கடிதம் எழுதியிருந்தார். இந்த ஆசிரியை அதைப் படித்துவிட்டுக் கடுங்கோபம் கொண்டார், சிறுபிள்ளைத்தனமாக நடந்து கொண்டார். ஆனால் அந்த விமர்சனங்கள் அனைத்தும் உண்மை என்பதையும், அக்கடிதம் உண்மையிலேயே ஓர் ஆசீர்வாதம்தான் என்பதையும் அவர் ஒப்புக் கொண்டார். தன்னை வளர்த்துக் கொள்வதற்கான ஓர் அற்புதமான வாய்ப்பாக அவர் அந்த விமர்சனத்தை மாற்றிக் கொண்டார். தன் பேச்சில் இருந்த குறைபாடுகளைக் களைவதற்காக உள்ளூர்க் கல்லூரி ஒன்றில் மேடைப்பேச்சுப் பயிற்சி வகுப்பு ஒன்றில் அவர் சேர்ந்து பயின்றார். தன்னை விமர்சித்துத் தனக்குக் கடிதம் எழுதிய நபருக்கு நன்றி கூறி, தன்னுடைய பேச்சில் இருந்த குறைகளைத் திருத்திக் கொள்வதற்கு அவருடைய கருத்துக்கள் தனக்கு உதவியதாகத் தெரிவித்து அவற்றுக்காக அவரைப் பாராட்டி இந்த ஆசிரியை ஒரு கடிதம் எழுதினார்.

இரக்க உணர்வுடன் இருப்பது எப்படி

இந்த ஆசிரியைக்கு வந்த கடிதத்தில் குறிப்பிடப்பட்டிருந்த எதுவும் உண்மையில்லை என்று வைத்துக் கொள்வோம். ஒருவேளை, அக்கடிதத்தை எழுதிய நபர் ஓர் உளவியல்ரீதியான காயத்தால் பாதிக்கப்பட்டிருக்கக்கூடும். அக்கடிதம் மூலமாக அவர் தன் மனக்குமுறல்களுக்கு ஒரு வடிகால் தேடியிருக்கக்கூடும். உண்மையைப் புரிந்து கொள்வது என்பது இரக்கவுணர்வுடன் நடந்து கொள்வது என்று பொருள்படும். அடுத்தவரின் அமைதிக்காகவும் இணக்கத்திற்காகவும் புரிதலுக்காகவும் பிரார்த்தனை செய்வதுதான் அடுத்து மேற்கொள்ளப்பட வேண்டிய அறிவார்ந்த நடவடிக்கையாக இருக்கும். உங்களுடைய மன ஒப்புதல் இல்லாமல் எந்தவொரு விமர்சனத்தாலும் உங்களைக் காயப்படுத்தவோ அல்லது பாதிக்கவோ

முடியாது. உங்களுடைய எண்ணங்கள், எதிர்வினைகள், உணர்ச்சிகள் ஆகிய அனைத்தும் எப்போதும் உங்கள் கட்டுப்பாட்டில்தான் இருக்க வேண்டும். உணர்ச்சிகள் எண்ணங்களைப் பின்தொடர்கின்றன. உங்களைத் தொந்தரவு செய்யக்கூடிய அல்லது காயப்படுத்தக்கூடிய அனைத்து எண்ணங்களையும் நிராகரிப்பதற்கான சக்தி உங்களுக்கு இருக்கிறது.

கடவுளைக் குறைகூறுவதை நிறுத்துங்கள்

ஒருமுறை, கடவுள் மட்டும் தன் வழியில் குறுக்கிடாமல் இருந்தால் தனக்கு எந்தப் பிரச்சனையும் இருக்காது என்று ஒரு தொழிலதிபர் என்னிடம் கூறினார். கடவுள் தன்னை தண்டித்துக் கொண்டிருந்ததாகவும், தன் வழியில் முட்டுக்கட்டைகளை ஏற்படுத்திக் கொண்டிருந்ததாகவும், அதுதான் தன் வியாபாரத் தோல்விக்கும் உடல்நலக் குறைவுக்கும் காரணம் என்றும் அவர் கூறினார். "கடவுள் என்றால் என்ன?" என்று நான் அவரிடம் கேட்டேன். "அன்பே கடவுள்," என்று பைபிள் கூறுகிறது என்று அவர் பதிலளித்தார். அன்பு நிறைந்த ஒரு கடவுள்தான் நம்முடைய அனைத்துப் பிரச்சனைகளுக்குமான விடை.

கடவுள் என்பவர் யார்? அவர் எங்கே இருக்கிறார்?

வாழ்க்கையே கடவுள். அனைத்து மக்களும் அனைத்துப் பொருட்களும் ஒரே வாழ்க்கைக் கோட்பாட்டிலிருந்துதான் முளைத்தெழுந்திருக்கிறோம். அன்பு, பாசம், பாதுகாப்பு, பராமரிப்பு ஆகிய பண்புநலன்களை உள்ளடக்கியவர் அவர். அவர்தான் ஒரே படைப்பு சக்தி. முடிவில்லா சக்தியும் அவரே. அவரிடமிருந்துதான் அனைத்துமே ஊற்றெடுக்கின்றன.

பிரபஞ்சப் பேரறிவை உங்களால் பார்க்க முடியாது. அது வடிவமற்றது, உருவமற்றது. உங்கள் மனத்தை உங்களால் பார்க்க முடியாது. உங்களுக்குள் இருக்கின்ற அந்தப் பேரறிவுதான் கடவுள். கடவுள்

எல்லோருக்கு உள்ளேயும் வெளியேயும் இருக்கிறார். ஏனெனில், கடவுள் எல்லா இடங்களிலும் நீக்கமற நிறைந்திருக்கிறார். கடவுள் நம்முடைய சொந்த மனத்திலும் அகவிழிப்புநிலையிலும் இருக்கிறார். உங்களுக்குள் இருக்கும் கடவுளைக் கண்டுபிடியுங்கள். 'சொர்க்கம்' என்று நீங்கள் கூறும்போது, முகமோ, உருவமோ, அல்லது வடிவமோ இல்லாத, கண்களுக்குப் புலப்படாத ஆன்ம சக்தியைத்தான் அது குறிக்கிறது. எடுத்துக்காட்டாக, நீங்கள் ஒரு நாற்காலியை நகர்த்தி வைக்கும்போது, அந்த வேலையைச் செய்வது உங்கள் உடல் அல்ல, மாறாக, உங்களுக்குள் இருக்கும் முடிவில்லாப் பேரறிவுதான் அதைச் செய்கிறது. அதாவது, உங்களுக்குள் இருக்கும் படைப்பு சக்தியான கடவுள்தான் அதைச் செய்கிறார். நீங்கள் நடக்கும்போது, அல்லது தொலைபேசியைக் கையில் எடுக்கும்போது, உங்களுக்குள் இருக்கின்ற, பார்வைக்குப் புலப்படாத இருத்தல்தான் உங்கள் உடலிலும் தொலைபேசியிலும் செயல்பட்டுக் கொண்டிருக்கிறது. நம்முடைய மானிட மனத்தால் முடிவில்லா மனத்தை ஒருபோதும் முழுமையாகப் புரிந்து கொள்ள முடியாது. ஆனால், நமக்குள் இருக்கும் உள்ளார்ந்த சக்திகளைப் பற்றி நிச்சயமாக நம்மால் கற்றுத் தெளிய முடியும். நம் எண்ணங்கள் மற்றும் உணர்வுகள், நம்முடைய வினைகள் மற்றும் எதிர்வினைகள் ஆகியவற்றின் சக்தியை நம்மால் கற்றறிய முடியும். நம்முடைய சொந்த இருத்தல் விதிகளைப் பற்றியும் நம்மால் கற்றுக் கொள்ள முடியும்.

மன்னித்தல் மூலம் குணமாதல்

என்னை வந்து சந்தித்த அந்தத் தொழிலதிபரிடம் நான் பின்வருமாறு கூறினேன்: "கடவுள் ஒரு கொடுமைக்காரர், பழி வாங்கும் போக்கைக் கொண்டவர், கொடுங்கோலர் என்றெல்லாம் கடவுளைப் பற்றி நீங்கள் நினைத்தால், உங்களுடைய

இந்த எதிர்மறையான சிந்தனையின் விளைவுகளை நீங்கள் அனுபவிப்பீர்கள். கடவுள் உங்களைத் தண்டித்துக் கொண்டிருக்கிறார் அல்லது சோதித்துக் கொண்டிருக்கிறார் என்று நீங்கள் நினைத்தால், உங்கள் சொந்த எதிர்மறை எண்ணமும் காட்சியும் உங்கள் ஆழ்மனத்தில் பதியப்படும். பிறகு அவற்றுக்கு ஏற்றவாறு நீங்கள் துன்புறுவீர்கள். உண்மையில் நீங்கள்தான் உங்களைத் தண்டித்துக் கொண்டிருக்கிறீர்கள்."

நான் கூற வந்த கருத்தை அவர் புரிந்து கொண்டபோது, பின்வரும் பிரார்த்தனையை தினமும் பல முறை கூறுவதை அவர் ஒரு பழக்கமாக ஆக்கிக் கொண்டார்: "கடவுள் அன்பானவர், அவர் என்னை கவனித்துக் கொள்கிறார், என்னைப் பேணிப் பாதுகாக்கிறார், என்னை வழிநடத்துகிறார், என்னை உத்வேகப்படுத்துகிறார் என்பதை நான் அறிவேன். இந்தப் பிரபஞ்ச சக்தி என்னை ஆசீர்வதிக்கிறது. கடவுள் எல்லா வழிகளிலும் என்னை வளப்படுத்திக் கொண்டிருக்கிறார். நான் தெய்வீகமான முறையில் வெளிப்படுத்தப்படுகிறேன். சொர்க்கம் என்னுள் இருக்கிறது என்பதை நான் அறிவேன். முடிவில்லாப் பேரறிவு, எல்லையற்ற ஞானம், முழுமையான இணக்கம், முடிவில்லா அன்பு, சர்வ வல்லமை ஆகியவை உட்பட, கடவுளின் அனைத்துப் பண்புநலன்களும் குணங்களும் என் ஆழ்மனத்தின் ஆழங்களில் குடிகொண்டுள்ளன என்று அதற்குப் பொருள். கடவுளையும் அவருடைய அன்பையும் பற்றி சிந்திப்பதன் மூலம் நான் இந்தப் பண்புநலன்களை என்னுள் வளர்த்துக் கொண்டிருக்கிறேன். நான் முன்னோக்கியும் மேல்நோக்கியும் கடவுளை நோக்கியும் அடியெடுத்து வைத்துக் கொண்டிருக்கிறேன்."

அவர் இவ்வாறு தினமும் பல முறை பிரார்த்தனை செய்தார். கடவுளைப் பற்றிய இப்புதிய கோட்பாட்டைத் தன் மனத்தில் கொலுவேற்றி, அதனோடு வாழ்ந்ததன் மூலம், அவருடைய சிந்தனைக்கு ஏற்றபடி அவருடைய ஒட்டுமொத்த

உலகமும் மாயாஜாலமாக மாறியது. கடவுளைப் பற்றி இவ்விதமாகச் சிந்தித்ததன் மூலம், அன்பையும் அமைதியையும் உத்வேகத்தையும் ஆற்றலையும் அவர் உணர்ந்தார். கடவுளை அன்பானவராகவும் அக்கறை உள்ளவராகவும் தன் வாழ்விற்குள் நல்லவற்றை அனுப்பி வைத்த ஒருவராகவும் அவர் பார்த்தார். அவருடைய வியாபாரம் செழிக்கத் தொடங்கியது, அவருடைய உடலுறுப்புகளின் செயல்பாடுகள் மீண்டும் இயல்பு நிலைக்குத் திரும்பின. வாழ்வில் உள்ள மகிழ்ச்சியை இப்போது அவர் அனுபவித்துக் கொண்டிருக்கிறார். அவர் தன்னைத் தானே மன்னித்தார். கடவுளைப் பற்றிய ஒரு நல்ல கோட்பாட்டைத் தன் மனத்தில் சுவீகரித்தார்.

இரட்டை மனத்துடன் இருப்பதை நிறுத்துங்கள்

யாராலும் இரண்டு முதலாளிகளுக்குச் சேவகனாக இருக்க முடியாது. தன்னுடைய விருப்பத்திற்கு ஊறு விளைவிக்கின்ற ஒரு சக்தி இருப்பதாக ஒருவர் நம்பினால், தன் இதயத்தின் விருப்பத்தை அவரால் நிறைவேற்ற முடியாது. ஏனெனில், ஒரு விருப்பத்தை வைத்துக் கொண்டு, அந்த விருப்பத்திற்கு ஒரு தடையும் இருப்பதாக ஒருவர் நம்பும்போது, அங்கு ஒரு முரண்பாடு ஏற்படுகிறது, அவருடைய மனம் பிரிக்கப்படுகிறது. அவரால் ஓரடிகூட நகர முடிவதில்லை. அவர் இருந்த இடத்திலேயே இருக்கிறார். அவருடைய மனம் ஒட்டுமொத்தமாக இயங்க வேண்டும். அது பிரிக்கப்படக்கூடாது. முடிவில்லா சக்தியும் பிரிக்கப்படக்கூடாது. ஏனெனில், ஒன்று மற்றொன்றோடு சண்டையிடும். அவை ஒன்றையொன்று ரத்து செய்யக்கூடும். அங்கு குழப்பம்தான் நீடிக்கும். கடவுளின் சக்திக்கு எதிராக எதுவும் கிடையாது. ஒருவேளை, கடவுளின் சக்திக்கு சவால்விடுகின்ற ஒரு சக்தி இருந்தால், கடவுள் சர்வ வல்லமை பொருந்தியவராக இருப்பது நின்றுவிடும்.

இருவேறு சக்திகளில் நம்பிக்கை கொண்டுள்ள மக்களின் மனங்களில் குழப்பமும் தடுமாற்றமும் கோலோச்சுவது ஏன் என்பதை இப்போது உங்களால் பார்க்க முடியும். அவர்களுக்கு இரண்டு முதலாளிகள் இருப்பதால் அவர்களுடைய மனங்கள் பிரிக்கப்பட்டுள்ளன. இந்த இருநிலை நம்பிக்கை ஒரு முரண்பாட்டைத் தோற்றுவித்து, அவர்களுடைய சக்தியையும் வலிமையையும் கூறுபோட்டுவிடுகிறது.

உங்களுக்கு ஓர் ஆழ்விருப்பத்தைக் கொடுத்தக் கடவுள் அதை நிறைவேற்றுவதற்கான ஒரு வழியையும் உங்களுக்குக் காட்டுவார் என்ற நம்பிக்கையோடு ஒரே ஒரு திசையில் மட்டும் செல்லக் கற்றுக் கொள்ளுங்கள்.

உங்கள் ஆழ்விருப்பம் எவ்வளவு தீவிரமானது?

ஞானத்தைப் பெறுவதற்கான ஒரு வழியைத் தனக்குக் கூறுமாறு ஓர் இளைஞன் ஒருமுறை சாக்ரடீஸிடம் கேட்டான். அதற்கு அவர், "என்னோடு வா," என்று பதிலளித்தார்.

பிறகு அவர் அவனை ஓர் ஆற்றுக்கு அழைத்துச் சென்று, அவனுடைய தலையை அந்த ஆற்று நீருக்குள் மூழ்கடித்தார். அவனுக்கு மூச்சுத் திணறும்வரை அவர் அவனை அப்படியே நீரில் அமிழ்த்திப் பிடித்திருந்தார். அவன் சுவாசத்திற்காகத் திணறத் தொடங்கியபோது அவர் அவனுடைய தலையை நீருக்குள் இருந்து விடுவித்தார். அந்த இளைஞன் சுதாரித்துத் தன்னை ஆசுவாசப்படுத்திக் கொண்டபோது, சாக்ரடீஸ் அவனிடம், "நீருக்குள் இருந்தபோது நீ எதை மிகவும் விரும்பினாய்?" என்று கேட்டார்.

"நான் காற்றுக்காக ஏங்கினேன்," என்று அந்த இளைஞன் கூறினான்.

"உன் தலை நீருக்கடியில் மூழ்கடிக்கப்பட்டிருந்தபோது நீ எந்த அளவுக்குக் காற்றை விரும்பினாயோ, அதே அளவுக்கு நீ ஞானத்தைத் தீவிரமாக விரும்பும்போது அதை நீ பெறுவாய்," என்று சாக்ரடீஸ் பதிலளித்தார்.

மன அமைதியை உண்மையிலேயே விரும்புகின்ற ஒருவன் நிச்சயமாக அதை அடைவான். அவன் எவ்வளவு நியாயமற்ற முறையில் நடத்தப்பட்டிருந்தாலும் சரி, அவனுடைய மேலதிகாரி எவ்வளவு நியாயமின்றி நடந்து கொண்டிருந்தாலும் சரி, அல்லது அவர் எவ்வளவு பெரிய அயோக்கியனாக இருந்தாலும் சரி, ஆன்மீக மனத்தைக் கொண்ட ஒருவனுக்கு இவை எதுவும் எந்த வித்தியாசத்தையும் ஏற்படுத்துவதில்லை. தனக்கு என்ன வேண்டும் என்பதை அவன் அறிந்திருக்கிறான். பகைமை, கோபம், வெறுப்பு, தீய எண்ணம் ஆகிய திருடர்கள் தன் மன அமைதியையும் இணக்கத்தையும் ஆரோக்கியத்தையும் மகிழ்ச்சியையும் தன்னிடமிருந்து திருட அவன் அனுமதிக்க மறுக்கிறான். மக்களோ, சூழ்நிலைகளோ, செய்திகளோ, நிகழ்வுகளோ தன்னை வருத்தம் கொள்ளச் செய்ய அவன் அனுமதிப்பதில்லை. தன் வாழ்வில் தான் கொண்டுள்ள குறிக்கோளைப் பற்றி எண்ணிப் பார்ப்பதன் மூலம் அவன் இதைச் சாதிக்கிறான். மன அமைதி, ஆரோக்கியம், உத்வேகம், வழிகாட்டுதல், அன்பு, நல்லெண்ணம், இணக்கம், அபரிமிதம் ஆகியவற்றை அடைவதுதான் அவனுடைய குறிக்கோள். மனரீதியாகத் தன்னை அமைதியோடு அடையாளப்படுத்திக் கொண்டு, "கடவுளின் அமைதி எனும் ஆறு இப்போது என் ஊடாகப் பாய்ந்தோடிக் கொண்டிருக்கிறது," என்று சுயபிரகடனம் செய்வது அவ்வளவு கடினமானது அல்ல. மனிதனின் எண்ணம்தான் பார்வைக்குப் புலப்படாத சக்தி. அந்த சக்தி தன்னை ஆசீர்வதிக்கவும், உத்வேகமூட்டவும், தனக்கு மன அமைதியைக் கொடுக்கவும் அவன் அனுமதிக்கிறான்.

இன்னொரு காதலன்

இயற்பியல் பட்டப்படிப்புப் படித்துக் கொண்டிருந்த ராபர்ட் என்ற இளைஞனுக்கு அவனுடைய காதலியிடமிருந்து ஒரு தொலைபேசி அழைப்பு வந்தபோது அவன் நடந்து கொண்ட விதத்தைக் கண்டு

நான் சுவாரசியமடைந்தேன். தனக்கு இன்னொரு காதலன் கிடைத்துவிட்டிருந்ததாகவும், இனி தான் இவனை சந்திக்கப் போவதில்லை என்றும் அப்பெண் ராபர்ட்டிடம் கூறினாள். அதைக் கேட்டதும், "உன் வாழ்வில் மகிழ்ச்சி பொங்கட்டும். நல்லதிர்ஷ்டம் உனக்கு வாய்க்கட்டும்," என்று ராபர்ட் அவளை வாழ்த்திவிட்டு, என்னிடம் திரும்பி, "இப்பெண் குறித்து எரிச்சல் கொள்வதன் மூலமும் அவளால் வருத்தம் கொள்வதன் மூலமும் நான் என் ஆற்றலை விரயம் செய்யவா அல்லது நாளைக்கு நடைபெறவுள்ள இயற்பியல் தேர்வுக்குப் படிப்பதில் என் ஆற்றலைச் செலவிடவா?" என்று கேட்டான். அவன் இரண்டாவது யோசனையைத் தேர்ந்தெடுத்தான்.

உங்களை நீங்களே மன்னித்துக் கொள்வதற்கான ஓர் அற்புதமான வழி இது. நீங்கள் இந்த இளைஞனைப்போல ஆசுவாசமானவராக ஆகலாம், எதற்கும் அலட்டிக் கொள்ளாமல் இருக்கலாம். இவ்வாறு நடந்து கொள்வது அறிவார்ந்த செயலாக இருக்கும்.

திருமண மேடையில் தனித்து விடப்பட்டவள்

சில வருடங்களுக்கு முன்பு, ஒரு திருமணத்தை நடத்தி வைப்பதற்காக நான் ஒரு தேவாலயத்திற்குச் சென்றேன். திருமண வேளை முடிந்த பிறகும்கூட மணமகன் அங்கு வரவில்லை. இரண்டு மணிநேரத்திற்குப் பிறகு, மணப்பெண் சில துளிகள் கண்ணீர் வடித்தாள். பிறகு அவள் என்னிடம் திரும்பி, "நான் கடவுளின் வழிகாட்டுதலுக்காக வேண்டினேன். இதுதான் அவர் எனக்குக் கொடுத்திருக்கும் பதில். ஏனெனில், கடவுள் ஒருபோதும் தவறுவதில்லை," என்று கூறினாள். கடவுள்மீது அவள் கொண்டிருந்த இந்த விசுவாசம் அவளை உடனடியாக குணப்படுத்தியது. இப்பெண்ணுக்கு ஏற்பட்ட அனுபவம் வேறொரு பெண்ணுக்கு ஏற்பட்டிருந்தால், அவள் ருத்ரதாண்டவம் ஆடியிருப்பாள், உணர்ச்சிவசப்பட்டு

நடந்து கொண்டிருப்பாள், மூர்ச்சையடைந்து விழுந்திருப்பாள். அவளை மருத்துவமனையில் சேர்க்க வேண்டியிருந்திருக்கும்.

கடவுள்மீதும் அவருடைய அன்பின்மீதும் கவனம் செலுத்துங்கள். சிறு குழந்தையாக இருந்தபோது உங்கள் தாயார் உங்களைத் தன் கைகளில் தாங்கிக் கொண்டபோது நீங்கள் அவரை எவ்வளவு தூரம் நம்பினீர்களோ, அதேபோலக் கடவுளின் சக்தியின்மீது நம்பிக்கை வையுங்கள். மனரீதியான மற்றும் உணர்ச்சிரீதியான ஆரோக்கியத்தையும் மன அமைதியையும் அடைவதற்கான வழி இதுதான்.

மக்கள் என்னைச் சரியாக நடத்துவதில்லை

மக்கள் தங்கள் பிரச்சனைகளுக்கான காரணத்தைச் சரியான இடத்தில் தேட வேண்டும். அவர்கள் தேட வேண்டிய அந்த இடம் அவர்களுடைய மனம்தான். உணர்ச்சிரீதியாகப் பக்குவமற்ற ஒருவரிடம் வழக்கமாகச் சாக்குப்போக்குகள் இருக்கும். "மற்றவர்கள் என்னிடம் பகையுணர்வோடு நடந்து கொள்கின்றனர்," "மக்கள் என்னைச் சரியாக நடத்துவதில்லை," "மக்கள் அன்பற்றவர்களாகவும் இரக்கமற்றவர்களாகவும் நடந்து கொள்கின்றனர்," போன்றவை அவற்றில் சில சாக்குப்போக்குகள்.

தான் தற்போது இருக்கும் இடத்தில் இருந்து கொண்டு தன்னால் எதைச் சிறப்பாகச் செய்ய முடியுமோ, அதைத் தன்னால் இயன்ற அளவு சிறப்பாகச் செய்வதுதான் உணர்ச்சிரீதியாகப் பக்குவம் கொண்ட ஒரு நபருக்கான அடையாளம். மற்றவர்கள் எதற்கெடுத்தாலும் வாக்குவாதத்தில் ஈடுபடும்போதும், எரிச்சல் கொள்ளும்போதும், சந்தேகம் கொள்ளும்போதும், பிடிவாதமாக அல்லது பைத்தியக்காரத்தனமாக நடந்து கொள்ளும்போதும், அவர்கள் உளவியல்ரீதியாக நோய்வாய்ப்பட்டிருக்கிறார்கள் என்பதை அவன் அறிந்திருக்கிறான். அவன் மற்றவர்களிடம்

மனிதாபிமானத்தோடும் புரிந்துணர்வோடும் நடந்து கொள்கிறான், அவர்களை அனுசரித்துப் போகிறான். பலர் மனரீதியாக நோய்வாய்ப்பட்டுள்ளனர் என்பதையும், நோயுற்றிருப்பவர்களிடம் கடுமையாக நடந்து கொள்வதற்குத் தனக்கு உரிமை இல்லை என்பதையும் அவன் அறிந்திருப்பதால், அவன் அவர்களை ஆசீர்வதித்துவிட்டு அவர்களிடம் நேர்மறையாக நடந்து கொள்கிறான்.

மற்றவர்கள் நம்மைக் கோபப்படுத்துகின்றனர், நம்மை வருத்தமுறச் செய்கின்றனர், நம்மைச் சரியாக நடத்துவதில்லை என்று நாம் கூறும்போது, நம்மை நாம் உண்மையிலேயே நேர்மையாக அலசிப் பார்க்க வேண்டும். நாம் இன்னல்களையும், தாமதங்களையும், தடைகளையும் பற்றி நினைக்கிறோமா, அல்லது அவற்றை எதிர்பார்க்கிறோமா என்று ஆராய்ந்து பார்ப்பது நாம் செய்யக்கூடிய ஒரு நல்ல விஷயமாக இருக்கும். ஒருவேளை, நம்முடைய திட்டங்கள் மற்றும் நோக்கங்களுக்கு எதிர்ப்பு ஏற்படுவதாக நாம் நம் மனத்தில் காட்சிப்படுத்தி வந்திருக்கக்கூடும். நாம் இந்த வகையான மனக்காட்சிப் படைப்பில் ஈடுபட்டுக் கொண்டிருந்தால், இது நம்முடைய வியாபார உலகிலும் சமூக உலகிலும் பிரதிபலிக்கும் என்று நாம் எதிர்பார்க்கலாம். இதுதான் மற்றவர்கள் நம்மிடம் மோசமாக நடந்து கொள்ளும்படியான விளைவுகளை உருவாக்குகிறது. குறைகூறப்பட வேண்டியவர்கள் நாம்தானே தவிர மற்றவர்கள் அல்ல என்பதை நாம் உணர்ந்து கொள்ளும்போது நம்மை நாமே மன்னிக்கக் கற்றுக் கொள்கிறோம்.

சான்பிரான்சிஸ்கோவும் லாஸ் ஏஞ்சலீஸும்

லாஸ் ஏஞ்சலீஸ் நகரைச் சேர்ந்த ஒரு விற்பனை மேலாளர் என்னிடம் ஒரு நிகழ்வைப் பற்றிக் குறிப்பிட்டார். சான்பிரான்சிஸ்கோவில் பணியாற்றிய அவருடைய விற்பனையாளர்களில் ஒருவர், அங்கிருந்த மக்களிடம் விற்பனை செய்வது மிகக் கடினமாக

இருந்ததாக அவருக்கு ஒரு கடிதம் எழுதியிருந்தார். மேலும், தங்கள் விற்பனைப் பொருளின் விலை மிக அதிகமாக இருந்ததாகக் குறிப்பிட்டிருந்த அவர், தன்னை வேறோர் ஊருக்கு மாற்றும்படி கேட்டுக் கொண்டார். அதை ஏற்றுக் கொண்ட அந்த விற்பனை மேலாளர், அந்த விற்பனையாளரை லாஸ் ஏஞ்சலீஸ் நகருக்கு இடமாற்றம் செய்துவிட்டு, இன்னொரு விற்பனையாளரை சான்பிரான்சிஸ்கோவிற்கு அனுப்பி வைத்தார். அந்த இரண்டாவது நபர் அங்கு அமோகமாக விற்பனை செய்தார். விற்பனை மிகச் சிறப்பாகச் சென்று கொண்டிருந்ததாக அவர் தன் மேலளாருக்கு ஒரு கடிதமும் எழுதினார். இந்த விற்பனையாளரின் வெற்றிகரமான விற்பனை அறிக்கைகள் லாஸ் ஏஞ் சலீஸ் நகருக்கு மாற்றப்பட்ட விற்பனையாளரிடம் காட்டப்பட்டு, அதற்கு அவரிடம் விளக்கம் கேட்கப்பட்டபோது, அவர் ஆச்சரியமடைந்தார்.

பகைமை, கோபம், குழப்பம் ஆகியவற்றை உள்ளடக்கிய மனப்போக்குகள் நம்முடைய வியாபார வாழ்க்கையிலும், சமூக வாழ்க்கையிலும், பொருளாதார வாழ்க்கையிலும், நம் உடலிலும், நம் சூழலிலும் பிரதிபலிக்கின்றன என்பதைத்தான் இது காட்டுகிறது. பொறாமைதான் அந்த முதல் விற்பனையாளரின் தோல்விக்குக் காரணம் என்று அநத விற்பனை மேலாளர் என்னிடம் கூறினார். தன்னைவிடக் குறைவான அனுபவம் வாய்ந்தவர்களுக்குப் பதவி உயர்வு கிடைத்ததைக் கண்டு அந்த விற்பனையாளர் பொறாமை கொண்டிருந்தார். அது குறித்து அவர் கோபம் அடைந்தார். தான் நீண்டகாலம் பணியாற்றி வந்திருந்ததைச் சுட்டிக்காட்டிய அவர், நிர்வாகத்தை விமர்சித்தார். சரியான ஆட்களின் தொடர்புகள் இருந்தால்தான் தொழில்வாழ்க்கையில் முன்னேறிச் செல்ல முடியும் என்று அவர் விவாதித்தார். உள்ளுக்குள் அவர் கொண்டிருந்த இந்த மோசமான மனப்போக்குதான் அவருடைய விற்பனையில் சரிவு ஏற்படக் காரணமாக அமைந்தது.

மற்றவர்களைப் புரிந்து கொள்வது என்பது அவர்களை மன்னிப்பது ஆகும்

நம் சொந்த மனத்தின் படைப்பு விதியை நாம் புரிந்து கொள்ளும்போது, நம் வாழ்க்கையை நாசமாக்கியதாக மற்றவர்கள்மீது குறைகூறுவதை நாம் நிறுத்திவிடுகிறோம். நம் சொந்த எண்ணங்களும் உணர்வுகளும்தான் நம் தலைவிதியை உருவாக்குகின்றன என்பதை நாம் அறிவோம். மேலும், நம் வாழ்க்கைக்கும் நம் அனுபவங்களுக்கும் புறக் காரணிகள் காரணம் அல்ல என்பதையும் நாம் அறிவோம். மற்றவர்களால் நம்முடைய மகிழ்ச்சியை நாசமாக்க முடியும், நாம் வாழ வேண்டும் என்றால் மற்றவர்களை எதிர்த்துச் சண்டையிட வேண்டும் என்றெல்லாம் சிந்திப்பது ஏற்கத் தக்கது அல்ல. ஏனெனில், நம்முடைய எண்ணங்கள்தான் பொருட்களாகப் பரிணமிக்கின்றன.

9

பிரார்த்தனை எவ்வாறு திருமணப் பிரச்சனைகளைத் தீர்க்கிறது

ஒரு கணவனுக்கும் மனைவிக்கும் இடையேயான உரசலைப் பிரார்த்தனையின் மூலம் தீர்க்க முடியும். சேர்ந்து பிரார்த்தனை செய்வதன் மூலம், அவர்கள் இருவரும் சேர்ந்து இருக்கின்றனர். அன்பு ஒன்றிணைக்கிறது, பகைமை பிரித்தாள்கிறது. தெய்வீகமான கோட்பாடுகளைப் பற்றிய சிந்தனையும், வாழ்க்கை விதிகளைப் பற்றிய ஆய்வும், ஒரு பொதுவான திட்டம் மற்றும் நோக்கமும், தனிப்பட்ட சுதந்திரமும் ஓர் இணக்கமான திருமண உறவை உருவாக்குகின்றன. இத்திருமணத்தில் மகிழ்ச்சி பொங்குகிறது. கணவனும் மனைவியும் மனரீதியாகவும் உணர்ச்சிரீதியாகவும் கடவுளோடு ஒன்றிணைந்துள்ளனர். அன்பே கடவுள். ஒரு திருமணம் உண்மையானதாக இருக்க வேண்டுமானால், முதலில் அது ஆன்மீகரீதியானதாக இருக்க வேண்டும். திருமணம் இதயப்பூர்வமானதாக இருக்க வேண்டும். இதயத்தில்தான் கடவுள் குடியிருக்கிறார். இரண்டு இதயங்களும் அன்பாலும் உண்மையாலும் நேர்மையாலும் இயக்கப்படும்போது, கடவுளின் அன்பு அக்கணவனையும் மனைவியையும் இணைக்கிறது. அவர்களுடைய திருமணம் உண்மையிலேயே சொர்க்கத்தில் நிச்சயிக்கப்பட்ட ஒன்றாக ஆகிறது.

சரியான வாழ்க்கைத்துணை வேண்டி எவ்வாறு பிரார்த்தனை செய்வது

விவாகரத்தைத் தவிர்ப்பதற்கான சிறந்த நேரம் திருமணத்திற்கு முன்புதான். திருமணம் செய்து கொள்ள விரும்பும் நபர்கள் சரியான வாழ்க்கைத்துணையைக் கவர்ந்திழுப்பதற்காகப் பிரார்த்தனை செய்ய வேண்டும். பின்வரும் பிரார்த்தனைகள் அதற்கு மிகவும் ஆற்றல்மிக்கவையாக இருக்கும்.

கச்சிதமான கணவனைக் கவர்ந்திழுப்பது எப்படி

> **"நான் இப்போது கடவுளுடன் ஐக்கியமாகி இருக்கிறேன் என்பதை நான் அறிவேன். அவரில் நான் வாழ்கிறேன், இயங்குகிறேன். அவரில்தான் என் இருத்தல் இருக்கிறது. வாழ்வே கடவுள். இந்த வாழ்க்கைதான் அனைவரின் வாழ்க்கையாகவும் இருக்கிறது. நாம் அனைவரும் ஒரே கடவுளின் குழந்தைகள். என்னை நேசிப்பதற்கும் என்னைக் கொண்டாடுவதற்கும் ஒருவர் எனக்காகக் காத்துக் கொண்டிருக்கிறார் என்பதை நான் அறிவேன். அதை நான் உறுதியாக நம்புகிறேன். அவருடைய மகிழ்ச்சிக்கும் மன அமைதிக்கும் என்னால் பங்களிக்க முடியும் என்பதை நான் அறிவேன். அவர் என்னுடைய குறிக்கோள்களை விரும்புகிறார், நான் அவருடைய குறிக்கோள்களை விரும்புகிறேன். அவர் என்னை மாற்ற விரும்பவில்லை, நானும் அவரை மாற்ற விரும்பவில்லை. எங்கள் இருவருக்கு இடையேயும் பரஸ்பர அன்பும் சுதந்திரமும் மரியாதையும் இருக்கின்றன.**
>
> **"ஒரே ஒரு மனம்தான் இருக்கிறது. தெய்வீக மனம்தான் அது. அந்த மனத்தில் இப்போது நான் அவரை அறிகிறேன். நான் விரும்புகின்ற பண்புநலன்களை என் கணவர் வெளிப்படுத்துகிறார். இந்த தெய்வீக மனத்தில் நாங்கள் இருவரும் ஏற்கனவே ஒருவரை ஒருவர் அறிந்துள்ளோம், ஒருவரை ஒருவர் நேசிக்கிறோம். நான் கடவுளை அவரில் பார்க்கிறேன். அவர் என்னில் கடவுளைப் பார்க்கிறார்.**

அவரை நான் எனக்குள் சந்தித்துள்ள நிலையில், நிஜ உலகில் நான் அவரை நிச்சயமாக சந்திப்பேன். ஏனெனில், இது தான் என் சொந்த மனத்தின் விதி.

"இந்த வார்த்தைகள் எங்கே சென்றடைய வேண்டுமோ அங்கே சென்று என் விருப்பத்தை நிறைவேற்றுகின்றன. கடவுளில் என் விருப்பம் நிறைவேற்றப்பட்டுவிட்டதை நான் அறிவேன். அதற்காக நான் கடவுளுக்கு நன்றி கூறுகிறேன்."

கச்சிதமான மனைவியைக் கவர்ந்திழுப்பது எப்படி

"கடவுள் ஒருவரே. அவர் பிரிக்கப்பட முடியாதவர். அவரில் நாங்கள் நேசிக்கிறோம், இயங்குகிறோம். அவரில் எங்கள் இருத்தல் இருக்கிறது. ஒவ்வொரு மனிதரிடத்திலும் கடவுள் குடிகொண்டுள்ளார் என்பதை நான் அறிவேன். அதை நான் உறுதியாக நம்புகிறேன். நான் கடவுளுடனும் மற்ற மனிதர்களுடனும் ஐக்கியமாகி இருக்கிறேன். என்னோடு முற்றிலும் இசைவாக உள்ள ஒரு சரியான பெண்ணை இப்போது நான் கவர்ந்திழுக்கிறேன். இது ஓர் ஆன்மீகச் சங்கமம். ஏனெனில், எனக்குக் கச்சிதமாகப் பொருந்துகின்ற ஒரு பெண்ணின் ஆளுமையில் கடவுள் இப்போது செயல்பட்டுக் கொண்டிருக்கிறார். இப்பெண்ணுக்கு என்னால் அன்பையும் ஒளியையும் உண்மையையும் கொடுக்க முடியும் என்பதை நான் அறிவேன். இப்பெண்ணின் வாழ்க்கையை என்னால் முழுமையாக்க முடியும், அற்புதமானதாக ஆக்க முடியும் என்பதையும் நான் அறிவேன்.

"பின்வரும் பண்புநலன்களை அவள் பெற்றிருக்கிறாள் என்று இப்போது நான் பிரகடனம் செய்கிறேன். அதாவது, அவள் ஆன்மீகமானவள், விசுவாசமானவள், நம்பிக்கைக்கு உகந்தவள், மற்றும் உண்மையானவள். அவள் என்னோடு இணக்கமாகவும் மகிழ்ச்சியாகவும் மன அமைதியோடும் இருக்கிறாள். நாங்கள் இருவரும் பரஸ்பரம் ஈர்க்கப்பட்டுள்ளோம். அன்பு, உண்மை,

முழுமை ஆகியவற்றை உள்ளடக்கியவை மட்டுமே என் அனுபவத்திற்குள் நுழைய முடியும். என்னுடைய கச்சிதமான வாழ்க்கைத்துணையை இப்போது நான் ஏற்றுக் கொள்கிறேன்.”

உங்களுக்கு வாழ்க்கைத்துணையாக வரவிருக்கும் நபரிடம் எப்படிப்பட்டப் பண்புநலன்கள் இருக்க வேண்டும் என்று நீங்கள் விரும்புகிறீர்களோ, அவற்றின்மீது உங்கள் கவனத்தைக் குவித்து, மனரீதியான ஒரு காட்சியை உருவாக்குங்கள். அது உங்கள் ஆழ்மனத்திற்குள் ஆழமாகப் பதிவாகி, உங்கள் இருவரையும் தெய்வீக ஒழுங்கின்படி ஒன்றிணைக்கும்.

திருமண உறவைத் தக்கவைத்துக் கொள்வதற்கான பிரார்த்தனையில் செய்யப்பட வேண்டியவை

முதல் நடவடிக்கை: முதல் நாள் ஏற்பட்டக் கோபங்களையும் எரிச்சல்களையும் சிறு ஏமாற்றங்களையும் அடுத்த நாளுக்கு எடுத்துச் செல்லாதீர்கள். உங்கள் இருவருக்கும் இடையே பகல் நேரத்தில் என்னென்ன பிரச்சனைகள் ஏற்பட்டிருந்தாலும் சரி, இரவில் தூங்கப் போவதற்கு முன்பாக ஒருவரையொருவர் மன்னித்துவிடுங்கள். காலையில் கண்விழித்தவுடன், தெய்வீகப்பேரறிவு எல்லா வழிகளிலும் உங்களை வழிநடத்திக் கொண்டிருப்பதாக சுயபிரகடனம் செய்யுங்கள். அமைதி, இணக்கம், அன்பு ஆகிய நேர்மறையான எண்ணங்களை உங்கள் வாழ்க்கைத்துணைவரை நோக்கியும், உங்கள் குடும்ப உறுப்பினர்களை நோக்கியும், இந்த ஒட்டுமொத்த உலகத்தையும் நோக்கியும் அனுப்புங்கள்.

இரண்டாவது நடவடிக்கை: காலை உணவு உட்கொள்வதற்கு முன்பாக நன்றி கூறுங்கள். உங்களுக்குக் கிடைத்திருக்கும் அற்புதமான உணவுக்காகவும், உங்கள் அபரிமிதத்திற்காகவும், நீங்கள் பெற்றிருக்கும் அனைத்து ஆசீர்வாதங்களுக்காகவும் நன்றி கூறுங்கள். பிரச்சனைகள், கவலைகள், வாக்குவாதங்கள்

போன்றவை சாப்பாட்டு வேளையில் உங்கள் உரையாடல்களில் இடம்பெறாமல் இருப்பதை உறுதி செய்து கொள்ளுங்கள். இரவு உணவின்போதும் இதே வழிமுறையைக் கடைபிடியுங்கள். உங்கள் கணவரையோ அல்லது மனைவியையோ பார்த்து, "நீங்கள் செய்யும் எல்லாவற்றையும் நான் மெச்சுகிறேன். நாள் முழுதும் உங்களுக்கு என் அன்பும் நல்லெண்ணமும் துணை நிற்கட்டும்," என்று கூறுங்கள்.

மூன்றாவது நடவடிக்கை: தினமும் இரவில் கணவனும் மனைவியும் சேர்ந்து பிரார்த்திக்கும்போது, ஒரு நாள் கணவன் அந்தப் பிரார்த்தனையை வழிநடத்த வேண்டும், மறுநாள் மனைவி அந்தப் பிரார்த்தனையை வழிநடத்த வேண்டும். உங்கள் வாழ்க்கைத் துணைவரைக் கிள்ளுக்கீரையாக நினைத்துவிடாதீர்கள். அவருக்கு உங்கள் பாராட்டையும் அன்பையும் வெளிப்படுத்துங்கள். கண்டித்தல், விமர்சித்தல், நச்சரித்தல் ஆகியவற்றை விட்டுவிட்டு, அவரை மனதாரப் பாராட்டுங்கள். அன்பு, அழகு, இணக்கம், பரஸ்பர மரியாதை, கடவுள்மீதான விசுவாசம் ஆகியவற்றின் அடைப்படையில் உருவாக்கப்படுகின்ற ஒரு திருமண உறவுதான் அமைதியும் மகிழ்ச்சியும் நிறைந்த ஓர் உறவாக இருக்கும். தூங்கப் போவதற்கு முன்பாக, "இன்றைய நாளில் எனக்குக் கிடைத்த ஆசீர்வாதங்களுக்கு நன்றி," என்று கடவுளுக்கு நன்றி கூறுங்கள்.

மேற்கூறப்பட்டப் பிரார்த்தனையும், ஒரு தெய்வீகப் பேரறிவு இருக்கிறது என்ற நம்பிக்கையும், ஒரு திருமண உறவிலும் வாழ்வின் மற்ற அனைத்துத் தளங்களிலும் வலிமையையும் சக்தியையும் அன்பையும் உருவாக்குகின்றன. தினமும் முறையாகப் பிரார்த்திப்பதன் மூலம் கணவனும் மனைவியும் புத்துணர்ச்சி பெறுகின்றனர்.

சில நாட்களுக்கு முன்பு என்னிடம் பேசிய ஒரு பெண், "என் கணவர் தினமும் இரவில் வீட்டிற்கு வரும்போது எனக்குப் பல பரிசுப் பொருட்களையும்

எங்கள் இரு குழந்தைகளுக்கும் விளையாட்டுப் பொருட்களையும் வாங்கி வருவது வழக்கம். ஆனாலும் அவர் எப்போதும் எரிச்சலுடனேயே இருக்கிறார். அவருடைய கோபத்தை எங்களால் சமாளிக்க முடிவதில்லை. அவர் எங்கள் குழந்தைகளையும் திட்டிக் கொண்டே இருக்கிறார். சிறு விஷயங்களுக்குக்கூட அவர் என்னிடம் கத்துகிறார்," என்று கூறினார். நான் அப்பெண்ணின் கணவரிடம் பேசியபோது, தான் ஒரு 'சுதந்திர' மனிதனாக இருக்க விரும்பியதாகவும், திருமணத்தாலும் ஒரு தந்தை என்ற முறையிலும் தான் சுமக்க வேண்டியிருந்த பொறுப்புகளைத் தான் தவிரிக்க விரும்பியதாகவும் அவர் கூறினார். மேலும், அவர் இன்னொரு பெண்ணுடன் ஒரு முறையற்ற உறவு கொண்டிருந்தது அவருக்கு ஓர் ஆழமான குற்றவுணர்வை ஏற்படுத்தியிருந்தது. அந்தப் பெண்ணுக்காகவும் இவர் ஏகப்பட்டப் பணத்தைச் செலவு செய்து கொண்டிருந்தார். தன்னுடைய மனைவிக்கும் தன் குழந்தைகளுக்கும் தினமும் அவர் வாங்கி வந்த பொருட்கள் யாவும் தன்னுடைய குற்றவுணர்வையும், அவர்கள்மீது தான் கொண்டிருந்த உள்ளார்ந்த பகையையும் ஈடுகட்டுவதற்காக அவர் தேர்ந்தெடுத்திருந்த ஒரு வழிதான்.

இவர் உயர் ரத்த அழுத்தத்தாலும் வயிற்றுப் புண்களாலும் பாதிக்கப்பட்டிருந்தார். இவை இரண்டுமே அவருடைய குற்றவுணர்வாலும் தன்னுடைய முறையற்ற உறவு குறித்து அவர் தன்மீது கொண்டிருந்த சுயவெறுப்பாலும் உருவானவை என்பதில் சந்தேகமில்லை. தன் செயல்களுக்காகத் தான் தண்டிக்கப்படுவோம் என்ற ஒரு பயம் அவருக்குள் ஒளிந்திருந்தது. இந்த எண்ணம், அவருக்குத் தன்மீது மதிப்புக் குறைய வழி வகுத்தது. அவர் தன் மனைவிக்கும் குழந்தைகளுக்கும் வாங்கி வந்த பரிசுப் பொருட்கள் தன் தவறுகளுக்கு அவர் செய்த பரிகாரம்தான்.

அவருக்கு நான் வழங்கிய விளக்கத்தைத் திறந்த மனத்தோடு அவர் ஏற்றுக் கொண்டார். தான்

உடனடியாக சில மனரீதியான வேலைகளைச் செய்ய வேண்டியிருந்ததை அவர் உணரத் தொடங்கினார். ஓர் இணக்கமான, அமைதியான வாழ்க்கையை உருவாக்குவதற்கு அவர் தன் கோபத்தையும் பகைமையையும் தீய எண்ணத்தையும் கைவிட வேண்டியிருந்தது. மற்றொரு பெண்ணுடனான அந்த முறையற்ற உறவை அவர் முறித்துக் கொண்டார். பிறகு, பின்வரும் பிரார்த்தனையை தினமும் பல முறை அவர் கூறத் தொடங்கினார்:

> **"முடிவில்லாப் பேரறிவு என்னைக் கட்டுப்படுத்தி இயக்குகிறது, என்னை வழிநடத்துகிறது. நான் என் மனைவியிடமும் என் குழந்தைகளிடமும் அன்பையும் அமைதியையும் மகிழ்ச்சியையும் நல்லெண்ணத்தையும் வெளிப்படுத்துகிறேன். கடவுளின் அன்பு என் மனைவியையும் குழந்தைகளையும் சூழ்ந்திருக்கிறது. அவருடைய அன்பும் அமைதியும் இணக்கமும் மகிழ்ச்சியும் அவர்களுடைய மனங்களையும் இதயங்களையும் நிரப்பிக் கொண்டிருக்கின்றன என்பதை நான் அறிவேன். அதை நான் உறுதியாக நம்புகிறேன். என்னை நானே மன்னித்துக் கொள்கிறேன். நான் சுதந்திரமாக இருப்பதாக உணர்கிறேன். இது நிஜம். கடவுளின் அமைதி என் வீட்டிலும் என் இதயத்திலும் என் குடும்பத்திலும் கோலோச்சிக் கொண்டிருப்பதை நான் அறிவேன்."**

இந்த எளிய பிரார்த்தனையின் மூலம் அவர் தன்னுள் நிலவிய குழப்பத்தைத் துடைத்தெறிந்துவிட்டு, அங்கு அமைதியைக் குடியமர்த்தினார். அவருடைய புதிய மனப்போக்கு அவரது உடற்பிரச்சனைகளைத் தீர்த்து, அவருக்கு மன அமைதியைப் பெற்றுக் கொடுத்தது. அவரும் அவருடைய மனைவியும் தினமும் இரவில் சேர்ந்து பிரார்த்தனை செய்தனர். அன்பு இப்போது அவர்களுடைய வீட்டில் ஆட்சி செலுத்திக் கொண்டிருந்தது. அன்பு தன்னைப்போல அல்லாத எல்லாவற்றையும் கரைத்துவிடும் என்பது உண்மைதான். அன்பே கடவுள்.

குறி சொல்லும் பலகையும் விளக்கமும்

தான் தன் மனைவிக்கு விசுவாசமாக நடந்து கொள்ளவில்லை என்று ஒரு குறி சொல்லும் பலகை தன் மனைவியிடம் கூறியதால், அவள் தன்மீது விவாகரத்து வழக்குத் தொடர்ந்திருந்ததாக ஒரு கணவர் என்னிடம் கூறினார். என் வேண்டுகோளின் பேரில் அப்பெண் என்னை சந்திக்க வந்தாள். தன் கணவன்மீது அவள் கொண்டிருந்த சந்தேகத்தையும் கோபத்தையும் அவளுடைய ஆழ்மனம்தான் அவளுக்கு உறுதிப்படுத்திக் கொண்டிருந்தது என்று நான் அவளுக்கு விளக்கினேன். தன்னுடைய சொந்த ஆழ்மனம்தான் தன்னுடைய விரல்களின் வாயிலாக அந்தக் குறி சொல்லும் பலகையை இயக்கிக் கொண்டிருந்தது என்பதை அவள் தெளிவாகப் பார்க்கத் தொடங்கினாள். அதாவது, தான் தனக்குத் தானே பேசிக் கொண்டிருந்தோம் என்பதை அவள் புரிந்து கொண்டாள். அவளுடைய கணவரிடம் நான் பேசியபோது, அவர் மலட்டுத்தன்மையால் பாதிக்கப்பட்டிருந்ததையும், அதற்கு அவர் சிகிச்சை எடுத்துக் கொண்டிருந்ததையும் நான் கண்டறிந்தேன். இப்பெண் நேர்மையாகத் தன் தவறைக் கண்டாள். இருவருமே பரஸ்பரம் அடுத்தவரை நோக்கி அன்பான, அமைதியான, பரிவான எண்ணங்களை அனுப்புவதென்று ஒப்புக் கொண்டனர். இது அங்கு நிலவிய எதிர்மறை மனப்போக்கைக் கரைத்து, முரண்பாடும் சந்தேகமும் ஆட்சி செய்த இடத்தில் அமைதியைக் கொலுவேற்றியது. இங்கு விளக்கமே தீர்வாக அமைந்தது.

உணர்ச்சிரீதியான மிரட்டலும் ஒரு புதிய தேனிலவும்

தன் கணவனுக்கு இனியும் தன்மீது அன்பு இல்லை என்று நினைத்த ஒரு பெண் அவனைவிட்டுப் பிரிந்து செல்லவிருந்தாள். அவள் தன் கணவனோடு ஒரு தனி வீட்டில் வசிக்க விரும்பினாள். ஆனால் அவளுடைய

கணவன் ஒரு குடியிருப்பு வீட்டில் வாழ விரும்பினான். இதில் அவர்கள் இருவருக்கும் இடையே கருத்து முரண்பாடு ஏற்பட்டது. தன்மீது அவனுக்கு அன்பு இல்லாததால்தான் தனி வீடு ஒன்றை வாங்க அவன் விரும்பவில்லை என்று அவள் தன் கணவனிடம் கூறினாள். மேலும், தனக்கு சிகரெட் புகை ஒத்துக் கொள்ளாது என்று தெரிந்தும்கூட அவன் எப்போதும் புகைபிடித்துக் கொண்டே இருந்ததால், அவனுக்கு இனியும் தன்மீது அக்கறை இல்லை என்று அவள் திட்டவட்டமாக என்னிடம் கூறினாள்.

இரண்டு நபர்கள் சேர்ந்தால் மட்டுமே ஒரு சண்டை ஏற்பட முடியும். இந்தக் கதையில், இப்பெண் உணர்ச்சிரீதியாகப் பக்குவமற்றவளாக இருந்தாள் என்பது நிச்சயம். அவன் தன் பழக்கங்களை மாற்றிக் கொள்ள வேண்டும் என்று அவள் விரும்பியதும், தன்னுடைய ஆசைகளுக்கு எதிராக அவன் செயல்பட்டதற்காக அவனுக்குக் குற்ற உணர்வை ஏற்படுத்த வேண்டும் என்று அவள் நினைத்ததும்தான் அவள் அவனை நச்சரித்ததற்குக் காரணம். நான் அவளுடைய கணவனிடம் பேசியபோது, அவன் ஆழ்ந்த கோபத்தில் இருந்ததை நான் கண்டறிந்தேன். அவனுக்குள் இருந்த ஒரு குற்றவுணர்வுதான் அவன் தன் மனைவியிடம் கடுமையாகப் பேசவும், அவளை விமர்சிக்கவும், சிறிய விஷயங்களுக்குக்கூட அவள்மீது கோபம் கொள்ளவும் அவனைத் தூண்டியது.

ஒருவர் உங்கள் விருப்பத்தை நிறைவேற்றி உங்களை மகிழ்ச்சிப்படுத்தவில்லை என்பதற்காக அவரைக் குற்றவுணர்வு கொள்ள வைப்பதன் மூலமாகவோ அல்லது அவரைக் காயப்படுத்துவதன் மூலமாகவோ அவரை வலுக்கட்டாயமாக உங்கள் வழிக்குக் கொண்டுவர முடியாது. அது எந்த விதத்திலும் உங்களுக்குப் பலனளிக்காது.

கோபமானது மக்களின் அமைதி, ஆரோக்கியம், வலிமை, மனத்திறன் ஆகியவற்றைக் களவாடிவிடுகிறது. இதனால் அவர்கள் மனரீதியாகவும் உடல்ரீதியாகவும்

சீரழிந்துவிடுகின்றனர். ஒருவர் நெடுங்காலமாகக் கோபத்திலேயே உழன்று கொண்டு இருந்தால், காலப்போக்கில் அவர் கடுமையானவராகவும், இரக்கமற்றவராகவும், செயலற்றவராகவும் ஆகிவிடுவார். அதோடு, மற்ற எல்லோர்மீதும் அவர் சினம் கொள்ளத் தொடங்குவார்.

நான் சற்று முன் குறிப்பிட்டக் கணவனும் மனைவியும் என் முன்னிலையில் தங்கள் இன்னல்களையும் கோபங்களையும் எதிர்ப்புகளையும் பற்றிக் கலந்து பேசினர். உண்மைத் தகவல்களைப் பார்க்க அவர்கள் இருவரும் கற்றுக் கொண்டனர். தங்கள் சூழ்நிலையை அவர்கள் பாரபட்சமின்றிப் பார்த்தபோது, தாங்கள் மிகவும் சிறுபிள்ளைத்தனமாக நடந்துகொண்டிருந்ததை அவர்கள் ஒப்புக்கொண்டனர். அன்பும் இணக்கமும் இணைந்த ஒரு சூழலில் தங்கள் பிரச்சனைகளைப் பற்றி அமைதியாகப் பேசுவதன் மூலம் எல்லா விஷயங்களிலும் ஓர் உடன்பாட்டை உருவாக்க முடியும் என்பதையும் அவர்கள் உணர்ந்து கொண்டனர்.

தனக்கு ஏற்பட்டிருந்த ஆஸ்துமா நோய் சிகரெட் புகையால் ஏற்பட்டது அல்ல, மாறாக, தன் ஆழ்மனத்தில் ஆழமாகப் பதிந்திருந்த ஒரு பகையுணர்வால்தான் அது ஏற்பட்டிருந்தது என்பதை அவள் கண்டறிந்தாள். கடுஞ்சினம் சிலரது உடல்களில் ஆஸ்துமாவைத் தோற்றுவிக்கலாம், வேறு சிலருக்கு உயர் ரத்த அழுத்தத்தை ஏற்படுத்தலாம், வேறு நபர்களுக்கு மூட்டுவலியையோ அல்லது ஒற்றைத் தலைவலியையோ உருவாக்கலாம். உண்மை என்னவென்றால், மனரீதியான அல்லது உணர்ச்சிரீதியான எந்தவொரு பிரச்சனையும் உடல்ரீதியான செயல்முறையில் ஏதேனும் ஒரு பாதிப்பை ஏற்படுத்தும். நோய்க்கான அறிகுறிகளும் பாதிக்கப்படுகின்ற உறுப்புகளும் அந்த நபரின் உடலமைப்பைப் பொருத்த விஷயம்.

தன் கணவனுடன் மீண்டும் ஓர் இணக்கமான உறவை ஏற்படுத்திக் கொண்ட பிறகு இப்பெண்ணின்

ஆஸ்துமா பிரச்சனை முற்றிலுமாகத் தீர்ந்தது. பழி வாங்கும் உணர்ச்சியையும் உணர்ச்சிரீதியான மிரட்டலையும் விட்டொழித்ததன் மூலம் அவர்கள் ஒரு மகிழ்ச்சியான தம்பதியராக ஆனார்கள். "ஒரு தனி வீடு வாங்க வேண்டுமா அல்லது ஒரு குடியிருப்பு வீடு வாங்க வேண்டுமா என்று தீர்மானிப்பதற்கு நாங்கள் பூவா தலையா போட்டுப் பார்த்தோம். அதில் என் கணவர் தோற்றுவிட்டார். ஆனால் அவருக்கு இப்போது எங்களுடைய புதிய தனி வீடு மிகவும் பிடித்திருக்கிறது," என்று அப்பெண் கூறினாள்.

மூன்றாவது தவறு தேவையில்லை

சமீபத்தில் என்னை சந்தித்த ஓர் ஆசிரியை, என்னிடம், "நான் மூன்று முறை திருமணம் செய்திருக்கிறேன். இந்த மூன்று நபர்களுமே எனக்குக் கீழ்ப்படிந்து நடந்து வந்துள்ளனர். எல்லோருமே சோம்பேறிகள். எந்தவொரு தீர்மானம் எடுக்க வேண்டியிருந்தாலும் அவர்கள் முற்றிலும் என்னையே சார்ந்திருந்தனர். நான் ஏன் இப்படிப்பட்டவர்களையே என்னிடம் கவர்ந்திழுக்கிறேன்?" என்று கேட்டார். "உங்கள் முதல் கணவர் இவ்வளவு பலவீனமானவர் என்று உங்களுக்குத் தெரியுமா?" என்று நான் கேட்டேன். "இல்லை. அது தெரிந்திருந்தால் நான் அவரைத் திருமணம் செய்து கொண்டிருக்கவே மாட்டேன், இல்லையா?" என்று அவர் என்னிடம் பதிலுக்குக் கேட்டார். ஆனால் அவர் தன் முதல் தவறிலிருந்து பாடம் கற்றுக் கொண்டிருக்கவில்லை. பிரச்சனை அவருடைய சொந்த ஆளுமையில்தான் இருந்தது. அவர் ஆண்களைப்போல திடகாத்திரமாகவும் ஆதிக்கம் செலுத்துபவராகவும் இருந்தார். தன்னுடைய இந்த ஆதிக்க மனப்போக்கிற்குத் தீனி போடும் விதத்தில் தனக்குக் கட்டுப்பட்டு நடக்கக்கூடிய ஒருவரையே அவர் தன்னையும் அறியாமல் விரும்பி வந்திருந்தார். இதைத்தான் அவருடைய ஆழ்மனம் அவரிடம் கவர்ந்திழுத்தது. சரியான பிரார்த்தனைச்

செயல்முறையைத் தேர்ந்தெடுத்ததன் மூலம் அவர் தன்னுடைய இந்தப் போக்கை மாற்றியமைக்கக் கற்றுக் கொள்ள வேண்டியிருந்தது.

நாம் விரும்புவது நமக்குக் கிடைப்பதில்லை. மாறாக, நாம் யாராக இருப்பதாக நாம் உணர்கிறோமோ, அதைத்தான் நாம் கவர்ந்திழுக்கிறோம். நமக்கு என்ன வேண்டுமோ அதை நாம் நம் மனப்போக்கிற்குள் நிலைப்படுத்த வேண்டும். வேறு விதமாகக் கூறினால், நாம் பெற விரும்பும் விளைவை நம் மனத்தில் ஒரு காட்சியாக நாம் நிலைப்படுத்த வேண்டும். அப்போது விளைவுகள் பின்தொடரும்.

இப்பெண் ஓர் எளிய உண்மையைக் கற்றுக் கொண்டார்: "உங்களுக்குப் பொருத்தமான ஓர் ஆண்மகனை உங்களால் பெற முடியும் என்று நீங்கள் நம்பும்போது, உங்கள் நம்பிக்கையின்படி உங்களுக்குச் செயல்விடை அளிக்கப்படும்." தன்னுடைய பழைய ஆழ்மனப் பதிவைத் துடைத்தெறிந்துவிட்டு, தனக்குக் கச்சிதமான வாழ்க்கைத் துணையைத் தன்னிடம் கவர்ந்திழுக்க இப்பெண் பின்வரும் பிரார்த்தனையைச் செய்தார்:

> **"எந்த வகையான ஆண்மகன் எனக்குக் கணவராக வாய்க்க வேண்டும் என்று நான் ஆழமாக விரும்புகிறேனோ, அதை நான் என் மனப்போக்கிற்குள் உருவாக்கிக் கொண்டிருக்கிறேன். வலிமையும், சக்தியும், அன்பும், இணக்கமும், பரிவும் கொண்டவரையே நான் என் கணவராகக் கவர்ந்திழுக்கிறேன். அவர் ஆன்மீகச் சிந்தனை கொண்டவராகவும், திடகாத்திரமானவராகவும், வெற்றியாளராகவும், நேர்மையும் நம்பிக்கையும் விசுவாசமும் கொண்டவராகவும் இருக்கிறார். அவர் என்னிடம் அன்பையும் மகிழ்ச்சியையும் கண்டுகொள்கிறார். அவர் என்னை வழிநடத்திச் செல்லும் இடங்களுக்கு அவரைப் பின்தொடர்ந்து செல்வதை நான் விரும்புகிறேன். அவர் என்னை நேசிக்கிறார், நானும் அவரை நேசிக்கிறேன். பின்வரும் குணநலன்கள் மூலம் அவருக்கு நான் பங்களிப்பேன்: நான் நேர்மையும், உண்மையும்,**

அன்பும், பரிவும் கொண்டவள். அமைதி, நல்லெண்ணம், ஒரு மகிழ்ச்சியான இதயம், ஓர் ஆரோக்கியமான உடல் ஆகிய அற்புதமான பரிசுகளை நான் அவருக்கு வழங்குவேன். அவரும் எனக்கு அவற்றை வழங்குகிறார். இது பரஸ்பரம் நிகழ்கிறது. எனக்குரிய அந்த நபர் எங்கே இருக்கிறார் என்பது தெய்வீகப் பேரறிவுக்குத் தெரியும். என் ஆழ்மனத்தின் ஞானம் இப்போது தன் சொந்த வழியில் எங்கள் இருவரையும் ஒன்றிணைக்கிறது. நாங்கள் இருவரும் உடனடியாக ஒருவரை ஒருவர் அடையாளம் கண்டுகொள்கிறோம். நான் இந்தக் கோரிக்கையை எனக்குள் இருக்கும் முடிவில்லாப் பேரறிவிடம் ஒப்படைக்கிறேன். அதை எப்படி நிறைவேற்றிக் கொடுக்க வேண்டும் என்பது அதற்குத் தெரியும். எனக்குக் கிடைக்கவிருக்கும் கச்சிதமான பதிலுக்காக நான் நன்றி கூறுகிறேன்."

தன் மனத்தில் தான் நிலைப்படுத்தும் எதுவொன்றும் தன் நிஜ வாழ்வில் வெளிப்படுத்தப்படும் என்ற ஆழ்ந்த நம்பிக்கையோடு, அவர் இப்பிரார்த்தனையை தினமும் காலையிலும் இரவிலும் செய்து, இந்த உண்மைகளை மீண்டும் மீண்டும் வலியுறுத்தினார்.

பல மாதங்கள் கடந்தன. ஆனாலும் அவருக்கு ஏற்ற ஒருவர் கிடைக்கவில்லை. அவருக்கு சந்தேகம் எழுந்தபோதெல்லாம், முடிவில்லாப் பேரறிவு தனக்கே உரிய ஒரு வழியில் தன்னுடைய ஆசையை நிறைவேற்றும் என்று அவர் தனக்குத் தானே நினைவுபடுத்திக் கொண்டார். இதற்கிடையே, அவருடைய மூன்றாவது கணவரிடமிருந்து அவருக்கு விவாகரத்துக் கிடைத்தது. இது அவருக்குப் பெரும் மன நிம்மதியையும் சுதந்திரத்தையும் கொடுத்தது. சில நாட்களுக்குப் பிறகு, ஒரு மருத்துவரின் அலுவலகத்தில் அவருக்கு ஒரு வரவேற்பாளர் வேலை கிடைத்தது. தான் இந்த மருத்துவரைக் கண்டவுடனேயே, இவர்தான் தான் பிரார்த்தனை செய்து கொண்டிருந்த நபர் என்பதைத் தான் அறிந்ததாக அப்பெண் என்னிடம் கூறினார். அதை அந்த மருத்துவரும் அறிந்திருந்தார்போலும்.

ஒரு வாரத்திற்குப் பிறகு, தன்னைத் திருமணம் செய்து கொள்ளச் சம்மதமா என்று அம்மருத்துவர் அப்பெண்ணிடம் கேட்டார். அப்பெண் அதற்குச் சம்மதித்தார். இப்போது இருவரும் திருமணம் செய்து கொண்டு மகிழ்ச்சியாக வாழ்ந்து வருகின்றனர். இந்த மருத்துவர் தன் மனைவியிடம் அடிமைபோல இருக்கவில்லை. மாறாக, அவர் ஓர் உண்மையான ஆண்மகனாக இருந்தார். அவர் ஒரு முன்னாள் கால்பந்து வீரர், ஒரு சிறந்த தடகள வீரர். அவருக்கு ஆழமான ஆன்மீக ஈடுபாடும் இருந்தது. தான் விரும்பியது அப்பெண்ணுக்குக் கிடைத்தது. ஏனெனில், அவர் மனரீதியாக அதை நினைத்துக் கொண்டே இருந்தார். மனரீதியாகவும் உணர்ச்சிரீதியாகவும் அவர் தன் யோசனையோடு ஒன்றுகலந்தார். அது அவருடைய ஓர் அங்கமாக ஆகியது.

நான் விவாகரத்துப் பெற வேண்டுமா?

விவாகரத்து ஒரு தனிப்பட்டப் பிரச்சனை. அதைப் பொதுப்படுத்த முடியாது. சிலரது விஷயங்களில், அவர்களுக்கு ஒருபோதும் திருமணமே நடந்திருக்கக்கூடாது என்பது வெளிப்படையாகத் தெரியும். தனிமையில் இருக்கும் ஒருவருக்குத் திருமணம்தான் தீர்வு என்பது எவ்வளவு தவறானதோ, அதேபோல, வேறு சிலருடைய விஷயங்களில், விவாகரத்து அவர்களுடைய பிரச்சனைக்கான தீர்வாக இருப்பதில்லை. விவாகரத்து ஒருவருக்குச் சரியானதாக இருக்கக்கூடும், இன்னொருவருக்குத் தவறானதாக இருக்கக்கூடும். திருமணம் என்ற பெயரில் ஒரு பொய்யான வாழ்க்கையை வாழ்ந்து கொண்டிருக்கும் ஒரு பெண்ணைவிட, விவாகரத்துப் பெற்றுள்ள ஒரு பெண் அதிக உண்மையானவளாகவும் அதிக உன்னதமானவளாகவும் இருக்கக்கூடும்.

எடுத்துக்காட்டாக, என்னிடம் ஆலோசனை பெற வந்த ஒரு பெண்ணின் கணவன் போதை மருந்துப் பழக்கம் உடையவனாகவும், ஒரு முன்னாள்

குற்றவாளியாகவும், தன் மனைவியை அடித்துத் துன்புறுத்துபவனாகவும், வேலைக்குச் சென்று பணம் சம்பாதித்துத் தன் குடும்பத்தைக் காப்பாற்ற முடியாதவனாகவும் இருந்தான். விவாகரத்துப் பெறுவது தவறான செயல் என்று அப்பெண்ணுக்குக் கூறப்பட்டிருந்தது. ஆனால் திருமணம் என்பது இதயம் தொடர்பான விஷயம் என்று நான் அவளுக்கு விளக்கினேன். இரண்டு இதயங்கள் இணக்கமாகவும் அன்பாகவும் உண்மையாகவும் ஒன்றிணைந்து இருந்தால், கடவுள் ஏற்படுத்திக் கொடுத்துள்ள ஒரு புனிதமான உறவு அது என்று கூறலாம். அன்புதான் இதயத்தின் செயல்பாடு. அன்பே கடவுள். வேறு எந்தக் காரணத்திற்காகத் திருமணம் நடைபெற்றாலும் அது ஒரு பொய், ஒரு போலிச் சடங்கு, ஓர் ஏய்ப்பு வேலை.

இந்த விளக்கத்தைத் தொடர்ந்து, தான் என்ன செய்ய வேண்டும் என்பதை அப்பெண் அறிந்தாள். தன் கணவனிடம் அடி வாங்கிக் கொண்டு இருக்க வேண்டும் என்று தன்னைக் கட்டாயப்படுத்துகின்ற எந்த விதியும் இல்லை என்பதை அவள் இதயப்பூர்வமாக உணர்ந்தாள். என்ன செய்ய வேண்டும் என்பது உங்களுக்குத் தெரியாமல் இருந்தால், முடிவில்லாப் பேரறிவு உங்களுக்குச் செயல்விடை அளிக்கும் என்ற அறிதலோடு, வழிகாட்டுதல் வேண்டிப் பிரார்த்தனை செய்யுங்கள். உங்கள் ஆன்ம அமைதியில் தோன்றுகின்ற யோசனையைப் பின்பற்றிச் செல்லுங்கள்.

விவாகரத்தை நோக்கி

சமீபத்தில், திருமணமாகி ஒருசில மாதங்களே ஆகியிருந்த ஓர் இளம் தம்பதியினர் விவாகரத்துக் கோரினர். நான் அந்த இளைஞனிடம் பேசியபோது, தன் மனைவி தன்னைவிட்டு விலகிச் சென்றுவிடுவாள் என்ற ஒரு நிரந்தரமான பயம் அவனுக்கு இருந்ததை நான் கண்டறிந்தேன். அவள் தனக்கு நம்பிக்கைத் துரோகம் செய்வாள் என்றும் அவன் நம்பினான். இந்த எண்ணங்கள் அவனுடைய மனத்தை அரித்தன.

விரைவில், அவை அவன்மீது ஆதிக்கம் செலுத்தத் துவங்கின. பிரிவு, சந்தேகம் ஆகியவை அவனுடைய மனப்போக்குகளாக இருந்தன. அவனுடைய மனைவி அவனிடம் அன்பாக இருக்க மறுத்தாள். அவனுடைய சொந்த எதிர்மறையான மனப்போக்குதான் அவர்கள் இருவருக்கும் இடையே இயங்கிக் கொண்டிருந்தது. இது அவனுடைய மனத்தில் இருந்த எதிர்மறையான எண்ணத்திற்கு ஏற்ற எதிர்மறையான ஒரு சூழ்நிலையை உருவாக்கியது. வினையும் எதிர்வினையும் விதி உங்களுக்குத் தெரிந்ததுதான். எண்ணம்தான் வினை, உங்கள் ஆழ்மனம் அதற்கு அளிக்கும் செயல்விடைதான் எதிர்வினை. அவனுடைய மனைவி அவனுடைய வீட்டைவிட்டு வெளியேறி, அவனிடம் விவாகரத்துக் கேட்டாள். அவள் என்ன செய்வாள் என்று அவன் பயந்தானோ, அது அப்படியே நடந்துவிட்டது.

விவாகரத்து முதலில் மனத்தில்தான் நிகழ்கிறது. சட்டரீதியான செயல்பாடுகள் அதைப் பின்தொடர்கின்றன. இக்கணவன், மனைவி ஆகிய இருவருமே தம்முடைய மனங்களில் பயம், சந்தேகம், கோபம், மனச்சோர்வு ஆகியவற்றுடன் வாழ்க்கை நடத்திக் கொண்டிருந்தனர். இந்த மனப்போக்குகள் நம்மை ஒட்டுமொத்தமாக பலவீனப்படுத்துகின்றன, களைப்படையச் செய்கின்றன, வலுவிழக்கச் செய்கின்றன. பகைமை பிரிக்கிறது, அன்பு ஒன்றிணைக்கிறது என்பதை அவர்கள் கற்றுக் கொண்டனர். தங்கள் மனங்களில் தாங்கள் நிகழ்த்திக் கொண்டிருந்த எதிர்மறையான விஷயங்களை அவர்கள் உணர்ந்து கொள்ளத் தொடங்கினர். இவர்கள் இருவருக்குமே மன விதிகளைப் பற்றித் தெரிந்திருக்கவில்லை. ஆனாலும் அவர்கள் தங்கள் மனங்களைத் தவறாகப் பயன்படுத்தி, தங்கள் வாழ்வில் குழப்பத்தையும் துயரத்தையும் கொண்டு வந்திருந்தனர். என்னுடைய பரிந்துரையின் பேரில், இருவரும் பிரார்த்தனைச் சிகிச்சையைப் பயன்படுத்திப் பார்க்க ஒப்புக் கொண்டனர். அவர்கள் பரஸ்பரம் அடுத்தவர்

குறித்து அன்பான, அமைதியான எண்ணங்களை எண்ணினர். அடுத்தவரிடம் கடவுளைப் பார்க்க அவர்கள் கற்றுக் கொண்டனர். ஒவ்வோர் இரவும் அவர்கள் இருவரும் சேர்ந்து பிரார்த்தனை செய்தனர். அவர்களுடைய திருமண உறவு இப்போது நாளுக்கு நாள் மேன்மையுற்றுக் கொண்டே இருக்கிறது.

உங்கள் தந்தையையும் தாயையும் கௌரவப்படுத்துங்கள்

ஆண் குழந்தைகளுக்கு ஒரு தந்தை வேண்டும். அவர் முக்கியமானவராகவும் வலிமையானவராகவும் சுறுசுறுப்பானவராகவும் இருக்க வேண்டும். ஒரு பெண் தன் கணவனை மீண்டும் தங்கள் வீட்டின் தலைவனாக ஆக்க வேண்டும். ஒரு தந்தைதான் தன் குழந்தையை ஒழுங்குபடுத்தி, அக்குழந்தை தனக்குக் கீழ்ப்படிந்து நடக்கும்படி பார்த்துக் கொள்ள வேண்டும். ஒரு குழந்தைக்குத் தன் தந்தைதான் அதிகாரத்தின் ஓர் அடையாளம். தன் பெற்றோரை மதித்து அவர்களை கௌரவப்படுத்துகின்ற குழந்தை தானாகவே தன் முதலாளியையும், பேராசிரியரையும், காவல்துறை அதிகாரியையும், நாட்டின் விதிகளையும், நாட்டின் கொடியையும் மதித்து நடப்பான். தங்கள் குழந்தைகளுக்கு முன்னால் ஒரு தாய் தன் கணவனை ஒருபோதும் மட்டம் தட்டிப் பேசக்கூடாது. ஏனெனில், இது அக்குழந்தைகளின் பார்வையில் அவனுடைய அதிகாரத்தைக் குறைத்துவிடும். குழந்தைகளுக்கு அளவுக்கதிகமாகச் செல்லம் கொடுக்கும் பழக்கத்தையும் தாய்மார்கள் நிறுத்த வேண்டும். தந்தையர் தங்கள் குழந்தைகளின் விஷயத்தில் அதிக அக்கறையும் ஆர்வமும் காட்ட வேண்டும், அவர்களோடு சேர்ந்து விளையாட வேண்டும், அவர்களோடு சேர்ந்து பிரார்த்தனை செய்ய வேண்டும்.

ஒரு மகன் தன் தந்தையை ஒரு கதாநாயகனாகப் பார்க்கிறான், அவரை அப்படியே நகலெடுக்க விரும்புகிறான். ஆனால் அத்தந்தை தன் மகன்மீது

எந்த ஆர்வமும் காட்டாமல், குடிப்பதிலும், தொலைக்காட்சி பார்ப்பதிலும், வார இறுதி நாட்களில் மற்றப் பெண்களோடு சுற்றித் திரிவதிலும் தன் நேரத்தைச் செலவிட்டால், அவருடைய மகன் தன் தாயின் தாக்கத்திற்கும் தன் சகோதரிகளின் தாக்கத்திற்கும் ஆளாவான். இதனால் பெண்களுடைய இயல்பும் தன்மையும் அவனிடத்தில் தலைதூக்கத் தொடங்கும். ஆண்களுக்குரிய நடத்தைப் போக்குகள் உங்கள் மகனிடத்தில் உருவாவதற்கான வழிகளைத் தடை செய்துவிடாதீர்கள். அவனுடைய தந்தை இறந்துவிட்டால், அவன் தன்னுடைய மாமா, சிற்றப்பா, அல்லது வேறு யாரோ ஓர் ஆண் உறவினருடன் ஒரு நல்ல தொடர்பை ஏற்படுத்திக் கொள்ளும்படி செய்யுங்கள். அவனுடைய ஆசிரியரும் அவனுக்கு உதவக்கூடும். உங்களுக்கு விவாகரத்து ஆகியிருந்தால், உங்கள் மகனைத் தன் சொந்த மகனாகக் கருதி அன்போடு நடத்துகின்ற ஓர் அற்புதமான ஆண்மகனை உங்களால் கவர்ந்திழுக்க முடியும். ஒரு தந்தையால் மட்டுமே வாழ்க்கையைப் பற்றிய இந்தப் பேருண்மைகளைத் தன் மகனின் மனத்தில் பதிய வைத்து, அவனுடைய ஆன்மாவில் அவற்றைப் பேணி வளர்க்க முடியும்.

10

பிரார்த்தனையின் மூலம் உங்கள் பயத்தை விரட்டியடிப்பது எப்படி

மனிதனின் மாபெரும் எதிரிகளில் ஒன்று பயம். கடவுளின்மீதும் அனைத்து நல்ல விஷயங்களின்மீதும் வைக்கப்படும் நம்பிக்கையே பிரார்த்தனை. இப்பிரார்த்தனை அந்த பயத்தை விரட்டியடிக்கிறது. பயம்தான் கடவுளின் அன்பெனும் கதிரொளியை மறைக்கின்ற மேகம். கடந்தகாலம், நிகழ்காலம், எதிர்காலம் ஆகியவற்றைக் குறித்த பயம் ஆண்களுக்கு உண்டு. ஒருவன் தோற்பதற்கு பயம் காரணமாகிறது. பயம்தான் மனிதனைக் கோபப்படுத்துகிறது, மற்றவர்களோடு சண்டையிடும்படி செய்கிறது, மனித உறவுகளைச் சீர்குலைக்கிறது. ஆண்கள் விமர்சனத்தைக் கண்டு பயப்படுகின்றனர். எனவே, அவர்களுடைய பல அழகான யோசனைகள் ஒருபோதும் வெளிச்சத்திற்கு வருவதே இல்லை.

"கடவுள்தான் என்னுடைய ஒளி, அவர்தான் என்னுடைய விமோசனம். கடவுள் என்னுடன் இருக்கும்போது நான் யாரைக் கண்டு பயப்பட வேண்டும்? கடவுள்தான் என் வாழ்வின் வலிமையாக இருக்கிறார். எனவே, நான் எதற்காக பயப்பட வேண்டும்?" என்ற அர்த்தம் பொதிந்த ஒரு பிரார்த்தனை இருக்கிறது. இந்தப் பிரார்த்தனையை உங்கள் மனத்தில் பதிய வைத்துக் கொள்ளுங்கள். அது என்ன கூறுகிறது

என்பதைப் பற்றி சிந்தித்துப் பாருங்கள். கடவுளின் இருத்தல் உங்களுக்குள் இருக்கிறது என்று அது தெளிவாக உணர்த்துகிறது.

உங்கள் ஆழ்மனத்தின் சக்திகளை அறிந்து கொள்ளுங்கள். அப்போது உங்களுக்கு ஒளியும் முக்தியும் வலிமையும் கிடைக்கும். அதாவது, புரிதலும் சக்தியும் உங்களுடைய அனைத்துப் பிரச்சனைகளுக்கான தீர்வுகளும் உங்களுக்குக் கிடைக்கும். இந்த அத்தியாயத்தில் விரிவாகக் கொடுக்கப்பட்டுள்ள பிரார்த்தனைச் செயல்முறையைச் சிறப்பாகக் கற்றுக் கொள்ளுங்கள். உங்கள் ஆழ்மனம் உங்களுக்குச் செயல்விடை அளிக்கும். அப்போது நீங்கள் உங்கள் அனைத்து பயங்களில் இருந்தும் விடுபடுவீர்கள்.

பயத்திலிருந்து மீளுதல்

"நீங்கள் எந்த விஷயம் குறித்து பயப்படுகிறீர்களோ அதைச் செய்யுங்கள். அப்போது அந்த பயத்திற்குச் சாவுமணி அடிக்கப்பட்டுவிடும்," என்று எமர்சன் கூறியுள்ளார்.

ஒரு பெருந்திரளான மக்கட்கூட்டத்தின் முன்னால் நின்று உரையாற்றுவதற்கு நான் மிகவும் பயந்த ஒரு காலகட்டம் உண்டு. எமர்சனின் அந்தக் கூற்றைப் பயன்படுத்தி நான் என் பயத்திலிருந்து மீண்டேன். அதாவது, நான் பார்வையாளர்களின் முன்னால் போய் நின்று பேசினேன். நீங்கள் உங்களுடைய பயங்களை வெற்றி கொள்ளப் போவதாக நேர்மறையாகப் பிரகடனம் செய்து, நீங்கள் அந்த பயங்களிலிருந்து மீளப் போவதாக உங்கள் வெளிமனத்தில் ஒரு திட்டவட்டமான முடிவுக்கு வரும்போது, உங்கள் ஆழ்மனத்தின் சக்தியை நீங்கள் விடுவிக்கிறீர்கள். அது உங்கள் எண்ணத்தின் இயல்புக்கு ஏற்றபடி செயல்விடை அளிக்கும்.

எங்களுடைய மாணவர்களில் ஒருவர், மிகப் பெரிய விருந்து ஒன்றில் பேசுவதற்குத் தனக்கு

அழைப்பு விடுக்கப்பட்டிருந்ததாக என்னிடம் கூறினார். ஆயிரம் நபர்களுக்கு முன்னால் நின்று பேச வேண்டும் என்ற எண்ணமே தன் வயிற்றில் புளியைக் கரைத்ததாக அவர் கூறினார். அவர் தன் பயத்திலிருந்து இவ்வழியில் மீண்டார்: பல இரவுகள் அவர் ஒரு நாற்காலியில் ஆசுவாசமாக அமர்ந்து கொண்டு, “நான் என்னுடைய இந்த பயத்தை வெற்றி கொள்ளப் போகிறேன். நான் இப்போது அந்த பயத்திலிருந்து மீண்டு கொண்டிருக்கிறேன். நான் தன்னம்பிக்கையோடும் நேர்த்தியாகவும் பேசுகிறேன். நான் ஆசுவாசமாக இருக்கிறேன்,” என்று சுமார் ஐந்து நிமிடங்கள் அமைதியாகவும் மெதுவாகவும் நேர்மறையாகவும் சுயபிரகடனம் செய்தார். மனத்தின் ஒரு திட்டவட்டமான விதியை அவர் இயக்கினார். அவர் தன் பயத்திலிருந்து மீண்டார்.

ஆழ்மனம் தூண்டுதலுக்கு உட்பட்டது. அது தூண்டுதலால் கட்டுப்படுத்தப்படுகிறது. நீங்கள் உங்கள் மனத்தை அமைதிப்படுத்தி ஆசுவாசமாக இருக்கும்போது, உங்கள் வெளிமனத்தின் எண்ணங்கள் உங்கள் ஆழ்மனத்திற்குள் ஊடுருவிச் செல்கின்றன. இந்த நேர்மறையான எண்ணங்கள் உங்கள் ஆழ்மனத்தில் பதிவாகும்போது, அந்த எண்ணங்களுக்கு ஏற்ற வகையில் உங்கள் ஆழ்மனம் விளைவுகளை ஏற்படுத்திக் கொடுக்கிறது. நீங்கள் அமைதியடைகிறீர்கள்.

மேடை பயத்தை விரட்டியடித்தல்

குரல் தேர்வுக்காக ஓர் இளம்பெண் அழைக்கப்பட்டிருந்தாள். அவள் அந்த நேர்முகத் தேர்வை மிக ஆவலோடு எதிர்பார்த்திருந்தாள். ஆனால் மேடை பயத்தின் காரணமாக முந்தைய மூன்று தருணங்களில் அவள் தோல்வியைத் தழுவியிருந்தாள்.

இப்பெண்ணின் குரல் மிகவும் இனிமையாக இருந்தது, ஆனால் அவள் பாட வேண்டிய நேரம் வந்தபோது, மேடை பயத்தால் அவள் உறைந்து

போனாள். ஆழ்மனம் உங்கள் பயங்களை ஒரு வேண்டுகோளாக எடுத்துக் கொண்டு, அவற்றை நிஜமாக்கும் வேலையில் இறங்கிவிடுகிறது, உங்கள் அனுபவத்தில் கொண்டுவந்துவிடுகிறது. முந்தைய மூன்று குரல் தேர்வுகளின்போதும், அவள் சுருதி விலகிப் பாடி, இறுதியில் மனமொடிந்து அழுதாள். இதற்குக் காரணம் ஒரு சுயதூண்டுதல்தான். அவளுடைய மேடை பயம் அவளோடு உணர்ச்சிகரமாக ஒன்றுகலந்து இருந்தது. நேரம் வந்தபோது அது யதார்த்ததில் தன்னை வெளிப்படுத்திக் கொண்டது.

பின்வரும் உத்தியைப் பயன்படுத்தி அவள் தன்னுடைய பயத்திலிருந்து மீண்டாள்: அவள் ஓர் அறையில் தனியாக அமர்ந்து, தன் உடலை ஆசுவாசப்படுத்திக் கொண்டு, தன் கண்களை மூடிக் கொண்டாள். பிறகு, தன்னால் இயன்ற அளவுக்கு அவள் தன் மனத்தையும் உடலையும் சலனமற்று இருக்கச் செய்தாள். உடல் ஆசுவாசமாக இருக்கும்போது மனமும் ஆசுவாசம் அடைகிறது. அப்போது அது எளிதில் தூண்டப்படக்கூடிய நிலையை அடைகிறது. "நான் அழகாகப் பாடுகிறேன். நான் மன அமைதியோடும் தன்னம்பிக்கையோடும் சலனமின்றியும் இருக்கிறேன்," என்று அவள் தனக்குத் தானே சுயபிரகடனம் செய்தாள். அவள் இந்த சுயபிரகடனத்தை மெதுவாகவும் அமைதியாகவும் உணர்ச்சிகரமாகவும் பத்து முறை கூறினாள். அவள் தினமும் மூன்று முறை இவ்வாறு செய்தாள். இரவில் தூங்கப் போவதற்கு முன்பாகவும் ஒரு முறை அவள் இவ்வாறு செய்தாள். ஒரு வாரத்திற்குப் பிறகு, அவள் தன் பயத்திலிருந்து முற்றிலுமாக மீண்டாள். அடுத்து நடைபெற்றக் குரல் தேர்வில் அவள் அற்புதமாகப் பாடினாள். மேற்கூறப்பட்ட உத்தியை நீங்கள் உறுதியோடும் நம்பிக்கையோடும் செய்தால், உங்கள் பயத்தின் மரணத்திற்கு நிச்சயமாக நாள் குறிக்கப்பட்டுவிடும்.

விடைகளை நினைவில் வைத்துக் கொள்ள முடியவில்லை

உள்ளூர்ப் பல்கலைக்கழகத்தைச் சேர்ந்த இளம் மாணவர்கள் அவ்வப்போது என்னை சந்திப்பது வழக்கம். பள்ளி மாணவர்களும் என்னை சந்தித்துச் சென்றனர். அவர்களுடைய பிரச்சனை ஒன்றுதான். "தேர்வு முடிந்த பிறகு விடைகள் என் நினைவுக்கு வருகின்றன. ஆனால் தேர்வு எழுதும்போது விடைகள் எனக்கு மறந்துவிடுகின்றன."

நாம் எந்த எண்ணத்தின்மீது ஒருமித்தக் கவனம் செலுத்துகிறோமோ, அதுதான் நிஜமாகிறது. இந்த மாணவர்கள் ஒவ்வொருவரும் தோல்வி குறித்த யோசனையால் ஆட்கொள்ளப்பட்டிருப்பதை நான் காண்கிறேன். தற்காலிக மறதிக்குப் பின்னால் இருப்பது பயம்தான். அவர்களுடைய இந்த ஒட்டுமொத்த அனுபவத்திற்குக் காரணமும் அதுதான்.

தன் வகுப்பிலேயே அதிபுத்திசாலியாக விளங்கிய ஒரு மருத்துவக் கல்லூரி மாணவன், தேர்வின்போது எளிய கேள்விகளுக்குக்கூட விடை தெரியாமல் தடுமாறினான். தேர்வுக்கு முந்தைய சில நாட்களின்போது, அவன் அதிகமாகக் கவலைப்பட்டதும் பயம் கொண்டதும்தான் அவனுடைய இப்பிரச்சனைக்குக் காரணம் என்று நான் அவனுக்கு விளக்கினேன். ஏனெனில், அந்த எதிர்மறையான எண்ணங்கள் பயத்தால் தூண்டப்பட்டிருந்தன. பயம் என்பது ஒரு சக்திவாய்ந்த உணர்ச்சி. பயம் கலந்த எண்ணங்கள் ஆழ்மனத்தில் நிஜமாக்கப்படுகின்றன. வேறு வார்த்தைகளில் கூறினால், தேர்வில் தான் தோற்றுப் போகும்படி பார்த்துக் கொள்ளுமாறு அந்த இளைஞன் தன் ஆழ்மனத்திடம் கோரிக்கை வைத்துக் கொண்டிருந்தான். அவனுடைய ஆழ்மனம் துல்லியமாக அதையே செய்தது. தேர்வு நாளன்று அவனுக்குத் தற்காலிக மறதி ஏற்பட்டது. உளவியல் வட்டங்களில் இது 'தூண்டுதல் மறதி' என்று அழைக்கப்படுகிறது.

படோயின் என்ற ஒரு பிரெஞ்சு உளவியலாளர், "பயத்திலிருந்து மீள்வதற்குக் கற்பனையைப் பற்றி நாம் தெரிந்து கொள்ள வேண்டியது அவசியம்," என்று கூறினார்.

அந்த மருத்துவக் கல்லூரி மாணவன் தன் பயத்திலிருந்து இவ்வாறு மீண்டான்: தன் ஆழ்மனம் நினைவுகளின் களஞ்சியம் என்பதையும், மருத்துவப் பயிற்சியின்போது தான் கேட்டிருந்த மற்றும் படித்திருந்த அனைத்தும் அதில் கச்சிதமாகப் பதிவாகியிருந்தன என்பதையும் அவன் அறிந்து கொண்டான். மேலும், ஆழ்மனம் செயல்விடை அளிக்கக்கூடிய ஒன்று என்பதையும் அவன் உணர்ந்து கொண்டான். ஆசுவாசமாகவும் அமைதியாகவும் நம்பிக்கையோடும் இருப்பதுதான் ஆழ்மனத்தோடு ஒரு நல்ல தொடர்பை ஏற்படுத்திக் கொள்வதற்கான வழி என்பதையும் அவன் தெரிந்து கொண்டான்.

தினமும் இரவிலும் காலையிலும், தான் மிகச் சிறந்த மதிப்பெண்கள் பெற்றிருந்ததற்காகத் தன் தாயார் தன்னைப் பாராட்டிக் கொண்டிருந்ததுபோல அவன் கற்பனை செய்யத் தொடங்கினான். தன் தாயார் தனக்கு ஒரு கடிதம் எழுதியிருந்ததுபோல நினைத்துக் கொண்டு, அந்தக் கற்பனைக் கடிதத்தைத் தன் கையில் பிடித்துக் கொண்டு, அதில் தன்னைப் பாராட்டி எழுதப்பட்டிருந்த கற்பனை வார்த்தைகளை அவன் படித்தான். அக்கடிதம் தன் கையில் இருந்ததுபோல அவன் உணர்ந்தான். இந்த மகிழ்ச்சிகரமான விளைவை அவன் தொடர்ந்து தன் மனத்தில் காட்சிப்படுத்தி வந்தபோது, சர்வ வல்லமையும் சர்வ ஞானமும் அமையப் பெற்ற அவனுடைய ஆழ்மனம் அந்தக் கோரிக்கையை ஏற்றுக் கொண்டு, அவனுடைய வெளிமனத்தை அதற்கு ஏற்படி இயக்கியது. அந்த இளைஞன் தான் விரும்பிய முடிவைக் கற்பனை செய்தான். அதை அவன் உணர்ச்சிகரமாகக் கற்பனை செய்தபோது, அந்த முடிவைப் பெறுவதற்கான வழியை அவன் பெற்றான். இச்செயல்முறையைத்

தொடர்ந்து, அடுத்து வந்த தேர்வுகளில் அவன் மிகச் சிறப்பாகத் தேர்ச்சி பெற்றான். வேறு வார்த்தைகளில் கூறினால், அவனுடைய ஆழ்மன அறிவு அவன் சிறப்பாகச் செயல்படும்படி அவனை வற்புறுத்தியது. வற்புறுத்தல்தான் ஆழ்மன விதி.

மனத்தில் உள்ள நிழல்கள்

லிஃப்ட்டுக்குள் நுழைவது, மலையேறுவது, நீச்சலடிப்பது ஆகியவற்றுக்கு பயப்படும் நபர்கள் ஏராளமானோர் உள்ளனர். நீச்சலடிக்க பயப்படும் ஒருவர், தன் இளம் வயதில் நீர் தொடர்பான இனிமையற்ற அனுபவங்களைப் பெற்றிருக்கக்கூடும். அவருக்கு நீச்சல் தெரியாமல் இருந்தபோது, யாரேனும் வலுக்கட்டாயமாக அவரைத் தண்ணீருக்குள் தூக்கி வீசியிருக்கக்கூடும்.

நான் சுமார் பத்து வயதுச் சிறுவனாக இருந்தபோது, எனக்கு ஓர் அனுபவம் ஏற்பட்டது. நான் தவறுதலாக ஒரு நீச்சல் குளத்திற்குள் விழுந்துவிட்டேன், மூன்று முறை நீருக்கடியில் சென்று வந்தேன். அந்த இருண்ட நீர் என் தலையை முற்றிலுமாக மூழ்கடித்துக் கொண்டிருந்ததும், சுவாசிப்பதற்கு நான் திணறிக் கொண்டிருந்ததும் இப்போதுகூட எனக்கு நன்றாக நினைவிருக்கிறது. கடைசி நிமிடத்தில் இன்னொரு சிறுவன் என்னை வெளியே இழுத்தான். இந்த அனுபவம் என் ஆழ்மனத்தில் ஆழமாகப் பதிந்தது. பல வருடங்கள் நான் தண்ணீரைக் கண்டு பயந்தேன்.

வயதில் மிகவும் மூத்த உளவியலாளர் ஒருவர், என்னிடம், “நீச்சல் குளத்திற்குச் சென்று அதிலுள்ள தண்ணீரை நன்றாகப் பார். பிறகு, ‘நான் உன்னை வெற்றி கொள்ளப் போகிறேன், என்னால் உன்மீது ஆதிக்கம் செலுத்த முடியும்,’ என்று ஒரு வலிமையான குரலில் கூறு. பிறகு தண்ணீருக்குள் இறங்கி, நீச்சல் பயிற்சி எடுத்துக் கொண்டு, அந்த பயத்திலிருந்து மீண்டெழு,” என்று கூறினார். நான் அப்படியே செய்தேன். நீங்கள் எதைச் செய்ய பயப்படுகிறீர்களோ

அதை நீங்கள் செய்தால், அந்த பயம் மறைந்துவிடும் என்பதை நான் கற்றுக் கொண்டேன்.

அந்த பயம் என் மனத்தில் இருந்த ஒரு நிழலே. நான் ஒரு புதிய மனப்போக்கை சுவீகரித்துக் கொண்டபோது, என் ஆழ்மனத்தின் அளப்பரிய சக்தி அதற்குச் செயல்விடை அளித்து, நான் என் பயத்திலிருந்து மீள்வதற்குத் தேவையான வலிமையையும் விசுவாசத்தையும் தன்னம்பிக்கையையும் எனக்குக் கொடுத்தது.

பயத்திலிருந்து மீள்வதற்கு நான் கற்றுக் கொடுக்கின்ற ஓர் உத்தி இது. இது மிக அற்புதமாகப் பலனளிக்கிறது. நீங்களும் முயன்று பாருங்கள்! நீர், ஒரு மலை, ஒரு நேர்முகத் தேர்வு, ஒரு குரல் தேர்வு ஆகியவற்றில் ஏதோ ஒன்றைக் கண்டு நீங்கள் பயப்படுவதாக வைத்துக் கொள்வோம். அல்லது, நாற்புறமும் மூடப்பட்ட இடங்களைக் கண்டால் உங்களுக்கு பயம் என்று வைத்துக் கொள்வோம். நீச்சலடிக்க உங்களுக்கு பயம் என்றால், நீங்கள் நீந்திக் கொண்டிருப்பதாக தினமும் மூன்று அல்லது நான்கு முறை சுமார் ஐந்து நிமிடங்கள் கற்பனை செய்யுங்கள். உண்மையில், நீங்கள் உங்கள் மனத்தில் நீந்திக் கொண்டிருக்கிறீர்கள். அது ஓர் உள்ளார்ந்த அனுபவம். நீங்கள் தண்ணீரில் இருப்பதுபோல மனத்தளவில் நீங்கள் பார்க்கிறீர்கள். தண்ணீரின் குளுமையையும் உங்கள் கைகள் மற்றும் கால்களின் அசைவுகளையும் நீங்கள் உணர்கிறீர்கள். இவை எல்லாமே உங்கள் மனத்தில் நிஜமாகவும் விரிவாகவும் மகிழ்ச்சியாகவும் நடைபெறுகின்றன. பகற்கனவு காண்பது வீணல்ல. ஏனெனில், உங்கள் கற்பனையில் நீங்கள் அனுபவித்துக் கொண்டிருக்கின்ற எதுவொன்றும் உங்கள் ஆழ்மனத்தில் உருவாக்கப்படும் என்பதை நீங்கள் அறிவீர்கள். அப்போது, உங்கள் ஆழ்மனத்தில் நீங்கள் பதிய வைத்துள்ள காட்சிக்கு ஏற்ப நீங்கள் நடந்து கொள்வதற்கு நீங்கள் நிர்ப்பந்திக்கப்படுவீர்கள். இதுதான் ஆழ்மன விதி.

இவ்வழியில் நீங்கள் தொடர்ந்து உங்கள் ஆழ்மனத்தை ஒழுங்குபடுத்தும்போது, மனரீதியாக நீங்கள் தண்ணீருக்குள் இருக்கிறீர்கள், அதில் மகிழ்ச்சியாக இருக்கிறீர்கள். இதன் விளைவாக, உங்கள் பயம் மறைந்து, நீங்கள் நிஜமாகவே தண்ணீருக்குள் இறங்குகிறீர்கள். நீங்கள் சிறப்பாக நீச்சலடிக்க உங்கள் ஆழ்மனத்தால் கட்டாயப்படுத்தப்படுவீர்கள் என்று நான் கூறுவேன். நீங்கள் உங்கள் ஆழ்மனத்தின் அற்புதமான சக்தியைப் பிரக்ஞையோடு அழைத்தீர்கள். சர்வ வல்லமையும் சர்வ ஞானமும் பொருந்திய அந்த சக்தி, உங்கள் அழைப்பு அல்லது கோரிக்கையின் இயல்புக்கு ஏற்ப உங்களைக் கட்டுப்படுத்தி இயக்குகிறது.

பூச்சாண்டி யாரும் இல்லை

தான் ஒரு விற்பனையாளராக இருந்த காலத்தில், ஒரு வாடிக்கையாளரை சந்திக்கச் செல்வதற்கு முன்பாக அவருடைய அலுவலகக் கட்டடத்தைச் சுற்றி ஐந்தாறு முறை நடந்து வந்த பிறகே அவரை சந்திக்கச் சென்றதாக ஒரு பெருநிறுவனத்தின் தலைவர் என்னிடம் கூறினார். ஒருநாள் அவருடைய விற்பனை மேலாளர் அவரை அழைத்து, "கதவுக்குப் பின்னால் இருக்கும் பூச்சாண்டியக் கண்டு பயப்படாதீர்கள். பூச்சாண்டி யாரும் அங்கு இல்லை. அது ஒரு பொய்யான நம்பிக்கை," என்று அவரிடம் கூறினார்.

மேலும், "நான் என் சொந்த பயங்களைப் பார்த்தபோதெல்லாம், நான் அவற்றை நேருக்கு நேர் பார்த்து, அவற்றை எதிர்த்து நின்றேன், அவற்றின் கண்களை ஊடுருவிப் பார்த்தேன். அப்போது அவை மெல்ல மெல்ல மறைந்து, இறுதியில் ஒட்டுமொத்தமாகக் காணாமல் போயின," என்று அந்த மேலாளர் கூறினார்.

நீங்கள் எதைக் கண்டு பயப்படுகிறீர்களோ, இப்போதே அதை நேருக்கு நேர் எதிர்கொள்ளுங்கள். ஒரு புதிய பதவியை ஏற்றுக் கொள்ள உங்களுக்கு பயமாக இருந்தால், "என்னால் முடியும். நான் நிச்சயமாக வெற்றி பெறுவேன்!" என்று உங்களுக்கு நீங்களே கூறிக்

கொள்ளுங்கள். இதற்கு ஏற்ற ஓர் உணர்வு அல்லது உணர்ச்சி உங்கள் ஆழ்மனத்திடமிருந்து வருவதை நீங்கள் காண்பீர்கள். தன்னம்பிக்கையும் விசுவாசமும் சாதனை குறித்த மகிழ்ச்சியும் உங்களுக்குள் உண்டாகும். பயம் என்பது உங்கள் மனத்தில் உள்ள ஓர் எண்ணம். ஆனால் தன்னம்பிக்கை என்பது அதிக சக்திவாய்ந்த ஓர் எண்ணம். அது உங்கள் மனத்தை ஒரு நேர்மறையான, ஆக்கப்பூர்வமான உணர்வால் நிரப்புகிறது, உங்கள் பயத்தை விரட்டியடிக்கிறது.

இயல்பான பயமும் இயல்புக்குப் புறம்பான பயமும்

இரண்டாம் உலகப் போரில் தனக்கு ஏற்பட்ட அனுபவங்களில் ஒன்றைப் பற்றி ஒரு பாதிரியார் என்னிடம் கூறினார். அவர் பயணித்த விமானம் பாதிப்புக்கு உள்ளாகியபோது, அவர் ஒரு பாராசூட்டின் மூலம் அதிலிருந்து வெளியேற வேண்டியிருந்தது. அவர் ஒரு காட்டில் தரையிறங்கினார். தான் மிகவும் பயந்து போனதாகவும், ஆனால் இயல்பான பயம், இயல்புக்குப் புறம்பான பயம் ஆகிய இரண்டு வகையான பயங்கள் இருந்ததைத் தான் அறிந்திருந்ததாகவும் அவர் கூறினார். இயல்பான பயம் நல்லதுதான். அது நம்முடைய பாதுகாப்பிற்கு இன்றியமையாதது. ஏதோ ஒன்று செய்யப்பட வேண்டும் என்று உங்கள் ஆழ்மனம் உங்களுக்கு விடுக்கும் ஓர் அறைகூவல் அது. உங்களுக்கு எதிரே வேகமாக வந்து கொண்டிருக்கின்ற ஒரு கார் உங்களை இடித்துவிடாதபடி உங்களைப் பாதுகாப்பதற்காக அதன் வழியிலிருந்து ஒதுங்குமாறு உங்கள் ஆழ்மனம் உங்களுக்கு ஓர் அபாய எச்சரிக்கை விடுக்கிறது.

" 'ஜான், நீ. உன்னுடைய பயத்திற்கு அடிபணிந்துவிடக்கூடாது. பாதுகாப்பாக இக்காட்டைவிட்டு வெளியேறிவிட வேண்டும் என்ற உன்னுடைய விருப்பம்தான் உன் பயமே அன்றி வேறு எதுவும் அல்ல,' என்று எனக்கு நானே பேசிக் கொள்ளத் தொடங்கினேன்," என்று அந்தப் பாதிரியார் என்னிடம் கூறினார்.

பறவைகளைத் தம் இரையை நோக்கி அழைத்துச் சென்று, கோடைக்காலத்தில் அவை எங்கு செல்ல வேண்டும், குளிர்காலத்தில் அவை எங்கே செல்ல வேண்டும் என்று அவற்றிடம் கூறிய ஒரு பேரறிவு இருந்தது தனக்குத் தெரியும் என்று அப்பாதிரியார் கூறினார். "கோள்களைத் தம் பாதையில் வழிநடத்துகின்ற முடிவில்லாப் பேரறிவு இப்போது என்னை இக்காட்டிலிருந்து பாதுகாப்பாக வெளியே கூட்டிச் சென்று கொண்டிருக்கிறது," என்று அவர் சுயபிரகடனம் செய்தார்.

பத்து நிமிடங்களுக்கும் மேலாக அவர் இவ்வாறு உரத்தக் குரலில் தனக்குத் தானே கூறினார். "அப்போது என்னுள் ஏதோ ஒன்று அசைந்தது. என் தன்னம்பிக்கை அதிகரிக்கத் தொடங்கியது. நான் நடக்கத் தொடங்கினேன். ஒருசில நாட்களுக்குப் பிறகு நான் அதிசயகரமான முறையில் அக்காட்டைவிட்டு வெளியே வந்தேன். ஒரு மீட்பு விமானம் என்னை அங்கிருந்து அழைத்துச் சென்றது," என்று அவர் கூறினார்.

அவருடைய மாறிய மனப்போக்குதான் அவரைக் காப்பாற்றியது. தனக்குள் இருந்த முடிவில்லாப் பேரறிவின்மீது அவர் கொண்டிருந்த நம்பிக்கையும் விசுவாசமும்தான் அவருடைய பிரச்சனைக்கான தீர்வாக அமைந்தன. "நான் என் தலைவிதியை நொந்து கொண்டு என் பயங்களை ஊக்குவித்திருந்தால், நான் அந்த பயங்களுக்கு அடிபணிந்து போயிருப்பேன். ஒருவேளை, பயத்தாலும் பசியாலும் நான் இறந்து போயிருப்பேன்," என்று அவர் கூறினார்.

பயம் வரும்போதெல்லாம், உடனடியாக அதற்கு நேரெதிரானதைப் பற்றி சிந்தியுங்கள். எப்போதும் பய எண்ணங்களில் மூழ்கியிருப்பதும், உங்கள் மனத்தில் எப்போதும் எதிர்மறை எண்ணங்களை ஊக்குவிப்பதும் இயல்புக்குப் புறம்பான பயங்களைத் தோற்றுவிக்கும். உங்கள் பிரச்சனைகளில் உள்ள சிரமங்களைப் பற்றியே எப்போதும் சிந்திப்பது இன்னும் அதிகப்படியான

பயத்தையே உங்கள் மனத்தில் நிலைப்படுத்தும். இறுதியில், உங்களால் கையாள முடியாத அளவுக்கு உங்கள் பயங்கள் பூதாகரமாக வளர்ந்துவிடும். அப்போது நீங்கள் பீதியும் நடுக்கமும் கொள்வீர்கள். அந்த பயம் உங்களை நோய்வாய்ப்படுத்தும், பலவீனப்படுத்தும். எல்லாச் சூழ்நிலைகளையும் மாற்றுவதற்கான சக்தி உங்கள் ஆழ்மனத்திற்கு இருக்கிறது என்பதை நீங்கள் அறியும்போது இந்த வகையான பயத்திலிருந்து உங்களால் மீள முடியும். உங்களுக்குள் சென்று, உங்கள் தீர்வை உணருங்கள். உங்கள் எண்ணத்திற்கும் உணர்வுக்கும் ஏற்றவாறு செயல்விடை அளிக்கின்ற ஒரு முடிவில்லாப் பேரறிவு உங்களுக்குள் இருக்கிறது என்பதை அறிந்திடுங்கள்.

முடிவைக் கற்பனை செய்யுங்கள். வெற்றியால் கிடைக்கும் சாகச உணர்வை உணருங்கள். எது உண்மை என்று மனரீதியாக நீங்கள் உணர்கிறீர்களோ, எதை நீங்கள் கற்பனை செய்கிறீர்களோ, நிஜ வாழ்வில் எது நடக்குமோ அதற்கான உள்ளார்ந்த ஆதாரம் அது. உங்கள் ஆழ்மனத்தால் உங்களை விடுவிக்க முடியும். பய எண்ணங்கள் முளைக்கும்போதெல்லாம், உங்கள் பிரச்சனைக்கான தீர்வின்மீதும் மகிழ்ச்சியான இறுதி விளைவின்மீதும் உங்கள் சிந்தனையைக் குவியுங்கள். எதிர்மறையான அல்லது பய எண்ணங்களோடு ஒருபோதும் மல்லுக்கு நிற்காதீர்கள். உங்களுக்குள் இருக்கும் அன்பு, அமைதி, தன்னம்பிக்கை ஆகியவற்றைப் பற்றி எப்போதும் எண்ணிப் பாருங்கள். நம்முடைய பயங்களில் பெரும்பாலானவை நம்முடைய கற்பனையில் உதிப்பவையே.

அவர் எது குறித்து பயந்தாரோ, அது உண்மையில் இல்லவே இல்லை

தான் தன்னுடைய பதவியை இழந்துவிடுவோம் என்று மூன்று வருடங்களாகத் தான் பயந்து வந்திருந்ததாக ஒரு பெருநிறுவனத்தில் வேலை செய்த ஒரு பொது மேலாளர் என்னிடம் கூறினார்.

அவர் எப்போதும் தோல்வியைக் கற்பனை செய்து கொண்டிருந்தார். அவர் எது குறித்து பயந்தாரோ, உண்மையில் அது இல்லவே இல்லை. அவருடைய மனத்தில் மட்டுமே அது ஒரு கவலையாக இருந்தது. தான் தன் வேலையை இழந்துவிடுவதைப்போல அவர் மிக விரிவாகக் கற்பனை செய்தார். அது அவருக்குத் தீவிர நரம்புத் தளர்ச்சியை ஏற்படுத்தியது. இறுதியில் அவர் தன் வேலையை இழந்தார். தானாகவே ராஜினாமா செய்யும்படி அவர் கேட்டுக் கொள்ளப்பட்டார்.

உண்மையில், அவர் தானாகவே தன்னைத் தன் வேலையிலிருந்து துரத்தியிருந்தார். தன் எதிர்மறையான கற்பனையின் மூலமும் தன்னுடைய பயத்தின் மூலமும் அவர் எப்போதும் தன் ஆழ்மனத்திற்குக் கொடுத்து வந்திருந்த எதிர்மறையான தூண்டுதல்கள், ஆழ்மனம் அதற்கு ஏற்றபடி செயல்விடை அளிக்கக் காரணமாயிற்று. அவர் தன் வேலையில் தவறுகள் செய்யவும், முட்டாள்தனமான தீர்மானங்களை எடுக்கவும் அவை அவரைத் தூண்டின. எனவே, ஒரு பொது மேலாளராக அவர் தோற்றுப் போனார். அவர் எது குறித்து பயந்தாரோ, உண்மையில் அது இருந்திருக்கவில்லை. அவர் மட்டும் தன் மனப்போக்கையும் தன் கற்பனையையும் நேர்மறையானவையாக மாற்றிக் கொண்டிருந்தால், அவர் ஒருபோதும் தன் வேலையை இழந்திருக்க மாட்டார்.

ஆக்கப்பூர்வமானதாக இருந்தாலும் சரி, அல்லது எதிர்மறையானதாக இருந்தாலும் சரி, நாம் உணர்ச்சியூட்டினால் தவிர, எந்தவோர் எண்ணமோ அல்லது கோட்பாடோ நிஜத்தில் ஒருபோதும் வெளிப்படுவதில்லை. இந்த எண்ணங்களும் கோட்பாடுகளும் யோசனைகளும் நம்மை நேர்மறையாகவோ அல்லது எதிர்மறையாகவோ பாதிப்பதற்கு முன்பாக நம் ஆழ்மனத்திற்குள் அவை ஊடுருவியிருக்க வேண்டும்.

நீங்கள் உங்கள் வாழ்க்கையைத் திரும்பிப் பார்த்தால், உங்களுடைய பெரும்பாலான பயங்களும் கவலைகளும் நிஜ வாழ்வில் மெய்யாகவில்லை என்பதை நீங்கள் ஒப்புக் கொள்வீர்கள். நீங்கள் அந்த பயங்களையும் கவலைகளையும் நீண்டகாலம் உங்கள் மனத்தில் ஊக்குவிக்காததுதான் இதற்குக் காரணம். அதேபோல, அவற்றுக்கு நீங்கள் உணர்ச்சியூட்டவில்லை. உங்கள் மனத்தை ஆக்கப்பூர்வமான மற்றும் நேர்மறையான எண்ணங்களால் தொடர்ந்து நிரப்பிக் கொண்டே இருப்பதுதான் பயத்தைத் துரத்தியடிப்பதற்கான ஒரே வழி. அன்பு, அமைதி, இணக்கம் ஆகிய எண்ணங்களால் உங்கள் மனத்தை நிரப்புங்கள். உங்கள் இலக்கு, உங்கள் குறிக்கோள், வாழ்வில் நீங்கள் விரும்பும் நேர்மறைகள் மற்றும் மகிழ்ச்சியான அனுபவங்கள் ஆகியவற்றின்மீது உங்கள் கவனத்தைக் குவியுங்கள். நீங்கள் இவ்வாறு செய்யும்போது, உங்கள் ஆழ்மனத்தின் சக்தி முடுக்கிவிடப்படும். அது உங்களுடைய மனக்காட்சி மற்றும் சிந்தனைக்கு ஏற்ற விளைவுகளை உங்கள் நிஜ வாழ்வில் உருவாக்கிக் கொடுக்கும்.

உள்ளார்ந்த அமைதியை அடைதல்

சமீபத்தில், நான் உலகம் நெடுகிலும் பயணம் செய்து சொற்பொழிவாற்றினேன். அப்போது ஒரு முக்கிய அரசாங்க அதிகாரியுடன் ஓர் இரண்டு மணிநேர உரையாடலில் நான் ஈடுபட்டேன். அவர் ஆழ்ந்த மன அமைதி கொண்டவராகக் காணப்பட்டார். அவர் மிகவும் சாந்தமாக இருந்தார். செய்தித்தாள்களும் எதிர்க்கட்சியினரும் தன்னைப் பற்றிக் கூறும் மோசமான விமர்சனங்களும் குற்றச்சாட்டுகளும் தன்னை ஒருபோதும் தொந்தரவு செய்வதில்லை என்று அவர் கூறினார். அவர் தினமும் காலையில் பதினைந்து நிமிடங்கள் அமைதியாக உட்கார்ந்து கொண்டு, தனக்குள் ஓர் ஆழமான அமைதி குடிகொண்டிருந்ததை உணர்ந்தார். இவ்வாறு தியானம் செய்ததன் மூலம் அவர் அளப்பரிய சக்தியை உற்பத்தி செய்தார். அந்த

சக்தியால் அவர் தன்னுடைய பயங்களிலிருந்தும் இன்னல்களிலிருந்தும் மீண்டார்.

சில மாதங்களுக்கு முன்பு, அவருடைய சகா ஒருவர் நள்ளிரவில் அவரை அழைத்து, அவருக்கு எதிராக யாரோ சிலர் சதித்திட்டம் தீட்டிக் கொண்டிருந்ததாக அவரை எச்சரித்தார். அதற்கு அந்த அதிகாரி, "நான் இப்போது அமைதியாகத் தூங்கப் போகிறேன். நாளை காலை பத்து மணிக்கு இது பற்றி நீங்கள் என்னுடன் கலந்து பேசலாம்," என்று அந்நபருக்கு பதிலளித்தார்.

அவர் துளிகூட அலட்டிக் கொள்ளாமல் மிகவும் ஆசுவாசமாக இருந்தார். அவர் உணர்ச்சிவசப்படவில்லை, தலைமுடியைப் பிய்த்துக் கொள்ளவில்லை, கைகளைப் பிசைந்து கொள்ளவில்லை. மாறாக, அசாதாரணமான அமைதி அவரிடம் குடிகொண்டிருந்தது.

உங்கள் மனத்தில் இரண்டு பகுதிகள் இருக்கின்றன. ஒன்று வெளிமனம். அதைக் கொண்டுதான் நாம் எதுவொன்றையும் பகுத்து ஆராய்கிறோம், காரண காரியங்களை அலசுகிறோம். இன்னொன்று ஆழ்மனம். நம்முடைய பல பயங்களும் பொய்யான நம்பிக்கைகளும் நமக்கே தெரியாமல் ஒளிந்து கொண்டிருக்கின்ற பகுதி இதுதான்.

தெரியாத பயங்கள்

புது தில்லியில் நான் ஒரு ஹோட்டலில் தங்கியிருந்தபோது ஒருவர் என்னை சந்திக்க வந்தார். அவர் பிரிட்டிஷ் ஐல்ஸிலிருந்து வந்திருந்தார். அவர் தீவிரச் சளித் தொந்தரவுக்கு ஆளாகியிருந்தார். அவருடைய ஆழ்மனத்தில் ஓர் ஆழமான துயரம் இருந்தது. பல பயங்களும் அவரை ஆட்டுவித்துக் கொண்டிருந்தன. நான் அவரிடம் பேசியபோது, பல ஆண்டுகளாக அவர் தன் தந்தையை வெறுத்து வந்திருந்ததை நான் கண்டறிந்தேன். அவருடைய தந்தை தன் சொத்து முழுவதையும் இந்நபரின் சகோதரருக்கு எழுதி வைத்துவிட்டிருந்ததுதான் இவருடைய வெறுப்பிற்குக் காரணம். இந்த வெறுப்பு ஓர்

ஆழமான குற்றவுணர்வாக இவருடைய ஆழ்மனத்தில் உருவெடுத்தது. இக்குற்றவுணர்வின் காரணமாக, தான் தண்டிக்கப்பட்டுவிடுவோமோ என்ற ஓர் ஆழமான பயம் அவரிடத்தில் உருவாகியிருந்தது. இந்த மனப்போக்கு ஒற்றைத் தலைவலியாகவும் சளித் தொந்தரவாகவும் அவருடைய உடலில் தன்னை வெளிப்படுத்திக் கொண்டிருந்தது.

பயம் என்பது வலியைக் குறிக்கும். அன்பும் நல்லெண்ணமும் ஆரோக்கியத்தையும் அமைதியையும் குறிக்கும். இந்நபர் கொண்டிருந்த பயமும் குற்றவுணர்வும் நோயாகத் தம்மை வெளிப்படுத்தியிருந்தன. தன்னுடைய குற்றவுணர்வும், சுயகண்டனமும், வெறுப்பும்தான் தன்னுடைய அனைத்துப் பிரச்சனைகளுக்கும் காரணம் என்பதை அவர் உணர்ந்து கொண்டார். அவருடைய தந்தை காலமாகி வெகுகாலம் ஆகியிருந்தது. ஆனால் இவர் தன் தந்தையின்மீது கொண்டிருந்த வெறுப்பால் தனக்குத் தானே விஷமேற்றிக் கொண்டிருந்தார். இதையெல்லாம் உணர்ந்த அவர், “நான் என் தந்தையை முற்றிலுமாக மன்னிக்கிறேன். தன்னுடைய அறிவுக்கு எது சரி என்று தோன்றியதோ அவர் அதன்படி செய்தார். நான் அவரை விடுவிக்கிறேன். அவருக்கு அமைதியும் இணக்கமும் மகிழ்ச்சியும் கிடைக்க வேண்டும் என்று நான் பிரார்த்திக்கிறேன். நான் இதை மனமுவந்து கூறுகிறேன்,” என்று கூறித் தன்னைத் தானே மன்னித்துக் கொள்ளத் தொடங்கினார்.

பிறகு அவர் நீண்ட நேரம் அழுதார். அது அவருக்கு நிம்மதியைக் கொடுத்தது. அவர் தன்னுடைய உளப் பிரச்சனைக்குத் தீர்வு கண்டபோது, அவருடைய உடல் பிரச்சனைகள் தாமாக மறைந்தன. தான் முற்றிலும் நலமாக இருந்ததாக அவர் எனக்கு ஒரு கடிதம் எழுதினார். தண்டனை குறித்து அவருடைய ஆழ்மனத்தில் உலவிக் கொண்டிருந்த பயம் இப்போது முற்றிலுமாக மறைந்து போயிருந்தது.

உங்கள் ஆழ்மனத்தின் சக்திகளைப் பற்றியும், உங்கள் ஆழ்மனம் எவ்வாறு இயங்குகிறது என்பது

பற்றியும் தெரிந்து கொள்ளுங்கள். இந்த அத்தியாயத்தில் கொடுக்கப்பட்டுள்ள உத்திகளைக் கற்றுத் தேருங்கள். அவற்றை இன்றே பின்பற்றத் தொடங்குங்கள். உங்கள் ஆழ்மனம் உங்களுக்குச் செயல்விடை அளிக்கும். நீங்கள் உங்கள் அனைத்து பயங்களில் இருந்தும் விடுதலை பெறுவீர்கள்.

“நான் கடவுளை நாடினேன். அவர் என் கூக்குரலைக் கேட்டார். பிறகு என் பயங்களிலிருந்து என்னை மீட்டார்,” என்று பிரார்த்தனை செய்யுங்கள்.

11

பிரார்த்தனையின் மூலம் ஆன்மரீதியாக என்றென்றும் இளமையாக இருப்பது எப்படி

பொது வாழ்வில் நான் கழித்துள்ள பல வருடங்களின்போது, பல பிரபலங்களின் சரிதைகளையும் சுயசரிதைகளையும் நான் படித்திருக்கிறேன். இவர்களில் பலர் மிக நீண்டகாலம் வாழ்ந்து, தங்கள் முதுமைப் பருவத்திலும்கூட மகத்தான விஷயங்களைச் சாதித்துள்ளனர். அதே சமயம், முதுமைப் பருவம் தங்களுடைய மனம் மற்றும் உடலின் படைப்பு சக்திகளை அழிக்க அனுமதிக்காத, அவ்வளவாகப் பிரபலமாக இல்லாத பலரை சந்திக்கும் வாய்ப்பும் எனக்குக் கிடைத்துள்ளது.

ஒரு சில மாதங்களுக்கு முன்பு, லண்டனில் இருந்த என் நண்பர் ஒருவரை நான் நேரில் சென்று பார்த்தேன். அவர் உடல்நலமின்றி இருந்தார். அவர் எண்பது வயதைக் கடந்திருந்தார். நான் அவருடன் உரையாடியபோது, அவர் மிகவும் விரக்தியோடும் உடல் பலவீனத்தோடும் இருந்தது எனக்குத் தெரிய வந்தது. அவர் கிட்டத்தட்ட ஒரு ஜீவனற்ற வாழ்க்கையை வாழ்ந்து கொண்டிருந்தார். தான் பயனற்றவன் என்றும், யாரும் தன்னை விரும்பவில்லை என்றும் அவர் புலம்பினார். அவர் முற்றிலும் நம்பிக்கையிழந்து இருந்தார். “நாம் பிறக்கிறோம், வளர்ந்து பெரியவர்களாக ஆகிறோம், பிறகு முதுமை எய்துகிறோம், எதற்கும் பயனில்லாமல் இருக்கிறோம், பிறகு சாகிறோம்,” என்று

அவர் கூறினார். தான் வீணானவன், மதிப்பற்றவன் என்ற இந்த எதிர்மறை மனப்போக்குதான் அவருடைய நோய்க்கான முக்கியக் காரணமாக இருந்தது. அவர் வெறுமனே தன் முதுமையை எதிர்நோக்கி இருந்தார், அவ்வளவுதான். உண்மையைக் கூறினால், அவர் தன் சிந்தனை வாழ்க்கையில் ஏற்கனவே வெகுவாக முதுமையையடைந்து இருந்தார்.

முதுமை என்பது ஞானத்தின் உதயம்

துரதிர்ஷ்டவசமாக, பலர் என் நண்பரின் மனப்போக்கைக் கொண்டவர்களாக இருக்கின்றனர். 'முதுமை,' 'மரணம்' ஆகியவற்றைக் கண்டு அவர்கள் பயப்படுகின்றனர். அதாவது, வாழ்க்கையைக் கண்டு அவர்கள் பயப்படுகின்றனர். ஆனாலும் வாழ்க்கை முடிவில்லாதது. முதுமை என்பது வருடங்களின் ஓட்டமல்ல, அது ஞானத்தின் உதயம். மனிதனுக்குள் இருக்கும் முடிவில்லாப் பேரறிவு ஒருபோதும் பிறப்பதுமில்லை, ஒருபோதும் இறப்பதும் இல்லை,' என்று பண்டைய ஞானம் நமக்குக் கற்றுக் கொடுக்கிறது. கடவுள்தான் அந்த முடிவில்லாப் பேரறிவு. கடவுளுக்குத் தொடக்கமோ அல்லது முடிவோ கிடையாது. மனிதனின் உடல் என்பது உண்மையில் கடவுள் மனிதப்பிறவி எடுக்கும்போது அணிந்து கொள்கின்ற ஆடைதான். தன்னை வெளிப்படுத்திக் கொள்வதற்கு ஆன்மாவிற்கு ஒரு வடிவம் தேவை. மனிதனின் உடலின் ஊடாக இத்தளத்தில் ஆன்மா செயல்படுகிறது. ஆன்மாவும் உடலும் தனித்தனியானவை அல்ல. பருப்பொருளும் ஆன்மாவும் வெவ்வேறானவை அல்ல. அவை இரண்டும் ஒன்றுதான். ஆன்மா என்பது மிக உயர்ந்த நிலையிலான பருப்பொருள். பருப்பொருள் என்பது மிகத் தாழ்ந்த நிலையிலான ஆன்மா. மனிதனுக்கு எப்போதும் ஓர் உடல் இருக்கும். அவன் இத்தளத்தைவிட்டுப் பிரிந்து செல்லும்போது, நான்காவது பரிமாண உடல் ஒன்றை அவன் அணிந்து கொண்டு இன்னொரு தளத்திற்குச் சென்றுவிடுவான்.

வாழ்க்கை என்பது ஒரு முன்னோக்கிய பயணம். இப்பயணம் நம்முடைய தெய்வீகத்தைப் படிப்படியாக வெளிப்படுத்துகிறது. பிரபஞ்சத்தில் உருவாக்கப்பட்டுள்ள அனைத்துப் பொருட்களும் மெல்ல மெல்லத் தம்முடைய உருவமற்ற வாழ்க்கைக்குத் திரும்பிக் கொண்டிருக்கின்றன. உருவமற்ற வாழ்க்கை எப்போதும் உருவம் பெற்றுக் கொண்டே இருக்கிறது. எதுவொன்று ஒரு தொடக்கத்தைக் கொண்டிருக்கிறதோ, அதற்கு நிச்சயமாக ஒரு முடிவும் இருக்கும். நம்முடைய உடலுக்கு ஒரு தொடக்கம் இருந்தது. அது மீண்டும் உருவமற்ற நிலைக்குத் திரும்பும். அப்போது நாம் ஒரு புதிய உடலை அணிந்து கொள்வோம். ஏனெனில், ஒவ்வொரு முடிவுக்கும் ஒரு தொடக்கம் உள்ளது.

மாற்றத்தை வரவேற்றல்

முதுமை என்பது ஒரு பேரழிவான நிகழ்வு அல்ல. முதுமையடைதல் என்பது உண்மையில் ஒரு மாற்றமே. மனித வாழ்க்கையின் ஒவ்வொரு நிலையும் முடிவற்ற ஒரு பாதையில் எடுத்து வைக்கப்படும் ஒரு முன்னோக்கிய அடி என்பதால், மாற்றத்தை நாம் மகிழ்ச்சியாக வரவேற்க வேண்டும். உடலின் சக்திகளைவிட மிக வலிமையான சக்திகள் மனிதர்களாகிய நமக்கு இருக்கின்றன. ஐம்புலன்களையும் கடந்த வேறு புலன்களும் நமக்கு இருக்கின்றன. நாம் ஓரிடத்தில் இருக்கும்போது, பிரக்ஞையுடன்கூடிய ஏதோ ஒன்று நம் உடலைவிட்டு நீங்கி, ஆயிரக்கணக்கான மைல்கள் பயணித்துச் சென்று மக்களைக் காணவும் தொடவும் அவர்களிடம் பேசவும் முடியும் என்பதற்கான நேர்மறையான, சந்தேகத்திற்கு இடமற்ற ஆதாரங்களை அறிவியலறிஞர்கள் இன்று கண்டுபிடித்துக் கொண்டிருக்கின்றனர்.

நம் வாழ்க்கை முடிவற்றது, ஆன்மீகரீதியானது. நாம் ஒருபோதும் முதுமை அடைய வேண்டியதில்லை. ஏனெனில், ஆன்மாவால் முதுமையடைய முடியாது. வாழ்க்கை எப்போதும் தன்னைத் தானே புதுப்பித்துக்

கொண்டே இருக்கிறது. அது நிரந்தரமானது, அழிக்கப்பட முடியாதது. வாழ்க்கையே கடவுள். அந்த வாழ்க்கைதான் அனைத்து மனிதர்களின் யதார்த்தம். நமக்கு அழிவில்லை என்பதற்கான ஆதாரம் அதிகரித்துக் கொண்டே இருக்கிறது. ஓர் அறிவியலறிஞரால் ஒரு எலக்ட்ரானைத் தன் கண்களால் பார்க்க முடியாது. ஆனாலும் அதை ஓர் அறிவியல்ரீதியான உண்மையாக அவர் ஏற்றுக் கொள்கிறார். ஏனெனில், பரிசோதனைகள் மூலமாக அவருக்குக் கிடைத்துள்ள பல ஆதாரங்களோடு ஒத்துப் போகின்ற அர்த்தமுள்ள ஒரே முடிவு அதுதான். நம்மால் கடவுளையோ அல்லது வாழ்க்கையையோ பார்க்க முடியாது. ஆனாலும் நாம் உயிரோடு இருக்கிறோம் என்பதை நாம் அறிவோம். அந்த வாழ்க்கையை அதன் அழகோடும் புகழோடும் வெளிப்படுத்துவதற்காகவே நாம் இங்கு இருக்கிறோம்.

மனமும் ஆன்மாவும் ஒருபோதும் முதுமை அடைவதில்லை

பிறப்பு, பருவ வயது, இளமை, முதுமை ஆகியவற்றை மட்டுமே உள்ளடக்கிய ஒரு சுழற்சிதான் வாழ்க்கை என்று நம்புகின்ற ஒருவர் பரிதாபத்திற்கு உரியவர். ஏனெனில், அவருக்கு வாழ்க்கையில் எந்தப் பிடிப்பும் எந்த நம்பிக்கையும் இல்லை. அவருக்கு எந்த முன்னோக்கும் இல்லை. வாழ்க்கை அவருக்கு எந்த விதத்திலும் அர்த்தம் இல்லாததாக ஆகிவிடுகிறது. இந்த வகையான நம்பிக்கை ஒருவருக்கு விரக்தியையும் தேக்கத்தையும் சந்தேகத்தையும் நம்பிக்கை இழப்பையும் மட்டுமே கொண்டு வரும். இறுதியில், அவருக்குப் பல்வேறு மனரீதியான பிரச்சனைகளையும் அது உடனழைத்து வரும்.

உங்களால் வேகமாக டென்னிஸ் விளையாட முடியாவிட்டாலோ, அல்லது உங்கள் மகனைப்போல வேகமாக நீச்சலடிக்க முடியாவிட்டாலோ, அல்லது உங்கள் உடல் சற்று வேகம் குறைந்திருந்தாலோ, அல்லது நீங்கள் மெல்ல மெல்ல அடியெடுத்து வைத்து நடந்து

செல்ல வேண்டியிருந்தாலோ, ஆன்மா எப்போதும் தன்னைத் தானே புதுப்பித்துக் கொண்டிருக்கிறது என்பதை நினைவில் வைத்திடுங்கள். மரணம் என்று நாம் அழைக்கின்ற ஒன்று கடவுளின் வசிப்பிடத்தில் உள்ள இன்னொரு புதிய நகரத்திற்கான ஒரு பயணமே.

முதுமையை மகிழ்ச்சியாக ஏற்றுக் கொள்ள வேண்டும் என்று எல்லாச் சொற்பொழிவுகளிலும் நான் கூறுகிறேன். முதுமை தனக்கென்று சொந்தமான அழகையும் புகழையும் ஞானத்தையும் கொண்டுள்ளது. அன்பு, அழகு, அமைதி, மகிழ்ச்சி, ஞானம், நல்லெண்ணம், புரிதல் போன்ற பண்நலன்கள் ஒருபோதும் முதுமை அடைவதில்லை, ஒருபோதும் மரணம் அடைவதில்லை. உங்கள் பண்புநலன்கள், உங்கள் மனத்தின் திறன், உங்கள் விசுவாசம், உங்கள் நம்பிக்கைகள் ஆகியவை ஒருபோதும் அழிவதில்லை.

அன்பு, அமைதி, உற்சாகம், மகிழ்ச்சி ஆகியவற்றுக்கு வயதே கிடையாது

இங்கிலாந்தில் நான் ஓர் அறுவைச் சிகிச்சை நிபுணரை சந்தித்தேன். அவர் தினமும் காலையில் அறுவைச் சிகிச்சை செய்கிறார், மதிய வேளைகளில் நோயாளிகளை நேரில் சந்திக்கிறார், மாலை நேரங்களில் எழுதுகிறார். 84 வயதில் அவர் மிகவும் இளமையாகவும், உற்சாகமாகவும், அன்பும் நல்லெண்ணமும் கொண்டவராகவும் இருக்கிறார். முதுமையிடம் அவர் சரணடையவில்லை. தான் அழிவற்றவன் என்பதை அவர் அறிந்துள்ளார். "நான் நாளைக்கு மரணம் அடைந்தால், அடுத்தப் பரிமாணத்திலும் மக்களுக்கு நான் அறுவைச் சிகிச்சை செய்து கொண்டிருப்பேன். ஆனால் அப்போது அறுவைக் கத்தியைப் பயன்படுத்துவதற்கு பதிலாக, ஆன்மீகரீதியான மற்றும் உளரீதியான அறுவைச் சிகிச்சையை நான் செய்து கொண்டிருப்பேன்," என்று அவர் என்னிடம் கூறினார்.

அனைத்து அதிர்ச்சிகளையும் தாங்கிக் கொள்ளக்கூடியது உங்களுக்குள் இருக்கின்ற தெய்வீக மையத்தில் குடிகொண்டுள்ள அமைதிதான். அதேபோல, மனரீதியான மற்றும் உடல்ரீதியான கோளாறுகளுக்கும் உடல்நலப் பிரச்சனைகளுக்கும் அதுதான் ஒரே நிவாரணம். அதன்மீது உங்கள் கவனத்தைக் குவியுங்கள், அந்த அமைதியை உணருங்கள். உங்கள்மீது அள்ளி வீசப்படும் விமர்சனங்கள், கோப வெளிப்பாடுகள், உங்கள்மீது காட்டப்படும் பகைமை ஆகியவை உங்களுக்குள் இருக்கும் கடவுளின் அன்பாலும் அமைதியாலும் முற்றிலுமாகக் கரைக்கப்படும். என்றென்றும் இளமையாக இருப்பதன் ரகசியம் இதுதான்.

99 வயதிலும் துடிப்பான மனம்

என் தந்தை தன் 65வது வயதில் பிரெஞ்சு மொழியைக் கற்று,70வது வயதில் அதில் ஒரு வல்லுனராக ஆனார். அவர் தன் 60 வயதிற்குப் பிறகுதான் கேலிக் மொழியைப் படித்து அந்த மொழியை மற்றவர்களுக்குக் கற்றுக் கொடுத்து ஒரு புகழ்பெற்ற ஆசிரியராக ஆனார். ஓர் உயர்நிலைப் பள்ளியில் அவர் என் சகோதரிக்கு உதவி செய்து, தன் 99வது வயதுவரை அப்பணியில் துடிப்பாகச் செயல்பட்டார். தன் 99வது வயதில் அவர் காலமானார். 50 வயதில் அவருடைய மனம் எப்படித் துடிப்பாக இயங்கியதோ, 99 வயதிலும் அதுபோலவே துடிப்பாக இருந்தது. மேலும், அவருக்கு வயது ஏற ஏற, அவருடைய கையெழுத்தும் பகுத்தாராயும் திறனும்கூட மேம்பட்டன.

"ஒருவன் எவ்வளவு வயதானவனாக உணர்கிறானோ அவன் அவ்வளவு வயதானவனாக இருப்பான்," என்ற பழம்பெரும் கூற்றில் ஓர் ஆழ்ந்த உண்மை அடங்கியுள்ளது. உங்கள் வயது உங்கள் சிந்தனையைப் பொருத்த விஷயம். பின்வரும் கேள்விகளை உங்களை நீங்களே கேட்டுக் கொள்ளுங்கள்: “என் மனம் எப்போது பிறந்தது? அது

எப்போதும் இறக்கும்? மனத்திற்கும் ஆன்மாவிற்கும் ஒரு தொடக்கம் இருக்கிறதா? துவக்கமோ அல்லது முடிவோ இல்லாத ஒன்றுக்கு எப்படி ஒரு முடிவு இருக்க முடியும்?"

என்றென்றும் இளமையாக இருங்கள்

வாழ்க்கை ஒருபோதும் பிறக்கவில்லை, அது ஒருபோதும் இறக்காது. நீர் அதை நனைப்பதில்லை, நெருப்பு அதைச் சுடுவதில்லை, காற்று அதை அடித்துச் செல்வதில்லை. இவையெல்லாம் உண்மை என்று உங்களுக்குத் தெரியும். அப்படியிருக்கும்போது, "எனக்கு வயதாகிவிட்டது, நான் எதற்கும் பிரயோஜனமற்றவன், யாரும் என்னை விரும்பவில்லை," என்று எப்படி உங்களால் கூற முடியும்? உங்களுக்குள் இருக்கும் அழகையும் பெருமையையும் ஒருபோதும் உங்களால் இழக்க முடியாது. ஏனெனில், கடவுள் உங்களுக்குள் குடிகொண்டிருக்கிறார். மனித இனத்திற்கு முடிவில்லை. ஏனெனில், கடவுளுக்கு முடிவில்லை. இந்தக் கோட்பாட்டை நினைவில் வைத்திருப்பது உங்களை என்றென்றும் இளமையாகவும் வலிமையாகவும் விழிப்புணர்வோடும் உயிர்த்துடிப்போடும் வைத்திருக்கும்.

உங்கள் நரைமுடி உங்களுக்கு ஒரு மாபெரும் சொத்தாக அமையக்கூடும். அது ஞானத்தையும், புரிதலையும், பொறுமையையும், வலிமையான பண்புநலன்களையும் குறிக்கிறது. வயது முதிர்ந்தவர்களுக்கு ஏதோ விஷயம் தெரிந்திருக்கும் என்று மக்கள் நம்புகின்றனர். சமீபத்தில் என்னை சந்திக்க வந்த ஒருவர், "நான் உங்களைப் பார்க்க வந்ததற்கு ஒரே காரணம் உங்களுடைய நரைமுடிதான். உங்களுக்கு ஏகப்பட்ட அனுபவங்கள் கிடைத்திருக்கும். நீங்கள் அந்த அனுபவங்களிலிருந்து பேசிக் கொண்டிருக்கிறீர்கள் என்று நான் நம்புகிறேன்," என்று கூறினார். பாதிரியார்களுக்கு 45 வயதில் சுலபமாக நல்ல பதவிகள் கிடைக்கின்றன. ஓய்வு

பெற்றப் பாதிரியார் ஒருவர், பல தரப்புகளிலிருந்தும் தனக்கு அற்புதமான வேலை வாய்ப்புகள் வந்து கொண்டிருந்ததாக சமீபத்தில் என்னிடம் கூறினார். அவருக்கு வயது எழுபது. அன்பிற்கும் உண்மைக்கும் ஞானத்திற்கும் வயது கிடையாது. ஒரு பன்னிரண்டு வயதுச் சிறுவனால் மன விதிகளைப் பற்றிக் கற்றுக் கொள்ள முடியும், கடவுளைப் பற்றி அதிக அளவில் புரிந்து கொள்ள முடியும். ஆனால் சிலர், எவ்வளவு வயதானாலும் கடவுளைப் பற்றிய உண்மைகளை அறிந்து கொள்வதற்குத் திறந்த மனத்துடன் இருப்பதில்லை.

உங்கள் நரைமுடி ஒரு சொத்து

ஒரு வேலையிலிருந்து நின்றுவிட்டு, "நான் ஓய்வு பெற்றுவிட்டேன், எனக்கு வயதாகிவிட்டது, என் வாழ்க்கை முடிந்துவிட்டது," என்று ஒருபோதும் கூறாதீர்கள். அது தேக்கத்திற்கும் மரணத்திற்கும் இட்டுச் செல்லும், உங்கள் கதை உண்மையிலேயே முடிந்துவிடும். சிலர் 30 வயதில் முதுமை எய்திவிடுகின்றனர், சிலர் 80 வயதிலும் இளமையாக இருக்கின்றனர். மனம்தான் இதற்கெல்லாம் காரணம். அதுதான் சிற்பி. ஜார்ஜ் பெர்னார்டு ஷா 90 வயதிலும் சுறுசுறுப்பாக இருந்தார். அவருக்கு வயதுதான் ஏறியிருந்ததே தவிர, அவருடைய மனத்தின் திறன் ஓய்வு பெற்றிருக்கவில்லை.

தாங்கள் நாற்பது வயதைக் கடந்துவிட்டிருப்பதாகத் தாங்கள் கூறும்போது பல நிறுவனங்கள் தங்களுக்கு வேலை கொடுக்க மறுப்பதாகப் பலர் கூறுகின்றனர். நிறுவனங்களின் இந்த மனப்போக்கு தவறானது, கடுமையானது, பரிவுணர்வு அற்றது, புரிதலற்றது என்று கூறப்படுகிறது. அவர்கள் ஒட்டுமொத்தமாக இளமைக்கே முக்கியத்துவம் கொடுக்கின்றனர். அதாவது, நீங்கள் வேலைக்கு எடுத்துக் கொள்ளப்பட வேண்டுமென்றால், நீங்கள் 35 வயதுக்குக் குறைவானவராக இருக்க வேண்டும். இதற்குப் பின்னால் உள்ள காரணம் மேலோட்டமானது.

ஒரு நிறுவனம் நிதானமாகவும் ஒழுங்காகவும் சிந்தித்துப் பார்க்குமானால், தன்னிடம் வேலைக்கு விண்ணப்பிக்கும் நபர் தன்னுடைய வயதையோ அல்லது நரைமுடியையோ விற்க வரவில்லை, மாறாக, தன் திறமைகளையும், அனுபவங்களையும், வாழ்வில் இத்தனை ஆண்டுகளாகத் தான் சேகரித்து வந்துள்ள அறிவையும் மட்டுமே விற்றுக் கொண்டிருக்கிறார் என்பதை அந்நிறுவனம் உணர்ந்து கொள்ளும்.

அனுபவம் மற்றும் பயிற்சியின் காரணமாக, ஒரு நபரின் வயது ஒரு நிறுவனத்திற்கு ஒரு தனித்துவமான சொத்தாக மட்டுமே இருக்க முடியும். நரைமுடியானது அதிக ஞானத்தையும், திறமையையும், புரிதலையும் மட்டுமே குறிக்கிறது. உணர்ச்சிரீதியான மற்றும் ஆன்மீகரீதியான பக்குவத்தைக் கொண்ட நரைமுடிக்காரர்கள் எந்தவொரு நிறுவனத்திற்கும் ஓர் அளப்பரிய ஆசீர்வாதமாகவே இருப்பர். 65 வயதில் வேலையைவிட்டு நீங்கிவிட வேண்டும் என்று யாரும் கேட்டுக் கொள்ளப்படக்கூடாது. ஏனெனில், வாழ்வின் அக்காலகட்டத்தில்தான், தன் அனுபவம் மற்றும் உள்நோக்கின் அடிப்படையில் தனிப்பட்டப் பிரச்சனைகளைக் கையாள்வதிலும், எதிர்காலத்திற்குத் திட்டமிடுவதிலும், தீர்மானங்களை வடிவமைப்பதிலும், படைப்பாற்றல்மிக்க யோசனைகளை வழிநடத்துவதிலும் ஒருவர் அதிகப் பயனுள்ளவராக இருப்பார்.

வயதிற்கேற்ப நடந்து கொள்ளுங்கள்

ஹாலிவுட்டில் படங்களுக்குத் திரைக்கதை எழுதும் ஒருவர், பன்னிரண்டு வயதுச் சிறுவர்களுக்குரிய மனப்பக்குவம் கொண்டவர்களுக்கு சுவாரசியம் அளிக்கக்கூடிய விதத்திலுள்ள கதைகளைத் தான் எழுத வேண்டியிருந்ததாக என்னிடம் குறைபட்டுக் கொண்டார். பெரும்பாலான மக்கள் உணர்ச்சிரீதியாகவும் ஆன்மீகரீதியாகவும் பக்குவப்பட்டிருக்கவில்லை என்று எதிர்பார்க்கப்படுமானால், இது ஒரு

மோசமான நிலைமை. அதாவது, இளமை என்பது அனுபவமின்மையையும், ஆராயாமல் அவசரத் தீர்மானம் மேற்கொள்வதையும், பகுத்தாராயும் திறன் இல்லாததையும் குறிக்கிறது என்றாலும்கூட அந்த இளமைக்கே முக்கியத்துவம் கொடுக்கப்படுகிறது என்று அர்த்தம்.

தன்னை இளமையாக வைத்துக் கொள்ளக் கடுமையாக முயற்சித்துக் கொண்டிருக்கின்ற அறுபது வயது நபர் ஒருவரை நான் இப்போது நினைத்துப் பார்க்கிறேன். அவர் ஒவ்வொரு ஞாயிற்றுக்கிழமையன்றும் இளைஞர்களோடு சேர்ந்து நீச்சலடிக்கிறார், மலைகளில் நீண்ட நடைபயணங்களை மேற்கொள்கிறார், டென்னிஸ் விளையாடுகிறார். “என்னால் அவர்களுக்கு ஈடு கொடுத்து நிற்க முடிகிறது பார்த்தீர்களா?” என்று கூறிக் கொண்டு அவர் தன் உடல் வலிமையைப் பற்றித் தம்பட்டம் அடித்துக் கொள்கிறார். அவர் ஒரு மாபெரும் உண்மையை நினைவில் வைத்திருப்பது நல்லது. “ஒருவன் தன் இதயத்தில் என்ன நினைத்துக் கொண்டிருக்கிறானோ, அவன் அதுவாகவே ஆகிறான்.” உணவுக் கட்டுப்பாடுகள், உடற்பயிற்சி, மற்றும் பல வகையான விளையாட்டுகளால் ஒருவனை இளமையாக வைத்திருக்க முடியாது. தன் சிந்தனையின் மூலமாக மட்டுமே தன்னால் இளமையாக இருக்க முடியும் அல்லது முதுமை அடைய முடியும் என்பதை அவன் உணர்ந்து கொள்ள வேண்டியது அவசியம். ஆன்மா உங்கள் எண்ணத்தால் பக்குவப்படுத்தப்படுகிறது. உங்கள் எண்ணங்கள் எப்போதும் அழகான, உன்னதமான, நல்ல விஷயங்களில் மட்டுமே குவிந்திருந்தால், உங்கள் வயது என்னவாக இருந்தாலும் சரி, நீங்கள் எப்போதும் இளமையாகவே இருப்பீர்கள்.

பலர் முதுமையை நினைத்து பயப்படுகின்றனர், எதிர்காலம் குறித்து நிச்சயமின்றி இருக்கின்றனர். ஏனெனில், தங்களுக்கு வயது ஏற ஏற, மனரீதியாகவும் உடல்ரீதியாகவும் தங்கள் செயற்திறன் குன்றிவிடும்

என்று அவர்கள் எதிர்பார்க்கின்றனர். அவர்கள் என்ன நினைக்கிறார்களோ, எதை உணர்கிறார்களோ, அது அவர்களுடைய வாழ்வில் நடந்தேறுகிறது. வாழ்வில் நாம் சுவாரசியத்தை இழக்கும்போது, கனவு காண்பதை நாம் நிறுத்தும்போது, புதிய உண்மைகளைத் தெரிந்து கொள்வதற்கான ஆர்வத்தை நாம் தொலைக்கும்போது, வெற்றி கொள்வதற்குப் புதிய உலகைத் தேடுவதை நாம் நிறுத்தும்போது நாம் முதுமை எய்துகிறோம். புதிய யோசனைகள், புதிய ஆர்வங்கள் ஆகியவற்றுக்கு நாம் திறந்த மனத்துடன் இருக்கும்போது, திரையை விலக்கிக் கதிரொளியும் கடவுளைப் பற்றிய பேருண்மைகளும் உள்ளே நுழைய நாம் அனுமதிக்கும்போது, நாம் எப்போதும் இளமையாகவும் வலிமையாகவும் இருப்போம்.

உங்கள் வயது அறுபதோ அல்லது தொண்ணூற்று ஒன்பதோ, நீங்கள் இவ்வுலகிற்கு ஆற்ற வேண்டிய பங்கு இன்னும் ஏராளமாக இருக்கிறது என்பதை உணருங்கள். இளைய தலைமுறையினருக்கு அறிவுறுத்தவும், அவர்களுக்கு வழிகாட்டவும், அவர்களை நிலைப்படுத்தவும் உங்களால் கணிசமாகப் பங்களிக்க முடியும். உங்கள் அறிவு, அனுபவம், ஞானம் ஆகியவற்றின் பலனை அவர்களுக்கு உங்களால் கொடுக்க முடியும். உங்களால் எப்போதும் முன்னோக்கிப் பார்க்க முடியும். ஒவ்வொரு கணமும் புதிதாக எதையேனும் கற்றுக் கொள்ள முயற்சி செய்யுங்கள். அப்போது உங்கள் மனம் என்றென்றும் இளமையாக இருப்பதை நீங்கள் காண்பீர்கள்.

110 வயது நிரம்பிய ஒருவர் மும்பையில் எனக்கு அறிமுகம் செய்து வைக்கப்பட்டார். அவருடைய முகம் மிக அழகாக இருந்தது. தன் உள்ளார்ந்த ஒளியின் பிரகாசத்தால் அவருடைய தோற்றம் ஒளிமயமானதாக இருந்தது. அவருடைய கண்களில் ஓர் அரிய அழகு தென்பட்டது. அவர் மிகுந்த மகிழ்ச்சியோடு தன் வாழ்க்கையை வாழ்ந்து வந்திருந்தார் என்பது கண்கூடாகத் தெரிந்தது.

நீங்கள் ஓர் உற்பத்தியாளராக இருக்க வேண்டும்

65 வயது நிரம்பிய ஒருவர் மனரீதியாகவும் உளவியல்ரீதியாகவும் உடல்ரீதியாகவும் 30 வயது நிரம்பிய பலரைவிட அதிக இளமையானவராக இருக்கக்கூடும். அவர் 40 வயதைக் கடந்துவிட்டதால் அவரை வேலைக்கு எடுத்துக் கொள்ள முடியாது என்று கூறுவது முட்டாள்தனமானது, நகைப்புக்கு உரியது. 40 வயதிற்கு அதிகமானவர்கள் பிறகு என்னதான் செய்ய வேண்டும்? அவர் தன் திறமைகளை மூட்டைக் கட்டி வைத்துவிட வேண்டுமா?

நாம் நம்முடைய உழைப்பின் பலன்களை அனுபவிக்கவே இங்கு இருக்கிறோம். சோம்பேறிகளாக இருக்க நம்மைக் கட்டாயப்படுத்துகின்ற இச்சமுதாயத்தில் நாம் உற்பத்தியாளர்களே அன்றி, கைதிகள் அல்ல. வருடங்கள் செல்லச் செல்ல நம் உடலின் வேகம் படிப்படியாகக் குறைகிறது, ஆனால் மனத்தால் எப்போதும் துடிப்பாகவும் வேகமாகவும் செயல்பட முடியும். மனம் முதுமையடைய வேண்டியதில்லை.

இளமையின் ரகசியம்

மகிழ்ச்சிதான் இளமையின் ரகசியம். நமக்குள் இருக்கும் கடவுளின்மீது நம் மனத்தை ஒருமுகப்படுத்துவதன் மூலம் நம் இளமையை நம் வசப்படுத்த முடியும். நமக்குள் இருக்கும் பேரறிவுதான் கடவுள் என்று நாம் உணர்ந்து கொள்ளும் ஒவ்வொரு முறையும், உலகம் போதிக்கின்ற பொய்யான நம்பிக்கைகளை நாம் மறுத்து ஒதுக்கும் ஒவ்வொரு முறையும், நமக்குள் இருக்கும் கடவுளை நாம் முடுக்கிவிடுகிறோம்.

புத்துணர்ச்சிக்கான பிரார்த்தனை

இளமையைக் கைப்பற்றுவதற்கு உங்கள் மனத்தின் ஊடாகவும் உங்கள் உடலின் ஊடாகவும்

இயங்குகின்ற கடவுளை உணருங்கள். ஆன்மீகரீதியாக உங்களுக்கு உத்வேகம் ஊட்டப்பட்டுள்ளது, உங்களுக்குப் புத்துணர்ச்சி அளிக்கப்பட்டுள்ளது, வலிமை ஏற்றப்பட்டுள்ளது என்பதை அறியுங்கள். இளமைப்பருவத்தில் நீங்கள் அனுபவித்த மகிழ்ச்சியையும் உற்சாகத்தையும் வயதான பின்பும் மனரீதியாகவும் உணர்ச்சிரீதியாகவும் உங்களால் மீண்டும் கைவசப்படுத்த முடியும்.

"எனக்கு வயதாகிவிட்டது," என்று கூறுவதற்கு பதிலாக, "கடவுளின் வழிகளில் நான் அறிவார்ந்தவனாக இருக்கிறேன்," என்று கூறுங்கள். நீங்கள் ஒருபோதும் தோற்பதில்லை. ஏனெனில், கடவுள் ஒருபோதும் தோற்பதில்லை. உங்கள் மனத்தில் உங்களால் எங்கு வேண்டுமானாலும் பயணம் செய்து எந்தவொரு புதிய தளத்தை வேண்டுமானாலும் வெற்றி கொள்ள முடியும். உங்களுக்கு வயதாகிவிட்டது, நீங்கள் தளர்ச்சி அடைந்துவிட்டீர்கள், நீங்கள் பயனற்றவர் என்று உங்கள் மனமும் பெருநிறுவனங்களும் செய்தித்தாள்களும் புள்ளிவிபரங்களும் உங்களைச் சித்தரிக்க ஒருபோதும் அனுமதிக்காதீர்கள். அதை ஒட்டுமொத்தமாகப் புறக்கணித்துவிடுங்கள். ஏனெனில், அவர்கள் ஒரு பொய்யான காட்சியை நிலைநிறுத்த விரும்புகின்றனர். இப்படிப்பட்டப் பொய்ப் பிரச்சாரங்கள் உங்கள் மனத்தை வசியப்படுத்த அனுமதிக்காதீர்கள். மரணத்தை விடுத்து வாழ்க்கையைப் பற்றி எண்ணுங்கள். நீங்கள் என்றென்றும் வாழ்வீர்கள், கடவுள்தான் உங்கள் யதார்த்தம் என்பதை உணருங்கள். நீங்கள் மகிழ்ச்சியாகவும், ஒளிமயமாகவும், அமைதியாகவும், வெற்றிகரமாகவும் இருப்பது போன்ற ஒரு காட்சியை உங்களுக்கு நீங்களே உருவாக்கிக் கொள்ளுங்கள். நீங்கள் பணியிலிருந்து ஓய்வு பெற்றிருந்தால், நீங்கள் எப்போதும் செய்ய விரும்பி வந்துள்ள ஏதேனும் ஒன்றைச் செய்யுங்கள், ஒரு புதிய துறையைப் பற்றிய விஷயங்களைக் கற்றுக் கொள்ளுங்கள், புதிய யோசனைகளை ஆய்வு செய்யுங்கள்.

பணி ஓய்வு - ஒரு புதிய சாகச முயற்சி

உங்கள் மனம் ஒருபோதும் ஓய்வு பெற்றுவிடாதபடி பார்த்துக் கொள்ளுங்கள். புதிய கருத்துக்களை ஏற்றுக் கொள்ளும் மனப்போக்கைக் கொண்டிருங்கள். 65 மற்றும் 70 வயதில் ஓய்வு பெற்று, ஒரு சில மாதங்களுக்கு உள்ளாகவே மரணமடைந்த பலரை நான் பார்த்திருக்கிறேன். பணியிலிருந்து ஓய்வு பெற்றப் பிறகு தங்கள் வாழ்க்கை முடிந்துவிட்டதாக அவர்கள் நினைத்தனர். பணி ஓய்வு ஒரு புதிய சாகச முயற்சியாகவும், ஒரு புதிய சவாலாகவும், ஒரு புதிய பாதையாகவும், ஒரு நீண்ட கனவு நனவாவதற்கான ஒரு துவக்கமாகவும் இருக்கக்கூடும். "நான் ஓய்வு பெற்றுவிட்டேன். இனி நான் என்ன செய்வது?" என்று ஒருவர் கூறுவதைக் கேட்பது மனச்சோர்வூட்டுவதாக இருக்கும். அவர் உண்மையில் கூறுவது இதுதான்: "மனத்தளவிலும் உடலளவிலும் நான் இறந்துவிட்டேன். என் மனத்தில் எந்த யோசனையும் இல்லை." இவை எல்லாமே ஒரு பொய். உண்மை என்னவென்றால், அறுபது வயதில் நீங்கள் சாதித்ததைவிடத் தொண்ணூறு வயதில் உங்களால் அதிகமாக சாதிக்க முடியும். ஏனெனில், வருடங்கள் செல்லச் செல்ல, கடவுளைப் பற்றிய அறிவும் புரிதலும் அதிகரித்து வந்துள்ளன.

முதுமையின் பலன்கள்

நீங்கள் நினைத்தால் தவிர உங்கள் மனம் ஒருபோதும் முதுமை அடைவதே இல்லை. உங்களுக்குள் இருக்கின்ற கடவுளிடம் பற்றுக் கொள்ளுங்கள், அவரிடம் அர்ப்பணிப்போடு இருங்கள். ஏனெனில், அவர்தான் ஒரே சக்தி. முதுமைக்கும், மக்களுக்கும், அதிவேக மனத்திற்கும், நோய்க்கும், சூழ்நிலைகளுக்கும், நிகழ்வுகளுக்கும் நீங்கள் சக்தியளிப்பது, கடவுளிடம் நீங்கள் கொண்டிருக்கின்ற உறுதியைச் சீர்குலைத்து, பயத்தையும் குழப்பத்தையும் உங்கள் மனத்தில் நிலைப்படுத்தும். உங்கள் வயது முப்பதாக இருந்தாலும்

சரி, அல்லது தொண்ணூறாக இருந்தாலும் சரி, நீங்கள் எரிச்சல் கொள்பவராகவும், எதற்கெடுத்தாலும் வாதம் செய்பவராகவும், எளிதில் கோபம் கொள்பவராகவும், கடுகடுப்பானவராகவும் இருந்தால், உங்களுக்கு உண்மையிலேயே அதிக வயதாகிவிட்டது என்று பொருள். முதுமையானது கடவுளைப் பற்றிய உண்மைகளை ஓர் உயர்ந்த கண்ணோட்டத்திலிருந்து சிந்தித்துப் பார்ப்பதற்கான வாய்ப்பைக் கொடுக்கிறது.

ஓர் உயர்ந்த நிலையிலான ஆன்மீக விழிப்புணர்வை அடைவதை நோக்கிச் செல்லுங்கள். நீங்கள் ஒரு முடிவற்றப் பயணத்தில் ஈடுபட்டிருக்கிறீர்கள் என்பதை உணருங்கள். நீங்கள் கடவுளின் குழந்தை. கடவுளுக்கு முடிவு கிடையாது. எனவே, உங்களுக்கும் முடிவு கிடையாது.

12

பிரார்த்தனையை அதிக ஆற்றல் வாய்ந்ததாக ஆக்குவது எப்படி

உங்கள் மனம் அமைதிப்படுத்தப்பட வேண்டும் என்றால், சத்தம், அசௌகரியம் போன்ற பௌதீகரீதியான தொந்தரவுகளிலிருந்தும், உணர்ச்சிப் புயல்களிலிருந்தும், அன்றாடக் கவலைகள் மற்றும் மன இறுக்கங்களிலிருந்தும் அது பாதுகாக்கப்பட வேண்டும்.

புனிதர்களும் துறவிகளும் அடைகின்ற கச்சிதமான சலனமின்மை நம்மில் பலருக்கு ஒரு பெரிய இலக்கு. ஆனால் ஒவ்வொரு முறை நீங்கள் உங்கள் பிரார்த்தனை அறைக்குள் (உங்கள் மனத்திற்குள்) நுழையும்போதும், உங்கள் பிரார்த்தனைகளை ஆற்றல்மிக்கவையாக ஆக்ககக்கூடிய அளவு போதுமான ஓர் அமைதியான சூழலை நீங்கள் உருவாக்குகிறீர்கள்.

முரண்பாடுகள், துயரம், ஆழ்விருப்பம், கோபம், வெறுப்பு, மற்றும் பல அற்பமான உணர்ச்சிகளோடு போரிடுவதை நீங்கள் நிறுத்தினால் தவிர, உங்கள் பிரார்த்தனைகள் ஒருபோதும் ஆற்றல்மிக்கவையாக இருக்காது. இந்தக் குழப்பங்கள் மற்றும் தொந்தரவுகளில் இருந்து உங்கள் கவனத்தை விடுவித்து, உங்களுக்குள் இருக்கும் கடவுளின் இருத்தல் மற்றும் சக்தியைப் பற்றி சிந்தித்துப் பார்ப்பதற்கான ஒழுங்கு உங்களுக்கு இருக்க வேண்டும்.

கவனச்சிதறல்கள் இல்லாமல் இருக்கும்போதுதான், இணக்கம், அழகு, அமைதி, அன்பு ஆகியவற்றைப் பற்றிய ஒரு தெளிவான புரிதலைப் பற்றி நீங்கள் சிந்திக்கத் தொடங்குவீர்கள். இணக்கத்தின் இயல்பை நீங்கள் அறிந்து கொள்ளத் தொடங்கும்போது, அந்தப் பண்புநலனை உங்கள் அன்றாட விவகாரங்கள் மற்றும் நடவடிக்கைகளில் உங்களால் பயன்படுத்தத் தொடங்க முடியும்.

பலனளிக்கும் விதத்தில் பிரார்த்திப்பதற்குத் தேவையான முக்கிய அம்சம்

உங்களுடைய உள்ளார்ந்த எண்ணமும் உணர்வும் உங்கள் வார்த்தைகளோடு ஒத்துப் போகும்போது உங்கள் பிரார்த்தனைகளுக்கு விடையளிக்கப்படும். என் நண்பர் ஒருவர் ஒரு சட்டரீதியான போராட்டத்தில் சிக்கியிருந்தார். அது அவருக்கு ஏகப்பட்டப் பணச் செலவையும் நேர விரயத்தையும் ஏற்படுத்தியிருந்தது. அவர் தன் எதிராளியின்மீது பகையும் வெறுப்பும் கொண்டிருந்தார். தன் சொந்த வழக்கறிஞர்கள்மீதும் அவர் கோபம் கொண்டார். “இது வேலைக்கு ஆகாது. இந்த வழக்கு ஐந்து வருடங்களாக நடைபெற்று வந்துள்ளது. இனியும் இதைத் தொடர்வது பயனற்றது. நான் இதைக் கைவிட்டுவிட்டால் நல்லது,” என்பதுபோல அவருடைய உள்ளார்ந்த பேச்சு அமைந்திருந்தது. அவருடைய இந்தப் பேச்சு மிகவும் அழிவுப்பூர்வமானது என்றும், அவருடைய வழக்கு இழுத்தடிக்கப்பட்டுக் கொண்டிருந்ததற்கு அதுதான் முக்கியக் காரணம் என்றும் நான் அவருக்கு விளக்கினேன்.

தனக்குத் தானே என்ன செய்து கொண்டிருந்தோம் என்பதை என் நண்பர் முழுமையாக உணர்ந்து கொண்டபோது, அவர் தன் உட்பேச்சையும் வெளிப்பேச்சையும் மாற்றினார். உண்மையில் அவர் தனக்கு எதிராகப் பிரார்த்தித்து வந்திருந்தார். நான் அவரிடம், “இக்கணத்தில் ஒரு கச்சிதமான,

இணக்கமான தீர்வு எட்டப்பட்டுள்ளதாகவும், உங்களுடைய ஒட்டுமொத்தப் பிரச்சனையும் முடிவுக்கு வந்துவிட்டதாகவும் நான் கூறினால் நீங்கள் என்ன சொல்வீர்கள்?" என்று கேட்டேன்.

"நான் மிக்க மகிழ்ச்சி அடைவேன். நான் நன்றியுடைவனாக இருப்பேன். இந்த ஒட்டுமொத்த வழக்கும் சுமூகமாக முடிந்துவிட்டதென்றால் நான் எல்லையில்லா ஆனந்தம் அடைவேன்," என்று அவர் பதிலளித்தார்.

அக்கணத்திலிருந்து, தன்னுடைய உட்பேச்சு எப்போதும் தன்னுடைய நோக்கத்தோடு ஒத்திருக்கும்படி பார்த்துக் கொள்வதென்று அவர் தீர்மானித்தார். நான் அவருக்குக் கொடுத்த இப்பிரார்த்தனையை அவர் தினமும் முறையாகச் செய்தார்: "முடிவில்லாப் பேரறிவின் ஊடாக வந்துள்ள இந்தக் கச்சிதமான, இணக்கமான தீர்வுக்காக நான் நன்றி கூறுகிறேன்." அவர் இதை தினமும் அடிக்கடிக் கூறினார். இன்னல்கள், தாமதங்கள், பின்னடைவுகள், வாக்குவாதங்கள், சந்தேகங்கள், பயங்கள் ஆகியவை அவருடைய மனத்தில் தோன்றியபோதெல்லாம் அவர் உடனடியாகத் தன் பிரார்த்தனையைச் சொல்லி, அப்பேருண்மையைத் தனக்குத் தானே வலியுறுத்திக் கொண்டார். வார்த்தைரீதியாக எதிர்மறை வாசகங்களைக் கூறுவதை அவர் முற்றிலுமாக நிறுத்தியதோடு, தன்னுடைய உட்பேச்சையும் உன்னிப்பாக கவனித்தார். ஏனெனில், தன்னுடைய உட்பேச்சு எப்போதும் புற உலகில் மெய்யாக்கப்படும் என்பதை அவர் அறிந்திருந்தார். நமக்குள்ளே நாம் எவ்வாறு உணர்கிறோமோ, அதுதான் நம் புற உலகில் வெளிப்படுத்தப்படுகிறது. நம் வாய் ஒரு விஷயத்தைக் கூறும், ஆனால் நம் இதயம் வேறோர் உணர்வைக் கொண்டிருக்கக்கூடும். ஆனால் நம்முடைய உணர்வு என்னவாக இருக்கிறதோ, அதுதான் நிஜ உலகில் வடிவம் பெறுகிறது. நம் வாழ்வில் நாம் எதை அனுபவிக்க விரும்ப மாட்டோமோ, அதை நாம்

நமக்குள் ஒருபோதும் பேசக்கூடாது. எந்தவொரு விஷயமானாலும் நம் உதடுகளும் இதயமும் உடன்பட வேண்டும். அவை அவ்வாறு உடன்படும்போது நம்முடைய பிரார்த்தனை பலித்துவிடுகிறது.

நாம் நம்முடைய உள்ளார்ந்த உளவியல் நிலையை உன்னிப்பாக கவனிக்க வேண்டும். சிலர் தங்களுக்குத் தாங்களே முணுமுணுத்துக் கொள்வர், சிலர் பொறாமை கொள்வர், சிலர் கோபமும் பகையுணர்வும் கொள்வர். இப்படிப்பட்ட ஒரு மனப்போக்கு மிகவும் அழிவுப்பூர்வமானது. அதோடு, குழப்பம், நோய், பற்றாக்குறை ஆகியவற்றையும் அது உடனிழுத்து வரும். தன்னைத் தானே நியாயப்படுத்திக் கொள்கின்ற நபர்களை நீங்கள் அறிந்திருப்பீர்கள். கோபம் கொள்வதற்கும், பழி வாங்குவதற்கும், வஞ்சம் தீர்ப்பதற்கும் தங்களுக்கு உரிமை இருப்பதாக அவர்கள் தங்களுக்குத் தாங்களே கூறிக் கொள்வர். உள்ளூரத் தாங்கள் அனுபவித்துக் கொண்டிருக்கும் இத்தகைய உணர்ச்சிகளுக்குரிய சாக்குப்போக்குகளையும் நியாயப்படுத்தல்களையும் தங்கள் ஆழ்மனத்திலிருந்து அவர்கள் இசைத்துக் கொண்டிருக்கின்றனர். இத்தகைய மனப்போக்கானது தங்களை ஆற்றல் இழக்கச் செய்துவிடும், குழப்பத்திற்கு ஆளாக்கிவிடும் என்பதை அவர்கள் அறிந்திருப்பதில்லை. ஒருவருடைய எதிர்மறை உட்பேச்சு வழக்கமாக யாரோ ஒரு நபரை நோக்கித்தான் அமைந்திருக்கிறது.

உண்மையின் மூலம் விடுபட்ட நபர்

தன் அலுவலகத்தில் தான் மிகவும் மோசமாக நடத்தப்பட்டு வந்திருந்ததாக சமீபத்தில் ஒருவர் என்னிடம் கூறினார். தன் முன்னாள் முதலாளியைத் தான் மிகவும் வெறுத்ததாகவும், அவரைத் தான் பழி வாங்கப் போகும் விதத்தையும் அவர் என்னிடம் கூறினார். இந்த உள்ளார்ந்த சூறாவளியாலும் எரிச்சலாலும் அவருக்கு வயிற்றுப்புண்கள் ஏற்பட்டிருந்தன. அவர் தன் ஆழ்மனத்தில் மிகத்

தீவிரமான கோபத்தையும் பகையுணர்வையும் பதிவு செய்து கொண்டிருந்தார் என்றும், ஆழ்மனம் தன்மீது பதிய வைக்கப்படுபவற்றை எப்போதும் புற உலகில் நிஜமாக்கும் என்றும் நான் அவருக்கு விளக்கினேன். இந்த அழிவுப்பூர்வமான உணர்ச்சிகளுக்கு ஒரு வடிகால் தேவை. எனவே, இந்நபரின் விஷயத்தில் அவை வயிற்றுப் புண்களின் வடிவில் வெளிவந்தன.

தன் முன்னாள் முதலாளியின்மீதான கோபத்தை விட்டொழித்து, அவருக்குக் கடவுளின் அனைத்து ஆசீர்வாதங்களும் கிடைக்க வேண்டும் என்று அவரை வாழ்த்தியதன் மூலம் இந்நபர் தன் மனச் செயல்முறையை நேர்மறையாக மாற்றினார். அதே சமயம், கடவுளைப் பற்றிய உண்மைகளால் அவர் தன் மனத்தை நிரப்பினார். கடவுளின் இணக்கமும் அமைதியும் கச்சிதமும் தன் உடலையும் மனத்தையும் நிரப்பித் தன்னை முழுமையாக குணப்படுத்திக் கொண்டிருந்ததாக அவர் சுயபிரகடனம் செய்தார். அவருடைய மனத்தை ஊடுருவிக் கொண்டிருந்த இந்த ஆன்மீக அதிர்வுகள் அவருடைய ஒட்டுமொத்த உடலுக்கும் பாய்ந்து சென்றன. அவருடைய உடலின் அனைத்து உயிரணுக்களும் புத்துணர்ச்சி பெற்றன. இதன் விளைவாக, அவருடைய உடல் முழுமையாக குணமடைந்தது.

ஆழ்மனப் பதிவு இயந்திரம்

நீங்கள் உங்கள் ஆழ்விருப்பத்தை மனரீதியாக ஏற்றுக் கொண்டால், ஆழ்மனம் அதை நிஜமாக்கும். ஏனெனில், உங்கள் வெளிமனமும் ஆழ்மனமும் உடன்பட்டுள்ளன. உங்கள் எண்ணமும் உணர்வும் ஒத்துப் போக வேண்டும், உங்கள் யோசனையும் உணர்ச்சியும் ஒத்துப் போக வேண்டும். உங்கள் யோசனைக்கு உணர்ச்சியூட்டுவதில் நீங்கள் வெற்றி பெற்றால், உங்கள் பிரார்த்தனைக்கு விடையளிக்கப்பட்டுவிடும்.

நாம் எதுவொன்றை உண்மை என்று ஏற்றுக் கொள்கிறோமோ, அது நம் ஆழ்மனத்தில் பதிவு

செய்யப்படுகிறது என்பதை நான் உங்களுக்கு நினைவுபடுத்த விரும்புகிறேன். ஆழ்மனம்தான் படைப்புத் தளம். அதன் போக்கு எப்போதும் வாழ்க்கையை நோக்கியே இருக்கும். ஆழ்மனம்தான் உங்களுடைய அனைத்து உறுப்புகளையும் கட்டுப்படுத்தி இயக்குகிறது. உங்கள் நினைவுப் பெட்டகம் அதுதான். உங்கள் உடலை குணப்படுத்தும் சிகிச்சையாளரும் அதுதான். உங்கள் ஆழ்மனம் முடிவில்லாப் பேரறிவோடும் முடிவில்லா சக்தியோடும் ஒன்றுகலந்துள்ளது.

உங்களுக்குள் எல்லா நேரங்களிலும் எப்படிப்பட்டப் பேச்சு நிகழ்ந்து கொண்டிருக்கிறது? உங்களுடைய உள்ளார்ந்த பேச்சிற்குத்தான் உங்கள் ஆழ்மனம் செவிசாய்க்கிறது, கட்டுப்பட்டு நடக்கிறது. உங்களுடைய உள்ளார்ந்த எண்ணங்களையும் உணர்வுகளையும் உங்கள் ஆழ்மனம் பதிவு செய்து கொள்கிறது. அது ஒரு விசுவாசம் மிக்கப் பதிவு இயந்திரம். அது எல்லாவற்றையும் பதிவு செய்து கொண்டு, அவற்றை அனுபவங்களாகவும் சூழ்நிலைகளாகவும் நிகழ்வுகளாகவும் உங்கள் வாழ்வில் வெளிப்படுத்துகிறது. பயம், சந்தேகம், கோபம் போன்ற மோசமானவற்றோடு நீங்கள் பயணிக்க வேண்டியதில்லை. உங்கள் மனத்தில் கொலைகாரர்கள், கொள்ளையர்கள், மோசக்காரர்கள், திருடர்கள் போன்றவர்களோடு நீங்கள் பயணம் செய்ய வேண்டும் என்று எந்த விதியும் கூறவில்லை. இந்த அம்சங்கள் அனைத்தும் உங்கள் ஆரோக்கியத்தையும் மகிழ்ச்சியையும் அமைதியையும் செழிப்பையும் பறித்துக் கொண்டு, உடல்ரீதியாகவும் உளரீதியாகவும் உங்களைச் சீரழித்துவிடுகின்றன.

சிந்திப்பது நீங்கள் ஒருவர்தான்

இருநூற்றுக்கு அதிகமாக ரத்த அழுத்தம் இருந்த ஒரு பெண் தீவிர ஒற்றைத் தலைவலியாலும் பாதிக்கப்பட்டிருந்தார். தனக்குத் தானே உள்ளூர அவர்

மேற்கொண்டிருந்த அழிவுப்பூர்வமான பேச்சுதான் இவை அனைத்திற்கும் காரணமாக இருந்தது. தன்னை யாரோ சரியாக நடத்தியிருக்கவில்லை என்று நினைத்த அவர், அந்நபர் குறித்து மிகவும் எதிர்மறையான மனப்போக்கைக் கொண்டிருந்தார். அவர்மீது தான் கொண்டிருந்த பகையுணர்வையும் கோபத்தையும் இப்பெண் நியாயப்படுத்தினார். இத்தகைய மனப்போக்கு பல வாரங்களாகத் தொடர்ந்தது. அவர் உணர்ச்சிரீதியாக மிகவும் பாதிக்கப்பட்டார். இந்த எதிர்மறை மனப்போக்கு அவருடைய ஆற்றல் முழுவதையும் அவரிடமிருந்து உறிஞ்சி, அவரது ரத்தத்தில் உளவியல்ரீதியான மாற்றங்களை ஏற்படுத்தியது. எந்நேரமும் கோபத்தில் வெடிக்கத் தான் தயாராக இருந்ததாக அவர் கூறினார். இந்த உள்ளார்ந்த அழுத்தமும், அதிகரித்துக் கொண்டே இருந்த மன இறுக்கமும், விசுவரூபம் எடுத்துக் கொண்டிருந்த பகையுணர்வுமாகச் சேர்ந்து அவருக்கு உயர் ரத்த அழுத்தத்தையும் ஒற்றைத் தலைவலியையும் கொண்டுவந்து சேர்த்தன.

இவர் பிரார்த்தனைச் சிகிச்சையை மேற்கொள்ளத் தொடங்கினார். தனக்குத் தானே விஷமேற்றிக் கொண்டிருந்தோம் என்பதை இவர் உணர்ந்து கொண்டார். இவருடைய சூழ்நிலைக்கு அந்த இன்னொரு நபர் எவ்விதத்திலும் காரணம் அல்ல. தன்னுடைய பிரபஞ்சத்தில் இப்பெண் மட்டுமே தன்னைக் குறித்துச் சிந்திக்கிறார். கெடுநோக்குக் கொண்ட, அழிவுப்பூர்வமான, தீய எண்ணங்களை அவர் சிந்தித்துக் கொண்டிருந்தது அவருடைய ஒட்டுமொத்த உடலையும் பாதித்துக் கொண்டிருந்தது. தன் சொந்த எண்ணத்தின் மூலமாக மட்டுமே தனக்கு பாதிப்பு ஏற்படும் என்பதை அவர் உணர்ந்து கொள்ளத் தொடங்கினார். அவர் தன் உள்ளார்ந்த பேச்சை மாற்றிக் கொள்ள வேண்டியிருந்தது. அமைதி, ஆரோக்கியம், மகிழ்ச்சி ஆகியவையே அவருடைய நோக்கமாக இருந்தன. தன் சிந்தனைகள் இந்த

நோக்கத்திற்கு இசைவாக இருக்கும்படி அவர் பார்த்துக் கொண்டார்.

அவர் தினமும் மூன்று அல்லது நான்கு முறை சுமார் பதினைந்து நிமிடங்கள் பிரார்த்தனை செய்தார். அவருடைய உள்ளார்ந்த எண்ணங்களும் உணர்வுகளும் பின்வருமாறு அமைந்திருந்தன: "கடவுள் அன்பே உருவானவர். அவருடைய அன்பு என் ஆன்மாவை நிரப்புகிறது. கடவுள் அமைதியே உருவானவர். அவருடைய அமைதி என் மனத்தையும் உடலையும் நிரப்புகிறது. கச்சிதமான ஆரோக்கியத்தின் மொத்த உருவம் அவர். அவருடைய ஆரோக்கியமே என்னுடைய ஆரோக்கியம். கடவுள் மகிழ்ச்சியே உருவானவர். அவருடைய மகிழ்ச்சிதான் என்னுடைய மகிழ்ச்சி. நான் அற்புதமாக உணர்கிறேன்." இந்த வகையான பிரார்த்தனை, கடவுளைப் பற்றிய அவருடைய உள்ளார்ந்த எண்ணங்களைக் குறித்தது. இப்பிரார்த்தனை அப்பெண்ணுக்கு அமைதியையும் இணக்கத்தையும் கொண்டுவந்தது. அந்த இன்னொரு நபரின் எண்ணம் இவருக்குத் தோன்றியபோதெல்லாம், இவர் தன் சிந்தனையை உடனடியாகக் கடவுளின் பக்கம் திருப்பினார். தன்னுடைய உதடுகளும் இதயமும் பிரார்த்தனையில் ஒன்றுகலந்திருந்தபோது எதிர்மறை எண்ணங்களும் யோசனைகளும் தனக்குள் நுழைய அவை அனுமதிக்கவில்லை என்பதை அவர் உணர்ந்தார்.

மக்களை உங்கள் மனத்தில் நீங்கள் எவ்வாறு சந்திக்கிறீர்கள்? உங்களை விடுவிக்கக்கூடிய உண்மைக்கான அமிலப் பரிசோதனை அதுதான். நீங்கள் அவர்களை சந்திக்கும்போது கடவுளை அவர்களிடத்தில் பார்த்தீர்கள் என்றால், அது அற்புதமான விஷயம். அப்படியானால், ஓர் ஆக்கப்பூர்வமான கண்ணோட்டத்தில் உங்கள் உள்ளார்ந்த பேச்சு அமைந்திருக்கிறது என்று பொருள். உங்கள் உள்ளார்ந்த பேச்சும் உங்கள் நோக்கமும் இசைவாக இருக்கின்றன என்று பொருள்.

கச்சிதமான ஆரோக்கியம்

கச்சிதமான ஆரோக்கியம் ஓர் இளைஞரின் நோக்கமாக இருந்தது. ஆனால், பல வருடங்களாக அவர் ஏதோ ஒரு வகையான ரத்தக் கோளாறால் பாதிக்கப்பட்டு அதனால் நோயுற்று இருந்து வந்திருந்ததை அவருடைய வெளிமனம் அவருக்கு நினைவுபடுத்தியது. எனவே, கவலையும் பயமும் சந்தேகமும் அவரை வாட்டி வதைத்தன. அவர் குணமடைவதற்கு நெடுங்காலம் ஆகலாம் அல்லது அவர் ஒருபோதும் முழுமையாக குணமடையாமலும் போகலாம் என்று அவருடைய உறவினர்கள் அவரிடம் கூறினர். அவருடைய ஆழ்மனம் அந்த எதிர்மறையான பதிவுகள் அனைத்தையும் பெற்றுக் கொண்டிருந்ததால், அவர் குணமடையவே இல்லை. அவருடைய உள்ளார்ந்த பேச்சு அவருடைய நோக்கத்துடன் உடன்பட வேண்டியிருந்தது.

வேறு வார்த்தைகளில் கூறினால், அவருடைய மனத்தின் இரண்டு பகுதிகளும் இசைந்து செயல்பட வேண்டியிருந்தது, ஒன்றுக்கொன்று உடன்பட வேண்டியிருந்தது. இந்த இளைஞர் ஒரு வித்தியாசமான தொனியில் தன் ஆழ்மனத்திடம் பேசத் தொடங்கினார். பின்வரும் பிரார்த்தனையை நான் அவருக்குக் கற்றுக் கொடுத்தேன். அதை அவர் தினமும் பல முறை அமைதியாகவும் மெதுவாகவும் கூறினார்.

> **"என் உடலை உருவாக்கிய படைப்பாற்றல்மிக்கப் பேரறிவு இப்போது என் ரத்தத்தை உருவாக்கிக் கொண்டிருக்கிறது. என் உடலை எவ்வாறு குணப்படுத்த வேண்டும் என்று எனக்குள் இருக்கும் குணமாக்கும் இருத்தலுக்குத் தெரியும். அது என் ஒவ்வோர் உயிரணுவையும் இப்போது பரிபூரணமாக மாற்றிக் கொண்டிருக்கிறது. நான் முற்றிலும் குணமடைந்துவிட்டதாக என் மருத்துவர் கூறுவதை நான் கேட்கிறேன். இக்காட்சி என் மனத்தில் நிலைகொண்டுள்ளது. 'ஜான், நீ குணமடைந்துவிட்டாய். இது ஒரு பெரிய அதிசயம்!' என்று அவர் கூறுவது**

> **எனக்குக் கேட்கிறது. இக்காட்சி என் ஆழ்மனத்தில் பதிவாகிக் கொண்டிருப்பதை நான் அறிவேன். முடிவில்லாப் பேரறிவோடு தொடர்பு கொண்டுள்ள என் ஆழ்மனத்தின் ஞானமும் சக்தியும் என் விருப்பத்தை நிறைவேற்றி என்னை முழுமையாக குணப்படுத்தும் என்பதை நான் அறிவேன். கச்சிதமான ஆரோக்கியம் என் வசமாகிறது என்பதை நான் நம்புகிறேன், அதை நான் என் உடலில் இப்போது உணர்கிறேன்."**

அவர் இப்பிரார்த்தனையை தினமும் நான்கைந்து முறை சுமார் பதினைந்து நிமிடங்கள் கூறினார். குறிப்பாக, இரவில் தூங்கப் போவதற்கு முன்பாக அவர் இதைத் தவறாமல் செய்தார். பழக்கத்தின் காரணமாகத் தன் மனம் சில சமயங்களில் தறிகெட்டு ஓடியதையும், கவலைப்பட்டதையும், பயம் கொண்டதையும், மற்றவர்களின் அபிப்பிராயங்களை அசைபோட்டுப் பார்த்ததையும், முந்தைய சிகிச்சைகள் பலனளிக்காமல் போனதை நினைத்துப் பார்த்ததையும் அவர் கண்டார். இப்படிப்பட்ட எண்ணங்கள் அவரிடம் தலைதூக்கியபோதெல்லாம், "நிறுத்து! இங்கு நான்தான் எஜமானன். அனைத்து எண்ணங்களும் கற்பனைக் காட்சிகளும் எனக்குக் கட்டுப்பட்டு இருக்க வேண்டும். இப்போதிலிருந்து என் எண்ணங்கள் அனைத்தும் கடவுளின்மீதும் அவருடைய அற்புதமான குணமாக்கும் சக்தியின்மீதும் குவிந்திருக்கட்டும்!" என்று அவர் தன் மனத்திற்குக் கட்டளையிட்டார்.

இவருடைய ரத்தக் கோளாறு மூன்று மாதங்களில் சரியாகிவிட்டது. அவர் ஏற்கனவே குணமடைந்துவிட்டிருந்ததாக அவருடைய உள்ளார்ந்த பேச்சு அமைந்திருந்தது. தொடர்ச்சியான பிரார்த்தனை மற்றும் தியானத்தின் வாயிலாக அவர் தன் ஆழ்மனத்தைத் தன் ஆழ்விருப்பத்தோடு உடன்படச் செய்ததன் மூலம் அவர் வெற்றி கண்டார்.

என்னால் ஏன் விற்க முடியவில்லை?

தவறான உள்ளார்ந்த பேச்சுக்கான ஓர் எடுத்துக்காட்டு இது: எங்கள் தேவாலயத்தைச் சேர்ந்த

பெண் உறுப்பினர் ஒருவர் தன் வீட்டை விற்க மூன்று வருடங்களாக முயற்சித்து வந்திருந்தார். "நான் இந்த அழகான வீட்டை முடிவில்லாப் பேரறிவிடம் விட்டுவிடுகிறேன். தெய்வீக ஒழுங்கின்படி சரியான நபரிடம் சரியான விலைக்கு அது விற்கப்படும் என்பதை நான் அறிவேன். இது குறித்துக் கடவுளுக்கு நான் நன்றி கூறுகிறேன்," என்று அவர் பிரார்த்தனையும் செய்து வந்தார். இந்தப் பிரார்த்தனையில் எந்தத் தவறும் இல்லை. ஆனால் அவர், "விற்பனை மந்தமாக இருக்கின்ற காலகட்டம் இது. நான் கேட்கும் விலையும் அதிகம். மக்களிடம் அவ்வளவு பணம் இல்லை," என்று தனக்குத் தானே கூறித் தன் பிரார்த்தனை பலனற்றுப் போகும்படி செய்தார். அவர் என்ன தவறு செய்து கொண்டிருந்தார் என்பது உங்களுக்கு நன்றாகப் புரியும் என்று நினைக்கிறேன்.

இப்பெண்ணின் உள்ளார்ந்த பேச்சு மிகவும் எதிர்மறையானதாக இருந்தது. எனவே, அந்த மனப்போக்கு மூன்று வருடங்களாக மெய்யாக்கப்பட்டு வந்திருந்தது. இதை உணர்ந்து கொண்ட அவர், தன் சுயபேச்சை மாற்றினார். தினமும் காலையிலும் இரவிலும் சுமார் ஐந்தாறு நிமிடங்கள் தன் கண்களை மூடி அமைதியாக உட்கார்ந்து கொண்டு, தன் வீட்டைத் தான் வெற்றிகரமாக விற்றிருந்தது குறித்து நான் அவரைப் பாராட்டிக் கொண்டிருந்ததைப்போல அவர் கற்பனை செய்தார். "என் வீடு விற்பனையானது குறித்து நான் நன்றி கூறுகிறேன். என்னிடமிருந்து வீட்டை வாங்கியவருக்கு இந்தப் பரிவர்த்தனையின் மூலம் செழிப்பு ஏற்படட்டும். அவர் எல்லா விதங்களிலும் ஆசீர்வதிக்கப்படட்டும்," என்று அவர் பிரார்த்தனை செய்தார். மீண்டும் மீண்டும் அவர் செய்த இப்பிரார்த்தனை அவருடைய ஆழ்மனத்தில் பதியப்பட்டு நிஜ உலகில் மெய்யாக்கப்பட்டது. அவர் இவ்வாறு பிரார்த்தனை செய்யத் தொடங்கி ஒரு வாரத்திற்குப் பிறகு, மறு ஞாயிறன்று தேவாலயத்தில் அவருக்குப் பக்கத்தில் அமர்ந்திருந்த ஒருவர்

அவருடைய வீட்டை வாங்கினார். அந்நபருக்கு அவ்வீடு மிகவும் பிடித்திருந்தது. எப்படி ஒரே நேரத்தில் இரண்டு திசைகளில் போக முடியாதோ, அதேபோல ஒரே நேரத்தில் இரண்டு விதமான மனப்போக்குகளைக் கொண்டிருக்க முடியாது என்பதை அப்பெண் உணர்ந்தார்.

13

பிரார்த்தனை எவ்வாறு துயரத்தையும் வருத்தத்தையும் போக்குகிறது

பல நெருக்கடிகளும் சோக நிகழ்வுகளும் நம்மை அதிர்ச்சிக்கு உள்ளாக்கும்போது, பிரார்த்தனை நமக்கு ஒரு மிகப் பெரிய புகலிடமாக அமைகிறது. அது நம் துயரத்தையும் வருத்தத்தையும் குறைக்கிறது. இவ்வுலகில் விஷயங்கள் மற்றும் தொடர்புகள்மீது நாம் கொண்டிருக்கும் பொய்யான மதிப்பீடுகளிலிருந்து உண்மையான மதிப்பீட்டைப் பிரித்தெடுத்துப் புரிந்து கொள்வதற்குப் பிரார்த்தனை நமக்கு உதவுகிறது. வழக்கமாக, ஏதேனும் மரணம் நிகழும்போதுதான் அங்கு ஒரு மிகப் பெரிய நெருக்கடி ஏற்படுகிறது. மக்கள்மீது நாம் அளவுக்கதிகமான பற்று வைத்துவிடுவதால், மரணம் வந்து அவர்களை நம்மிடமிருந்து பிரிக்கும்போது அதை நம்மால் தாங்கிக் கொள்ள முடிவதில்லை. மரணம் என்பது ஒரே வாழ்க்கையில் ஒரு நிலையிலிருந்து மற்றொரு நிலைக்கு மாறுகின்ற ஒரு பயணம்தான் என்பதை நாம் உணர்ந்து கொண்டு, நம்முடைய பல்வேறு உறவுகளைப் பற்றிய நம்முடைய சிந்தனையை மாற்றியமைத்துக் கொள்வதற்குப் பிரார்த்தனை நமக்குப் பெருமளவு உதவுகிறது.

மரணம் என்றால் என்ன?

“ஒரு மனிதன் இறந்து போனால், அவனால் மறுபடி வாழ முடியுமா?” என்ற கேள்வி அடிக்கடி

கேட்கப்படுகிறது. உண்மை என்னவென்றால், மரணம் என்ற ஒன்று இல்லவே இல்லை. வாழ்க்கையே கடவுள். அந்த வாழ்க்கை இப்போது நம் வாழ்க்கையாக இருக்கிறது. வாழ்க்கைக்கும் கடவுளுக்கும் எந்தத் துவக்கமும் கிடையாது, எந்த முடிவும் கிடையாது. நம் உடலுக்கு ஒரு துவக்கமும் ஒரு முடிவும் இருக்கின்றன. உண்மையில், நாளின் ஒவ்வொரு கணத்திலும் நாம் புதிய உடல்களை உருவாக்கிக் கொண்டிருக்கிறோம். வாழ்க்கையின் வெளிப்பாட்டிற்கான ஒரு வாகனம்தான் நம் உடல். இந்த வாகனம் பயன்பாட்டிற்குப் பொருத்தமற்றதாக ஆகும்போது, அது ஓர் ஓரமாகக் கிடத்தப்படுகிறது. பிறகு ஆன்மா இன்னொரு புதிய உடலைப் பெறுகிறது.

மரணம் ஒரு துவக்கம்

வாழ்க்கை ஒரு தொடர்ச்சியான பயணம். முன்னோக்கியும் மேல்நோக்கியும் கடவுளை நோக்கியும் அமைந்திருக்கின்ற ஒரு பயணம் அது. ஒன்று முடியும் இடத்தில் இன்னொன்று தொடங்குகிறது. புதுப்பித்தல், புனர்நிர்மாணம் ஆகிய செயல்முறைகளைப் பருவகாலங்களிலும் பறவைகளிடத்திலும் மலர்களிடத்திலும் பூச்சிகளின் வாழ்விலும் நாம் ஏற்றுக் கொள்கிறோம். ஆனால் நம் வாழ்க்கை என்று வரும்போது, நாம் பயத்தில் உறைந்து போகிறோம். மரணமும் பிறப்பும் வாழ்க்கையின் இரண்டு பக்கங்கள்தான், ஆனாலும் மரணத்தைக் கண்டு நாம் பயப்பட வேண்டியதில்லை என்ற நிலையை எடுக்க நாம் பயப்படுகிறோம். மாறிக் கொண்டே இருப்பதுதான் வாழ்க்கை. புதிதாக ஒன்று வருவதற்குப் பழைய ஏதோ ஒன்று கைவிடப்பட வேண்டும். மரணத்திலும் இதுதான் நிகழ்கிறது.

இறந்தவர்கள் என்று யாரும் கிடையாது

கடவுள்தான் உங்கள் வாழ்க்கை, அவர்தான் உங்கள் யதார்த்தம் என்பதை நீங்கள் புரிந்து

கொண்டால், உங்களுக்கு அழிவே கிடையாது என்பதை நீங்கள் புரிந்து கொள்வீர்கள். அதாவது, உங்கள் வாழ்க்கை இந்தத் தளத்திலிருந்து விலகி வேறு உயர்ந்த பரிமாணங்களுக்கு விரிவடைந்து கொண்டே இருக்கின்ற ஒன்று என்பது உங்களுக்குப் புரியும். நம்முடைய ஒட்டுமொத்த இருத்தலும் பிரபஞ்ச மனத்தில்தான் இருக்கிறது. இங்குதான் அனைத்துப் பொருட்களும் நிலை கொண்டுள்ளன. கடவுளின் மனத்தில் இருக்கின்ற எந்தவொரு பொருளுக்கும் அழிவே கிடையாது. ஒருமுறை பூக்கின்ற ரோஜா மலர் ஒன்று என்றென்றைக்குமாகப் பூத்திருக்கும். கடவுள் முடிவற்றவர் என்பதால் உங்களுக்கும் முடிவு கிடையாது.

மரணம் தழுவும்போது

மரணம் என்ற ஒரு நிகழ்வின் மூலமாக நம் அன்புக்குரியவர்களை நாம் பறி கொடுக்கும்போதுதான் கடவுள்மீதான நம் விசுவாசம் சோதனைக்கு உள்ளாகிறது. சமீபத்தில் நான் ஐரோப்பாவிற்கு ஒரு விமானத்தில் சென்றபோது, என்னுடன் பயணித்த ஒரு பெண்மணியுடன் நான் உரையாடினேன். தன் மகன்கள் இருவரைப் போரில் தான் பறி கொடுத்திருந்ததாக அவர் என்னிடம் கூறினார். அவர்களில் ஒருவனுக்குப் பத்தொன்பது வயது, இன்னொருவனுக்கு இருபது வயது. அவர்களுடைய மரணச் செய்தி முதலில் இவருக்குப் பேரதிர்ச்சியாக அமைந்தது. ஆனால் அவர் விரைவில் தன்னை சுதாரித்துக் கொண்டு, "கடவுள் என்பவர் இறந்தவர்களின் கடவுள் அல்ல, மாறாக, வாழ்பவர்களின் கடவுள் அவர். ஏனெனில், அவருடைய பார்வையில் எல்லோருமே உயிரோடுதான் இருக்கின்றனர்," என்று தனக்குத் தானே கூறிக் கொண்டார்.

அப்பெண் என்னைத் தன் ஒளிமயமான கண்களால் பார்த்துவிட்டு, "நான் அவ்வாறு கூறியபோது திடீரென்று என் இதயத்தில் ஓர் ஆழமான அமைதி

உருவானது. என் துயரங்கள் அனைத்தும் மாயமாய் மறைந்தன. என் மகன்கள் உயிரோடுதான் இருந்தனர் என்பதை நான் அறிந்தேன். அதை என்னால் உணர முடிந்தது. அவர்களுடைய இருத்தலையும் அன்பான தொடுதலையும் என்னால் உணர முடிந்தது. அது ஓர் அற்புதமான அனுபவம்," என்று கூறினார்.

தன் மகன்கள் எப்போதும் கடவுள் பக்தி கொண்டவர்களாகவும், அன்பும் மகிழ்ச்சியும் வலிமையும் நிரம்பியவர்களாகவும் இருந்ததாக அப்பெண் கூறினார். அவர் மேலும் தொடர்ந்தார். "கடவுள் நியாயமானவர், அவர் நல்லவர் என்பதை நான் அறிவேன். என் மகன்களின் இழப்பு எனக்கு வருத்தத்தை ஏற்படுத்தினாலும், அதே சமயம், அடுத்தப் பரிமாணத்தில் அவர்கள் தங்களுக்காக இன்னொரு வீட்டைக் கட்டிக் கொண்டிருக்கின்றனர், அவர்கள் புதிய உடல்களைப் பெற்றுள்ளனர், புதிய காரியங்களை சாதித்துக் கொண்டிருக்கின்றனர் என்பதை நான் உணர்ந்தேன். 'நான் அவர்களுக்கு எந்த வகையில் உதவுவது?' என்று எனக்கு நானே கேட்டுக் கொண்டபோது, 'அவர்களுக்காகப் பிரார்த்தனை செய்,' என்று சட்டென்று ஒரு பதில் வந்தது. நான் பின்வருமாறு பிரார்த்தனை செய்தேன்: 'என் மகன்களைக் கடவுள் எனக்குக் கடனாகக் கொடுத்திருக்கிறார். எனவே என் குழந்தைகளை எப்போதும் என்னோடு வைத்திருக்க முடியாது என்பதையும், என்றேனும் அவர்கள் திருமணமாகி வேறு ஊருக்குச் செல்லக்கூடும், அல்லது வேறு வேலை தேடிக் கொண்டு வேறு நாட்டிற்குச் செல்லக்கூடும் என்பதையும் நான் அறிந்திருந்தேன். அவர்கள் என்னோடு இருந்தவரை நான் அவர்கள்மீது அன்பு செலுத்தினேன். என்னால் முடிந்த எல்லாவற்றையும் நான் அவர்களுக்குக் கொடுத்தேன். இப்போது அவர்கள் ஒரு புதிய வீட்டைக் கட்டுவதற்கு அவர்களுக்கு உதவுவதுதான் என் லட்சியம். அவர்களுக்கு அன்பும் அமைதியும் மகிழ்ச்சியும் உண்டாகட்டும். கடவுளின் ஒளியும் அன்பும் உண்மையும் அழகும் அவர்களின்

ஊடாகப் பாய்ந்து கொண்டிருக்கின்றன. அவருடைய அமைதி அவர்களுடைய ஆன்மாக்களை நிரப்புகிறது. அவர்களுடைய முன்னோக்கிய பயணத்தில் நான் களிப்புறுகிறேன். ஏனெனில், வாழ்க்கை என்பது முன்னோக்கிய ஒரு பயணமே." நான் அவர்களைப் பற்றி நினைக்கும்போதெல்லாம், 'கடவுள் அவர்களோடு இருக்கிறார். அவர்கள் நலமாக இருக்கிறார்கள்,' என்று எனக்கு நானே கூறிக் கொள்கிறேன்."

அவர் இப்பிரார்த்தனையை தினமும் பல முறை ஒருசில வாரங்கள் கூறினார். இது அவருக்குப் பரிபூரணமான மன அமைதியைக் கொடுத்தது. அவர் தன் பிரார்த்தனைகள் மூலம் தன் மகன்களுக்கு உதவியதோடு, தனக்குத் தானே உதவிக் கொண்டார்.

நம் அன்புக்குரியவர்கள் மரணம் எய்தினால் நாம் அவர்களை நினைத்துத் துயரப்பட வேண்டியதில்லை. அவர்களுக்கு அன்பும் அமைதியும் மகிழ்ச்சியும் ஏற்பட வேண்டும் என்று பிரார்த்தனை செய்வதுதான் அவர்களுக்காகப் பிரார்த்தனை செய்வதற்கான சரியான வழி. இவ்வாறு செய்வதன் மூலம் நாம் அவர்களுடைய அகவிழிப்புநிலையை உயர்த்துகிறோம். அவர்கள் இருக்கும் இடத்தில் கடவுள் இருக்கிறார் என்ற அறிதலில் நாம் களிப்புறுகிறோம். கடவுள் இருககும் இடத்தில் தீயவை இருப்பதில்லை. இறந்தவர்களுக்காகப் பிரார்த்தனை செய்வதற்கு, அவர்கள் ஓர் அழகான, மகிழ்ச்சியான, அன்பான நிலையில் இருக்கிறார்கள் என்பதை நாம் உணர்ந்து கொள்ள வேண்டும். அப்போது நாம் அவர்களை உயர்த்துகிறோம். ஏனெனில், அவர்கள் நம்முடைய பிரார்த்தனைகளை உணர்கின்றனர், அதன் மூலம் அவர்கள் ஆசீர்வதிக்கப்படுகின்றனர். நம்முடைய உண்மையான பிரார்த்தனையின் மூலம் நாம் அவர்களை மகிழ்ச்சிப்படுத்துகிறோம். அவர்கள் இறந்துவிட்டதாகவும் நம்மைவிட்டுப் போய்விட்டதாகவும் நினைப்பதற்கு பதிலாக, விவரிக்க முடியாத ஓர் அழகான நிலையில் அவர்கள் வாழ்ந்து கொண்டிருப்பதாக நாம் அவர்களைப் பார்க்க

வேண்டும். பற்றாக்குறை அல்லது பின்வருத்தம் போன்ற மனநிலைகளுக்கு நாம் ஒருபோதும் இடம் கொடுக்கக்கூடாது.

ஒருமுறை, நியூயார்க்கைச் சேர்ந்த நாடக நடிகர் ஒருவர், அன்றைய நாடகத்தில் நடிப்பதற்காக மேடையேறுவதற்குப் பத்து நிமிடங்களுக்கு முன்பாக, இந்தியாவில் தன் மனைவியும் தன் மூன்று குழந்தைகளும் கொல்லப்பட்டிருந்த செய்தியை ஒரு தந்தியின் வாயிலாகப் பெற்றார். அன்றைய நாடகத்தில் அவர் உற்சாகமாகப் பாடவும் ஆடவும் வேண்டியிருந்தது, நகைச்சுவையான துணுக்குகளைக் கூற வேண்டியிருந்தது. அவர் என்னிடம், "நான் வலுக்கட்டாயமாகக் கடவுளையும் அவருடைய அன்பையும் பற்றி சிந்தித்தேன். என் வாழ்வில் ஏற்பட்டிருந்த துயரத்தைச் சமாளிப்பதற்குக் கடவுள் எனக்கு வலிமையையும் சக்தியையும் கொடுப்பார் என்றும், நான் அன்று மிகச் சிறப்பாக நடிப்பேன் என்றும் நான் சுயபிரகடனம் செய்யத் தொடங்கினேன். என் மனைவியும் குழந்தைகளும் இதைத்தான் விரும்பியிருப்பார்கள் என்று நான் நம்புகிறேன். என் கன்னங்கள் வழியாகக் கண்ணீர் வழிந்தபோது, கடவுள் எனக்கு உதவிக் கொண்டிருந்தார் என்றும், என் கண்ணீரைத் துடைத்துக் கொண்டிருந்தார் என்றும் எனக்கு நானே கூறிக் கொண்டது எனக்கு நினைவிருக்கிறது. இறந்து போன என் மனைவிக்காகவும் என் குழந்தைகளுக்காகவும் நான் ஒரு பிரார்த்தனையைக் கூறினேன்," என்று கூறினார்.

தன் இதயம் நொறுங்கிக் கொண்டிருந்தபோதும்கூட, தான் உரத்தக் குரலில் உற்சாகமாகப் பாடி ஆடியதாக அவர் கூறினார். பார்வையாளர்கள் மீண்டும் மீண்டும் கைதட்டி அவரை உற்சாகப்படுத்திக் கொண்டே இருந்தனர். தன் வாழ்வில் தனக்குக் கிடைத்த ஒரு மிகப் பெரிய சாகச அனுபவம் அது என்று அவர் கூறினார். முழு நேரமும் கடவுள் தன்னை வழிநடத்திக் கொண்டிருந்ததாகத் தான் உணர்ந்ததாக அவர்

தெரிவித்தார். தன்னுடைய வருத்தத்தையும் மீறி, கடவுளைப் பற்றியும் அவருடைய நல்லியல்பைப் பற்றியும் இவர் வலுக்கட்டாயமாகச் சிந்தித்தார். கடவுள் அவருடைய பிரார்த்தனைக்கு பதிலளித்தார். கடவுளின் சக்தியை அந்த நடிகர் தூண்டினார். அந்த சக்தி அவருக்கு வலிமையைக் கொடுத்து அவரை உயர்த்தியது.

பேருண்மைகளுக்கு விசுவாசமாக நடந்து கொள்ளுதல்

தன் ஐம்பதாவது வயதில் திடீரென்று காலமான ஒருவருடைய இறுதிச் சடங்கில் சமீபத்தில் நான் கலந்து கொண்டேன். பதிமூன்று வயதில் அவருக்கு ஒரு மகள் இருந்தாள். அக்குழந்தை பிறந்தவுடனேயே அவருடைய மனைவி இறந்துவிட்டிருந்தார். அச்சிறுமி என்னிடம், "மரணம் என்பது ஒரு முடிவல்ல, மாறாக அது ஒரு தொடர்ச்சி என்று என் தந்தை எப்போதும் என்னிடம் கூறினார். அவர் இறப்பதற்கு முன்பாக, 'எனக்காகப் பிரார்த்தனை செய். நான் எப்போதும் உனக்காகப் பிரார்த்தனை செய்து கொண்டு உன்னைக் கண்காணித்துக் கொண்டிருப்பேன்,' என்று என்னிடம் கூறினார்," என்று தெரிவித்தாள். அதன் பிறகு அவள் கூறிய வார்த்தைகள் என்னை ஆச்சரியப்படுத்தின, எனக்கு மகிழ்ச்சியைக் கொடுத்தன. அவள் என்னிடம், "நீங்கள் பேசிய ஒவ்வொரு வார்த்தையையும் என் தந்தை கேட்டார் என்பதை நான் அறிவேன். நான் அவரைத் தெளிவாகப் பார்த்தேன். அவர் என்னைப் பார்த்துப் புன்னகைத்தார். நான் துயரப்படக்கூடாது, அழக்கூடாது, அல்லது அவருடைய மரணத்தைப் பற்றி நினைத்து எப்போதும் வருத்தப்படக்கூடாது என்பதுதான் அவருடைய விருப்பம். நான் மகிழ்ச்சியாக இருக்க வேண்டும், கல்லூரிக்குச் சென்று பட்டம் பெற வேண்டும், ஒரு நல்ல மருத்துவராக ஆக வேண்டும் என்பதுதான் அவருடைய விருப்பம். எனவே, நான் அழ மாட்டேன், வருத்தப்பட மாட்டேன். அவர் எனக்குக் கற்றுக் கொடுத்த உண்மைகள் குறித்து

விசுவாசத்தோடும் அன்போடும் அர்ப்பணிப்போடும் இருக்க வேண்டியதுதான் என் கடமை. நான் இந்தச் சமுதாயத்திற்கு மதிப்பு வாய்ந்த ஒருத்தியாக ஆவதுதான் நான் என் தந்தைக்கு ஆற்றும் கடமை," என்று கூறினாள்.

ஒரு தெய்வீகத் துணை தனக்கு வாய்த்திருந்தது என்பதை அவள் உணர்ந்து கொண்டபோது, அது அவளுக்கு ஆறுதல் அளித்தது. மகிழ்ச்சியான மற்றும் ஆக்கப்பூர்வமான வாழ்க்கைக்குத் தேவையான அன்பு, பரிவு, வளர்ச்சி, தன்னம்பிக்கை, இன்முகத் தன்மை, கடவுளைப் பற்றிய விதிகள்மீதான நம்பிக்கை ஆகியவை குறித்து அவளுக்கு இருந்த ஆன்மீக அறிவும் அவள் தன் துயரத்திலிருந்து விடுபட அவளுக்கு உதவியது.

இச்சிறுமியைப்போலவே, உங்களாலும் உங்கள் துயரத்திலிருந்தும் அவலத்திலிருந்தும் ஊக்க இழப்பிலிருந்தும் மீள முடியும். அன்பு, நட்பு, தன்னம்பிக்கை, விசுவாசம், பயனுள்ள நடவடிக்கைகள் போன்ற பண்புநலன்களை உங்களுக்குள் வளர்த்துக் கொள்வதன் மூலமாக வருத்தம், துயரம், தனிமை ஆகிய பொந்துகளுக்குள் இருந்து வெளியே வாருங்கள். உலகின்மீது அன்பு செலுத்துவதற்கும், உங்கள் திறமைகளால் இவ்வுலகைச் செழிப்புறச் செய்வதற்கும் ஒரு தீவிர ஆர்வத்தையும் ஆழ்விருப்பத்தையும் உங்களுக்குள் வளர்த்துக் கொள்ளுங்கள். தற்போதைய பிரச்சனைகளைச் சமாளித்தபடி எதிர்காலம் குறித்துப் பிரார்த்தனை செய்யுங்கள். ஏனெனில், ஒரு மகிழ்ச்சிகரமான எதிர்காலம் உங்களுக்காகக் காத்துக் கொண்டிருக்கிறது.

மரணத்தில் எந்த பயமும் இல்லை

பலருடைய இறுதிக் கணங்களின்போது நான் அவர்களுடைய படுக்கையின் அருகே இருந்திருக்கிறேன். மரணம் குறித்த பயம் அவர்கள் யாருடைய முகத்திலும் தென்பட்டு நான் பார்த்ததில்லை. வாழ்வின் ஒரு மிகப் பெரிய பரிமாணத்திற்குள் தாங்கள் நுழைந்து கொண்டிருந்தோம் என்ற உணர்வு அவர்களுக்குள்

உள்ளுணர்வுரீதியாக எழுந்தது. தாமஸ் எடிசன் இறப்பதற்கு முன்பாக, தன் மருத்துவரிடம், "அங்கு மிகவும் அழகாக இருக்கிறது," என்று கூறியதாகக் கூறப்படுகிறது. நம் அன்புக்குரியவர்கள் இவ்வுலகைவிட்டுப் பிரிந்து செல்லும்போது, அவர்களுடைய அடுத்தக் கட்ட வாழ்க்கை எப்படி இருக்க வேண்டும் என்று நம் அனைவருக்கும் ஓர் இயல்பான விருப்பம் இருக்கும். அவர்கள் கடவுளின் வசிப்பிடத்தில் வாழ்ந்து கொண்டிருக்கிறார்கள் என்பதையும், ஓர் உயர்ந்த அலைவரிசைதான் அவர்களை நம்மிடமிருந்து பிரித்து வைத்திருக்கிறது என்பதையும் நாம் உணர்ந்து கொள்ள வேண்டும்.

மக்கள் இறந்துவிட்டதாக நாம் நினைக்கக்கூடாது. கடவுளின் வாழ்வில் அவர்கள் உயிரோடுதான் இருக்கின்றனர். தொலைக்காட்சி நிகழ்ச்சிகளும் வானொலி நிகழ்ச்சிகளும் உங்கள் அறை முழுவதையும் நிரப்புகின்றன. ஆனால் அவற்றுக்குரிய கருவிகள் இல்லாமல் உங்களால் அவற்றைப் பார்க்கவோ அல்லது கேட்கவோ முடியாது. மரணத்தை நாம் கண்மூடித்தனமாக நம்புகிறோம். அந்த நம்பிக்கையில் நாம் வசியப்பட்டு நிற்கிறோம். ஆனால் நாம் இந்தப் பொய்யான நம்பிக்கைகளை விட்டுத்தள்ளும்போது, காலத்தையும் வெளியையும் கடந்து நமக்கு ஓர் இருத்தல் இருக்கிறது என்பதை நாம் உணர்ந்து கொள்வோம். 'இறந்துவிட்டவர்கள்' என்று நாம் கருதுகின்ற நபர்களின் இருத்தலை அங்கு நாம் உணர்வோம்.

உங்கள் அன்புக்குரியவர்களை விடுவியுங்கள்

உங்கள் அன்புக்குரியவர்களை எப்போதும் உங்கள் சிந்தனையில் வைத்திருப்பது அறிவார்ந்த செயல் அல்ல. பிரார்த்தனையின் மூலமாக அவர்களை உங்கள் மனத்தில் இருந்து விடுவியுங்கள். அவர்கள் வேறொரு பரிமாணத்திற்குச் செல்வதை நாம் நம்முடைய துயரமான, வருத்தமான, மற்றும் அவலமான எண்ணங்கள் மூலமாகத் தடுத்து நிறுத்தக்கூடாது அல்லது அதற்குத் தடை ஏற்படுத்தக்கூடாது.

இவ்வுலகைவிட்டுப் பிரிந்து சென்றுவிட்டத் தங்கள் அன்புக்குரியவர்கள் இன்னும் உயிரோடு இருப்பதாக உள்ளுணர்வுரீதியாகப் பலர் உணர்கின்றனர், அதை நிச்சயமாக அறிந்திருக்கின்றனர். மேலும், தங்கள் அன்புக்குரியவர்களின் இருத்தலைப் பலரால் உணர முடிகிறது. உங்கள் அறிவையும் தாண்டி உங்கள் ஆழ்மனத்திலிருந்து உங்களுக்குள் எழுகின்ற உள்ளுணர்வுகள், உள்நோக்குகள், சமிக்கைகள் போன்றவை, உங்கள் அன்புக்குரியவர்களுக்கு உண்மையில் மரணம் என்ற ஒன்று கிடையாது என்பதையும், அவர்கள் நிரந்தரமாக எங்கோ ஒரு பரிமாணத்தில் வாழ்ந்து கொண்டிருப்பர் என்பதையும் உங்களுக்குத் தொடர்ந்து நினைவுபடுத்திக் கொண்டே இருக்கும்.

கடவுளின் ஞானமும் உண்மையும் அழகும் அவர்களை எப்போதும் சூழ்ந்திருப்பதை உணருங்கள். கடவுளின் ஒளி அவர்களைச் சூழ்ந்துள்ளதை அறிந்து கொள்ளுங்கள். அவர்கள் கடவுளின் பாதுகாப்பில் பத்திரமாக இருக்கின்றனர் என்பதை உணருங்கள்.

ஓர் ஆன்மீக சாகசம்

மரணம் என்பது நான்காவது பரிமாணத்திற்குள் நாம் அடியெடுத்து வைக்கின்ற முதல் நாள் என்பதாக நான் பார்க்கிறேன். அது அப்பரிமாணத்தில் நம்முடைய பிறந்தநாள் என்று நான் கருதுகிறேன். சுமார் முப்பத்தாறு வருடங்களுக்கு முன்பு, எனக்கு ஒரு தீவிர உடல்நலப் பிரச்சனை ஏற்பட்டது. சுமார் மூன்று நாட்களாக நான் தன்னுணர்வின்றி இருந்தேன். இந்த நேரம் முழுவதும் நான் என் உடலுக்கு வெளியே இருந்தேன். நெடுங்காலத்திற்கு முன்பு இவ்வுலகைவிட்டுப் பிரிந்து சென்ற என் அன்புக்குரிய உறவினர்கள் பலரிடம் நான் பேசினேன். அவர்களை என்னால் சரியாக அடையாளம் கண்டுகொள்ள முடிந்தது. எனக்கு ஓர் உடல் இருந்ததை நான் அறிந்தேன், ஆனாலும் மூடப்பட்டக் கதவுகள் வழியாகச் செல்ல ஏதுவான

ஒரு வித்தியாசமான உடல் அது. லண்டன், பாரீஸ், பெல்ஜியம் (என் சகோதரி வாழ்ந்த இடம்) என்று நான் நினைத்த இடத்திற்கு என்னால் உடனடியாகப் பயணிக்க முடிந்தது. அங்கு நிகழ்ந்து கொண்டிருந்த எல்லாவற்றையும் என்னால் கேட்க முடிந்தது.

அடுத்தப் பரிமாணத்தில் இருந்த என் நண்பர்களுடனும் அன்புக்குரியவர்களுடனும் நான் பேசினேன். ஆனாலும் நான் எந்த மொழியையும் பயன்படுத்தவில்லை. எல்லோரும் தங்கள் சிந்தனையின் மூலம் ஒருவரோடு ஒருவர் கருத்துப் பரிமாற்றத்தில் ஈடுபட்டனர். அங்கு எல்லைகள் எதுவும் இருக்கவில்லை. எல்லோருமே உயிரோடு இருந்ததுபோலத் தோன்றியது. நேரத்தைப் பற்றிய உணர்வு எனக்கு இருக்கவில்லை. நான் ஆசுவாசமாகவும், உற்சாகமாகவும், சுதந்திரமாகவும் இருந்ததுபோல உணர்ந்தேன். என் மருத்துவர் என்னுடைய அறைக்குள் வந்து, என் உடலைப் பார்த்துவிட்டு, “இவர் இறந்துவிட்டார் என்று நான் நினைக்கிறேன்,” என்று கூறியதை நான் கேட்டேன். அவர் என் கண்களைத் தொட்டதையும், என் நாடித் துடிப்பைப் பரிசோதித்ததையும் நான் உணர்ந்தேன். நான் உயிரோடுதான் இருந்ததாக அவரிடம் கூற நான் முயற்சித்தேன், ஆனால் நான் அங்கு இருந்ததை அவர் கவனிக்கவில்லைபோலத் தோன்றியது. நான் அவரைத் தொட்டு, “என்னை விட்டுவிடுங்கள். நான் திரும்பி வர விரும்பவில்லை,” என்று கூறினேன். ஆனால் அவர் என்னுடைய தொடுதலையோ அல்லது என் குரலையோ உணர்ந்து கொள்ளவில்லை. அவர் எனக்கு ஓர் ஊசி போட்டார். அது என் இதயத்தைத் தூண்டுவதற்கான ஊசி. இதைக் கண்டு நான் கோபமடைந்தேன். ஏனெனில், நான் இவ்வுலகிற்குத் திரும்பி வர விரும்பவில்லை. அடுத்தப் பரிமாணத்தை நான் அப்போதுதான் மகிழ்ச்சியாக அனுபவிக்கத் தொடங்கியிருந்தேன்.

என் உயிர் மீட்டெடுக்கப்பட்டது. நான் என் உடலுக்குள் நுழைந்து கொண்டிருந்ததை என்னால்

உணர முடிந்தது. திடீரென்று எல்லாமே கடந்து சென்றுவிட்டதைப்போலவும் நான் சிறையில் இருந்ததைப்போலவும் எனக்குத் தோன்றியது. நான் கண்விழித்தபோது, நான் அதிர்ச்சியால் துன்புற்றுக் கொண்டிருந்தேன். மூன்றாவது பரிமாணத்திற்குள் மீண்டும் நுழைவதற்கு முன்பு நான்காவது பரிமாணத்தில் நான் வெளிப்படுத்தியிருந்த கோபம்தான் அதற்குக் காரணம். எனக்குத் தெரிந்தவரை, இவ்வுலகம் 'மரணம்' என்று அழைக்கும் விஷயத்தை நான் அனுபவித்திருந்தேன், அவ்வளவுதான்.

நான்காவது பரிமாணம் எங்கே இருக்கிறது?

நாம் இப்போது நான்காவது பரிமாணத்தில் வாழ்ந்து கொண்டிருக்கிறோம். உண்மையில், நாம் அனைத்துப் பரிமாணங்களிலும் வாழ்ந்து கொண்டிருக்கிறோம். ஏனெனில், நாம் கடவுளில் வாழ்ந்து கொண்டிருக்கிறோம். இறந்துவிட்டதாக நீங்கள் கருதுகின்ற உங்கள் அன்புக்குரியவர்கள் நாம் வாழ்ந்து கொண்டிருக்கும் இதே இடத்தில்தான் வாழ்ந்து கொண்டிருக்கிறார்கள், ஆனால் நம்மைவிட உயர்ந்த ஓர் அதிர்வில் அல்லது அலைவரிசையில் அவர்கள் வாழ்ந்து கொண்டிருக்கிறார்கள். உங்கள் அறையில் இருக்கும் மின்விசிறி அதிவேகமாகச் சுற்றும்போது, அந்த மின்விசிறி உங்கள் பார்வைக்குப் புலப்படுவதில்லை. அதேபோல, ஒரு கம்பியின் மூலம் ஐம்பது வெவ்வேறு குரல்களை நம்மால் அனுப்ப முடியும். ஆனால் அவை ஒவ்வொன்றும் வெவ்வேறு அலைவரிசைகளில் இருப்பதால் அவை ஒன்றோடொன்று குறுக்கிடுவதில்லை. வானொலி நிகழ்ச்சிகளும் தொலைக்காட்சி நிகழ்ச்சிகளும் வெவ்வேறு அலைநீளத்தில் இருப்பதால் அவையும் ஒன்றோடொன்று குறுக்கிடுவதில்லை. நாம் எல்லாத் தளங்களிலும் ஊடுருவுகிறோம். நம்முடைய பயணம் எப்போதும் முன்னோக்கியும் மேல்நோக்கியும் கடவுளை நோக்கியுமே இருக்கிறது.

ஜோசப் மர்ஃபி

நூலாசிரியர்

ஜோசப் மர்ஃபி 1898ம் ஆண்டு மே 20ம் நாளன்று அயர்லாந்திலுள்ள கார்க் கவுன்டியில் ஒரு சிறிய நகரத்தில் பிறந்தார். அவருடைய தந்தை டெனிஸ் மர்ஃபி, அயர்லாந்து தேசியப் பள்ளியில் ஒரு பேராசிரியராக இருந்தார். அவருடைய தாயார் எல்லென் குடும்பத்தலைவியாக இருந்தார். பின்னாளில் அவர் ஜான் என்ற இன்னொரு மகனையும் கேத்தரீன் என்ற மகளையும் பெற்றெடுத்தார்.

ஜோசப் மர்ஃபியின் குடும்பம் ஒரு கண்டிப்பான கத்தோலிக்கக் குடும்பம். அவர் மிகுந்த கண்டிப்போடு வளர்க்கப்பட்டார். அவருடைய தந்தை மிகுந்த கடவுள் பக்தி கொண்டவராக இருந்தார். பாதிரியார்களாக ஆக விரும்பிய மாணவர்களுக்குப் பாடம் கற்றுக் கொடுத்த ஒருசில பேராசிரியர்களில் அவரும் ஒருவர். பல துறைகளைப் பற்றிய ஒரு பரந்த அறிவு அவருக்கு இருந்தது. படிப்பதற்கும் கற்றுக் கொள்வதற்குமான ஆர்வத்தை அவர் தன் மகன் ஜோசப் மர்ஃபியிடம் தோற்றுவித்தார்.

அயர்லாந்து அக்காலகட்டத்தில் ஒரு பெரும் பொருளாதார நெருக்கடியில் சிக்கியிருந்தது. பல குடும்பங்கள் பட்டினியால் வாடின. டெனிஸ் மர்ஃபிக்கு ஒரு நிலையான வேலை இருந்தபோதிலும், அவருடைய சம்பளம் அவருடைய குடும்பச் செலவிற்குப் போதுமானதாக இருக்கவில்லை.

இளம் ஜோசப் மர்ஃபி தேசியப் பள்ளியில் படித்தார். அவர் அதிபுத்திசாலியாகத் திகழ்ந்தார். அவர் பாதிரியாராக ஆவதற்கான படிப்பைப் படிக்க

ஊக்குவிக்கப்பட்டார். அவர் அப்பயிற்சி வகுப்பில் ஏற்றுக் கொள்ளப்பட்டார். ஆனால், அவர் தன் பருவ வயதின் பிற்பகுதியில், கத்தோலிக்க வழிமுறைகள்மீது கேள்வி எழுப்பத் தொடங்கினார். எனவே, சில நாட்களில் அவர் அப்பயிற்சி வகுப்பிலிருந்து விலகிக் கொண்டார். புதிய யோசனைகளை ஆய்வு செய்வதும் புதிய அனுபவங்களைப் பெறுவதும்தான் அவருடைய இலக்காக இருந்ததால், அவர் தன் குடும்பத்தை விட்டுவிட்டு அமெரிக்கா செல்லும்படி ஆயிற்று. ஏனெனில், கத்தோலிக்க மதம் ஆதிக்கம் செலுத்திய அயர்லாந்தில் அவரால் தன் இலக்கைப் பின்தொடர்ந்து செல்ல முடியவில்லை.

அவர் வெறும் ஐந்து டாலர்கள் பணத்துடன் எல்லிஸ் தீவிற்கு வந்து சேர்ந்தார். தான் வசிப்பதற்கு ஓர் இடத்தைக் கண்டுபிடிப்பதுதான் அவருடைய முதல் வேலையாக இருந்தது. அதிர்ஷ்டவசமாக, உள்ளூர் மருந்துக்கடை ஒன்றில் வேலை செய்த ஒரு மருந்தாளுனருடன் சேர்ந்து தங்குவதற்கு அவருக்கு ஒரு குடியிருப்பு வீடு கிடைத்தது.

ஜோசப்பிற்கு ஆங்கில அறிவு மிகக் குறைவாகவே இருந்தது. ஏனெனில், அவருடைய வீட்டிலும் பள்ளியிலும் எல்லோரும் கேலிக் மொழியே பேசினர். எனவே, அயர்லாந்தில் இருந்து வந்து அமெரிக்காவில் குடியேறிய பலரைப்போல இவரும் ஒரு தினக்கூலித் தொழிலாளியாக வேலை செய்தார். அவர் பெற்றச் சம்பளம் அவருடைய சாப்பாட்டிற்கும் வீட்டு வாடகைக்கும் போதுமானதாக இருந்தது.

அவரும் அவருடன் சேர்ந்து தங்கியிருந்தவரும் நல்ல நண்பர்களாக ஆனார்கள். அந்நபர் வேலை செய்த மருந்துக்கடையில் ஒரு வேலை வாய்ப்பு வந்தபோது, மருந்தாளுனரின் உதவியாளராக மர்ஃபிக்கு வேலை கிடைத்தது. மருந்தியலைப் பற்றிப் படிப்பதற்கான ஒரு பள்ளியில் அவர் உடனடியாகச் சேர்ந்தார். கற்றுக் கொள்வதற்கான விருப்பமும் ஒரு தீவிர ஆர்வமும் கொண்டிருந்த அவர் விரைவில் அப்பயிற்சி வகுப்பில்

தேர்ச்சி பெற்று ஒரு முழுநேர மருந்தாளுனராக ஆனார். ஒரு தனி வீடு எடுத்துத் தங்கும் அளவுக்கு இப்போது அவருடைய சம்பளம் அதிகரித்தது. ஒருசில வருடங்களுக்குப் பிறகு, அவர் ஒரு மருந்துக்கடையை வாங்கி, அடுத்த ஒருசில வருடங்களுக்கு ஒரு வெற்றிகரமான வியாபாரத்தை நடத்தினார்.

அமெரிக்கா இரண்டாம் உலகப் போருக்குள் நுழைந்தபோது, அவர் அமெரிக்க ராணுவத்தில் சேர்ந்து 88வது காலாட்படைப் பிரிவின் மருத்துவ மையத்தில் ஒரு மருந்தாளுனராகப் பணியாற்றினார். அந்த நேரத்தில், மதத்தின்மீது அவருக்கு மீண்டும் ஆர்வம் முளைத்ததால், பல்வேறு ஆன்மீக நம்பிக்கைகளைப் பற்றி அவர் விரிவாகப் படிக்கத் தொடங்கினார். ராணுவப் பணி முடிந்து அவர் நாடு திரும்பிய பிறகு, மருந்துக்கடை வியாபாரத்தைத் தொடர அவர் விரும்பவில்லை. அவர் பல இடங்களுக்குப் பயணம் செய்தார். அமெரிக்காவிலும் வெளிநாடுகளிலும் பல்வேறு பல்கலைக்கழகங்களில் பல்வேறு துறைகளைப் பற்றிய பயிற்சி வகுப்புகளில் சேர்ந்து அவர் பயின்றார்.

இதன் காரணமாக, ஆசிய மதங்கள்மீது அவருக்கு அதிக ஆர்வம் ஏற்பட்டதால், அவற்றைப் பற்றி ஆழமாகக் கற்றுக் கொள்வதற்காக அவர் இந்தியாவிற்குச் சென்றார். அங்கு அவர் அனைத்து முக்கிய மதங்களையும் துவக்கத்திலிருந்து கற்றார். பிறகு, மாபெரும் தத்துவவியலாளர்கள் பலரின் படைப்புகளையும் அவர் படிக்கத் தொடங்கினார்.

மிகவும் அறிவார்ந்த மற்றும் முன்னோக்குக் கொண்ட பேராசிரியர்களுடன் சேர்ந்து அவர் பயின்றபோதிலும், டாக்டர் தாமஸ் டுரோவர்டு என்ற ஒரு தனித்துவமான நபர் மர்ஃபியின்மீது மிக அதிகத் தாக்கம் ஏற்படுத்தினார். டாக்டர் டுரோவர்டு ஒரு தத்துவவியலாளராகவும், ஒரு மருத்துவராகவும், ஒரு பேராசிரியராகவும் இருந்தார். அவர் ஒரு நீதிபதியும்கூட. மர்ஃபி அவரிடமிருந்து தத்துவவியல், இறையியல், சட்டம் ஆகியவற்றைக் கற்றார்.

அவர் அமெரிக்காவிற்குத் திரும்பி வந்த பிறகு, ஒரு பாதிரியாராக ஆகித் தன்னுடைய பரந்த அறிவை மக்களிடம் எடுத்துக் செல்ல அவர் விரும்பினார். அவருடைய கிறித்தவக் கோட்பாடுகள் பாரம்பரியக் கிறித்தவக் கோட்பாடுகளிலிருந்து முற்றிலும் மாறுபட்டு இருந்ததால், லாஸ் ஏஞ்சலீஸ் நகரில் அவர் தன் சொந்த தேவாலயத்தை நிறுவினார். அவருடைய தேவாலயம் மிகக் குறைவான எண்ணிக்கையிலேயே உறுப்பினர்களைக் கவர்ந்தது. ஆனால், அவருடைய நன்னம்பிக்கைச் செய்தி விரைவில் எல்லோர் நடுவிலும் பிரபலமாகியது. 'பாவம்—தண்டனை' என்ற வழக்கமான போதனைகளிலிருந்து முற்றிலும் மாறுபட்டிருந்த அவருடைய செய்தி மக்களை வெகுவாகக் கவர்ந்தது.

அவர் 'புதிய சிந்தனை' இயக்கத்தை ஆதரித்தார். வாழ்க்கையை ஒரு புதிய வழியில் பார்ப்பதற்கு போதித்த, அதைப் பற்றி எழுதிய, அதைத் தங்கள் வாழ்வில் கடைபிடித்து வாழ்ந்த பல தத்துவவியலாளர்களாலும் ஆழ்ந்த சிந்தனையாளர்களாலும் 19ம் நூற்றாண்டின் பிற்பகுதியிலும் 20ம் நூற்றாண்டின் முற்பகுதியிலும் இந்த இயக்கம் உருவாக்கப்பட்டது. நாம் சிந்திக்கும் விதம் மற்றும் வாழும் விதம் குறித்து மெய்யியல், ஆன்மீகம், நடைமுறை மருத்துவம் ஆகியவற்றை உள்ளடக்கிய ஒரு வித்தியாசமான அணுகுமுறையைக் கண்டுபிடித்ததன் மூலம், நாம் உண்மையிலேயே அடைய விரும்புகின்றவற்றை அடைவதற்கான ரகசியத்தை அவர்கள் கண்டுபிடித்தனர்.

புதிய சிந்தனை இயக்கத்தைப் பிரபலப்படுத்தியவர்கள் வாழ்க்கையைப் பற்றிய ஒரு புதிய யோசனையை போதித்தனர். புதிய வழிமுறைகளை உள்ளடக்கிய, அதிகக் கச்சிதமான விளைவுகளைப் பெற்றுக் கொடுத்த ஒரு புதிய யோசனை அது. அதைப் பயன்படுத்தி நம்முடைய வாழ்க்கையைச் செழிப்புறச் செய்வதற்கான சக்தி நமக்கு இருக்கிறது.

இந்த நேர்மறைச் செய்தியை போதித்தப் பாதிரியார் டாக்டர் ஜோசப் மர்ஃபி மட்டுமல்ல. புதிய சிந்தனை இயக்கத்தின் தாக்கத்திற்கு ஆளான பல பாதிரியார்களும் பக்தர்களும் இரண்டாம் உலகப் போருக்குப் பிறகு பல வருடங்களின் ஊடாகத் தங்கள் தேவாலயங்களைத் தோற்றுவித்தனர். 'த சர்ச் ஆஃப் ரிலிஜியஸ் சயன்ஸ்,' 'யூனிட்டி சர்ச்,' மற்றும் பல வழிபாட்டுத் தலங்கள் புதிய சிந்தனை இயக்கத்தின் தத்துவங்களை போதிக்கின்றன.டாக்டர் மர்ஃபி தன்னுடைய தேவாலயத்திற்கு 'த சர்ச் ஆஃப் டிவைன் சயன்ஸ்' என்று பெயரிட்டார். தன் சிந்தனையை ஒத்தச் சிந்தனையைக் கொண்டிருந்தவர்களுடன் சேர்ந்து அவர் பல இடங்களில் சொற்பொழிவாற்றினார். தங்கள் தேவாலயத்தில் சேர்வதற்கு அவர் பலருக்கும் இந்தத் தத்துவங்களில் பயிற்சி அளித்தார்.

பல வருடங்களின் ஊடாக, பிற தேவாலயங்களும் அவரோடு சேர்ந்து 'ஃபெடரேஷன் ஆஃப் டிவைன் சயன்ஸ்' என்ற நிறுவனத்தை உருவாக்கின. இந்த தேவாலயங்களின் தலைவர்கள் அனைவரும் அதிகக் கல்வியை வலியுறுத்தி வந்துள்ளனர். மிசௌரி மாநிலத்தில் அமைந்த புனித லூயிஸ் நகரில் ஒரு 'டிவைன் சயன்ஸ் பள்ளி'யை உருவாக்குவதற்கும், புதிய பாதிரியார்களுக்குப் பயிற்சி அளிக்கவும், பாதிரியார்களுக்கும் தேவாலய உறுப்பினர்களுக்கும் தொடர்ந்து கல்விரீதியான கல்வி வழங்கவும் ஆதரவு தெரிவித்தத் தலைவர்களில் டாக்டர் ஜோசப் மர்ஃபியும் ஒருவர்.

'டிவைன் சயன்ஸ்' தேவாலயங்களின் பாதிரியார்களுக்கான வருடாந்திரக் கூட்டத்தில் அவர்கள் அனைவரும் கட்டாயமாகப் பங்கு கொள்ள வேண்டியிருந்தது. டாக்டர் மர்ஃபி ஒவ்வொரு வருடமும் அதில் முக்கியப் பேச்சாளராகக் கலந்து கொண்டார். தொடர்ந்து கற்றுக் கொள்வதற்குப் பார்வையாளர்களை அவர் ஊக்குவித்தார். குறிப்பாக,

ஆழ்மனத்தின் முக்கியத்துவத்தைப் பற்றி அவர்கள் கற்க வேண்டும் என்று அவர் வலியுறுத்தினார்.

அடுத்த ஒருசில வருடங்களாக, மர்ஃபியின் உள்ளூர் தேவாலய உறுப்பினர்களின் எண்ணிக்கை மிகப் பெரிய அளவில் அதிகரித்ததால், அவருடைய தேவாலயக் கட்டடம் அவர்கள் அனைவரும் கலந்து கொள்வதற்குப் போதுமானதாக இருக்கவில்லை. எனவே, முன்பு ஒரு திரையரங்கமாக இருந்த வில்ஷயர் எபெல் அரங்கத்தை அவர் வாடகைக்கு எடுத்தார். அவர் ஆற்றிய சொற்பொழிவுகளைக் கேட்பதற்கு மக்கள் கூட்டம் எப்போதும் அலைமோதியதால், அந்த அரங்கமும் அவர்கள் அனைவரும் பங்கு கொள்ளப் போதுமானதாக இல்லாமல் போனது. ஞாயிற்றுக்கிழமைகளில் அவருடைய சொற்பொழிவைத் தொடர்ந்து, அவரும் அவருடைய ஊழியர்களும் நடத்திய வகுப்புகளில் 1,300 — 1,500 நபர்கள் பங்கு கொண்டனர். அதோடு, பெரும்பாலான நாட்கள் பகலிலும் மாலையிலும் பயிலரங்குகளும் சொற்பொழிவுகளும் நடத்தப்பட்டன. 1976ம் ஆண்டுவரை டாக்டர் மர்ஃபியின் தேவாலயம் வில்ஷயர் எபெல் அரங்கிலேயே தொடர்ந்து நீடித்தது. பிறகு, அது கலிஃபோர்னியா மாநிலத்தில் அமைந்த லகூனா ஹில்ஸ் என்ற ஒரு புதிய இடத்திற்கு மாற்றப்பட்டது.

தன்னுடைய செய்தியைக் கேட்க விரும்பிய எண்ணற்ற மக்களைச் சென்றடைவதற்காக, டாக்டர் மர்ஃபி ஒரு வாராந்திர வானொலி நிகழ்ச்சியைத் தோற்றுவித்தார். மிக விரைவில் அது பத்து லட்சம் நேயர்களைக் கவர்ந்திழுத்தது.

அவருடைய போதனைகளைப் பின்பற்றிய மக்களுக்கு அவருடைய இந்தச் சுருக்கமான உரைகள் போதுமானவையாக இருக்கவில்லை. அவர் தன் சொற்பொழிவுகளையும் வானொலி நிகழ்ச்சிகளையும் கேசட்டில் பதிவு செய்ய வேண்டும் என்று அவர்கள் பரிந்துரைத்தனர். முதலில் டாக்டர் மர்ஃபி தயங்கினார்,

ஆனால் அதை முயற்சித்துப் பார்க்க அவர் ஒப்புக் கொண்டார். அவருடைய வானொலி நிகழ்ச்சிகள் ஒரு பெரிய வட்டில் பதிவு செய்யப்பட்டன. அவர் அந்த வட்டிலிருந்து ஆறு கேசட்டுகளை உருவாக்கினார். அவை வில்ஷயர் எபெல் அரங்கின் வரவேற்பறை மேசையின்மீது வைக்கப்பட்டன. முதல் ஒரு மணிநேரத்திற்குள் அவை அனைத்தும் விற்பனையாகின. இது ஒரு புதிய திருப்பமாக அமைந்தது. பைபிள் உரைகள் பற்றிய அவருடைய விளக்கங்கள், தியான வழிமுறைகள், தன் நேயர்களுக்காக அவர் கூறிய பிரார்த்தனைகள் ஆகியவற்றை உள்ளடக்கிய அவருடைய சொற்பொழிவுகளைக் கொண்ட கேசட்டுகள் அவருடைய சொந்த தேவாலயத்தில் மட்டுமன்றி, மற்ற தேவாலயங்களிலும் புத்தகக் கடைகளிலும் அஞ்சல் வழியாகவும் விற்பனை செய்யப்பட்டன.

டாக்டர் மர்ஃபியின் தேவாலயம் தொடர்ந்து பெரிதாக வளர்ந்தபோது, தனக்கு உதவுவதற்காக அவர் பல தொழில்முறையாளர்களையும் நிர்வாகத் திறமை கொண்டவர்களையும் தன்னோடு இணைத்துக் கொண்டார். தன்னுடைய முதல் சில புத்தகங்களை எழுதுவதற்கு அவர் அவர்களுடைய உதவியைப் பயன்படுத்திக் கொண்டார். அவருடைய ஊழியர்களில் மிகவும் ஆற்றல் வாய்ந்தவராகத் திகழ்ந்தவர் அவருடைய நிர்வாகச் செயலாளரான டாக்டர் ஜீன் ரைட் என்ற பெண்மணி. அவருக்கும் டாக்டர் மர்ஃபிக்கும் இடையே இருந்த தொழில்ரீதியான உறவு பிறகு காதலாக மலர்ந்து, இறுதியில் இருவரும் திருமணம் செய்து கொண்டனர். அவர்களுடைய வாழ்நாள் முழுவதும் நீடித்த அவர்களுடைய உறவு இருவருடைய வாழ்க்கையையும் செழிப்புறச் செய்தது.

இந்த நேரத்தில் (1950களில்), ஆன்மீகப் புத்தகங்களைப் பதிப்பித்த மாபெரும் பதிப்பாளர்கள் வெகுசிலரே இருந்தனர். லாஸ் ஏஞ்சலீஸ் பகுதியில் சில சிறிய பதிப்பாளர்களை மர்ஃபி கண்டுபிடித்தார்.

அவர்களோடு சேர்ந்து பல சிறு புத்தகங்களை அவர் உருவாக்கினார். பெரும்பாலும், 30லிருந்து 50 பக்கங்கள்வரை கொண்டவையாக அவை இருந்தன. இவை பெரும்பாலும் தேவாலயங்களில் 1.50 டால்டர்கள் முதல் 3.00 டாலர்கள் வரை விலை வைத்து விற்கப்பட்டன. இவற்றுக்கான கிராக்கி அதிகரித்தபோது, அவர்கள் அவற்றின் இரண்டாம் பதிப்புகளையும் மூன்றாம் பதிப்புகளையும் அச்சிட வேண்டியதாயிற்று. அப்போது, இத்தகைய ஆன்மீகப் புத்தகங்களுக்கு ஒரு சந்தை இருந்ததை உணர்ந்து கொண்ட பெரிய பதிப்பாளர்கள் இவற்றைத் தங்கள் புத்தகப் பட்டியல்களில் சேர்த்துக் கொண்டனர்.

தன்னுடைய புத்தகங்கள், கேசட்டுகள், வானொலி நிகழ்ச்சிகள் ஆகியவற்றின் மூலமாக லாஸ் ஏஞ்சலீஸ் நகருக்கு வெளியேயும் டாக்டர் மர்ஃபி பிரபலமாக இருந்தார். நாடு முழுவதும் சொற்பொழிவாற்றுவதற்கு அவருக்கு அழைப்புகள் வந்தன. அவர் வெறுமனே மதரீதியான விஷயங்களைப் பற்றி மட்டும் சொற்பொழிவாற்றவில்லை. மாறாக, வாழ்வின் மதிப்பு, முழுமையான வாழ்க்கையை வாழும் கலை ஆகியவற்றைப் பற்றியும், கிழக்கத்திய மற்றும் மேற்கத்திய உலகைச் சேர்ந்த மாபெரும் தத்துவவியலாளர்களின் போதனைகளைப் பற்றியும் அவர் சொற்பொழிவாற்றினார்.

காரோட்டுவதற்கு அவர் ஒருபோதும் கற்றுக் கொள்ளாததால், தான் சொற்பொழிவாற்ற வேண்டியிருந்த பல்வேறு இடங்களுக்குத் தன்னை அழைத்துச் செல்வதற்கு அவர் ஒருவருக்கு ஏற்பாடு செய்ய வேண்டியிருந்தது. அவருடைய சொற்பொழிவுகளைத் திட்டமிடுவது, பயண ஏற்பாடுகளைச் செய்வது, ஹோட்டல்களில் முன்பதிவுகள் செய்வது, பயணங்களுக்கான இன்னும் பல வேலைகளைச் செய்வது ஆகியவை பின்னாளில் அவருடைய மனைவியாக ஆன ஜீனின் பொறுப்பாக இருந்தது.

மர்ஃபி அடிக்கடிப் பல நாடுகளுக்குப் பயணம் செய்தார். உல்லாசக் கப்பல்களில் கருத்தரங்குகளை நடத்துவது அவருக்கு மிகவும் பிடித்தமானதாக இருந்தது. இப்பிரயாணங்கள் ஒரு வாரகாலம் அல்லது அதற்கு அதிகமாக நீடித்தன. இது உலகம் நெடுகிலும் உள்ள பல நாடுகளுக்கு அவரை அழைத்துச் சென்றது.

சிறைக் கைதிகளோடு பேசுவது அவருக்கு மிகப் பெரிய வெகுமதிகளை அளித்த ஒரு நடவடிக்கையாக அமைந்தது. அவருடைய வார்த்தைகள் எவ்வாறு தங்கள் வாழ்க்கையை முற்றிலுமாக மாற்றியிருந்தன என்பது குறித்தும், ஆன்மீகரீதியாக ஓர் அர்த்தமுள்ள வாழ்க்கையை வாழ்வதற்கு அவை எவ்வாறு தங்களை ஊக்குவித்திருந்தன என்பது குறித்தும் எடுத்துக்கூறி முன்னாள் கைதிகள் ஏராளமானோரிடமிருந்து அவருக்குக் கடிதங்கள் வந்தன.

அவர் அமெரிக்கா நெடுகிலும் சுற்றுப்பயணம் மேற்கொண்டார். ஐரோப்பா, ஆசியா ஆகிய கண்டங்களிலும் பல நாடுகளுக்கு அவர் பயணம் செய்தார். தன்னுடைய சொற்பொழிவுகளில், ஆழ்மனத்தின் சக்தியைப் புரிந்து கொள்வதன் முக்கியத்துவத்தை அவர் வலியுறுத்தினார்.

தன்னுடைய சிறு புத்தகங்கள் மிகவும் பிரபலமடைந்ததால், அதிக விளக்கங்களுடன் கூடிய நீண்ட புத்தகங்களாக அவர் அவற்றை விரிவுபடுத்தத் தொடங்கினார். அவர் தன் புத்தகங்களை எழுதிய விதம் குறித்து அவருடைய மனைவி நமக்கு சில உள்நோக்குகளைக் கொடுத்தார். அவர் தன் பென்சில் அல்லது பேனாவால் மிகவும் அழுத்தி எழுதியதாகவும், அதன் அச்சு மறுபக்கத்திலும் பதிந்ததாகவும் ஜீன் குறிப்பிட்டார். எழுதும்போது டாக்டர் மர்ஃபி ஒரு வசிய நிலையில் இருந்ததுபோலத் தோன்றியதாகவும் ஜீன் தெரிவித்தார். டாக்டர் மர்ஃபி தினமும் நான்கிலிருந்து ஆறு மணிநேரம்வரை தன் அலுவலகத்தில் அமர்ந்து எழுதினார். தினமும் அவர் இதே வழக்கத்தைத்தான் கடைபிடித்தார். மறுநாள் காலைவரை அவர்

ஒருபோதும் தன் அலுவலகத்திற்குத் திரும்பிச் செல்லவே இல்லை. எழுதிக் கொண்டிருந்தபோது அவர் உணவு எதுவும் உட்கொள்ளவில்லை, எதுவும் பருகவில்லை. அவர் தன் சிந்தனைகளுடன் தனிமையில் இருந்தார். தன்னுடைய சொந்த நூலகத்தில் இருந்த பல புத்தகங்களை அவர் அடிக்கடி எடுத்துப் புரட்டினார். அவர் எழுதும்போது யாரும் அவரைத் தொந்தரவு செய்யாதபடி ஜீன் பார்த்துக் கொண்டார். தேவாலய நடவடிக்கைகள் மற்றும் பிற நடவடிக்கைகளை அவர் தானே கவனித்துக் கொண்டார்.

விஷயங்களைப் பற்றி விவாதிப்பதற்கும் கருத்துக்களை விவரிப்பதற்கும் மர்ஃபி எப்போதும் ஓர் எளிய வழியையே தேர்ந்தெடுத்தார். கேசட்டுகளிலும் இசைத்தட்டுகளிலும் வட்டுகளிலும் வழங்குவதற்கு அவர் தன்னுடைய சொற்பொழிவுகளில் சிலவற்றைத் தேர்ந்தெடுத்தார். ஆடியோ உலகில் புதிய தொழில்நுட்பங்களும் வழிமுறைகளும் தோன்றியபோது அவர் அவற்றைப் பயன்படுத்திக் கொண்டார்.

அவருடைய அனைத்து வட்டுகள் மற்றும் கேசட்டுகளில் அடங்கியுள்ள செய்திகளைக் கொண்டு ஒருவர் தன் வாழ்வில் எதிர்கொள்ளக்கூடிய பெரும்பாலான பிரச்சனைகளுக்குத் தீர்வு காண முடியும், தன்னுடைய இலக்குகளை அடைய முடியும். ஒரு பிரச்சனைக்கான தீர்வு அதற்கு உள்ளேதான் இருக்கிறது என்பது அவருடைய அடிப்படைத் தத்துவம். புறக் காரணிகளால் ஒருவருடைய சிந்தனையை மாற்ற முடியாது. அதாவது, உங்கள் மனம் உங்களுக்குச் சொந்தமானது. ஒரு சிறப்பான வாழ்க்கையை வாழ்வதற்கு உங்கள் சொந்த மனத்தைத்தான் மாற்ற வேண்டுமே தவிர வெளிப்புறச் சூழல்களை அல்ல. உங்களால் உங்கள் சொந்தத் தலைவிதியை உருவாக்க முடியும். மாற்றத்திற்கான சக்தி உங்கள் மனத்தில் இருக்கிறது. உங்கள் ஆழ்மனத்தின் சக்தியைப் பயன்படுத்துவதன் மூலம் உங்களால் அந்த நல்ல மாற்றங்களை ஏற்படுத்திக் கொள்ள முடியும்.

டாக்டர் மர்ஃபி முப்பதுக்கும் அதிகமான நூல்களை எழுதியுள்ளார். 1963ல் முதன்முதலில் வெளியிடப்பட்ட 'ஆழ்மனத்தின் அற்புத சக்தி' என்ற நூல்தான் அவருடைய மிகப் பிரபலமான நூல். அது உடனடியாக விற்பனையில் ஒரு மகத்தான சாதனை படைத்தது. மிகச் சிறந்த சுயமுன்னேற்ற நூல்களில் ஒன்றாக அது கருதப்படுகிறது. இன்றுவரை அதன் பல லட்சக்கணக்கான பிரதிகள் விற்பனையாகி வந்துள்ளன. அதன் பிரதிகள் இன்றளவும் தொடர்ந்து விற்பனையாகிக் கொண்டிருக்கின்றன.

அவருடைய மிகச் சிறந்த நூல்களில் பின்வருவனவும் அடங்கும்: 'தொலையுணர்வு,' 'த அமேசிங் லாஸ் ஆஃப் காஸ்மிக் மைன்ட்,' 'சீக்ரெட்ஸ் ஆஃப் த ஐ—சிங்,' 'த மிரக்கிள் ஆஃப் மைன்ட் டைனமிக்ஸ்,' 'யுவர் இன்ஃபினிட் பவர் டு பி ரிச்,' மற்றும் 'த காஸ்மிக் பவர் வித்தின் யூ.'

1981ம் ஆண்டு டிசம்பர் மாதம் அவர் காலமானார். அவருடைய மரணத்திற்குப் பிறகு அவருடைய மனைவி ஜீன் மர்ஃபி அவருடைய தேவாலயத்தைத் தொடர்ந்து நிர்வகித்தார். 1986ல் அவர் ஆற்றிய ஒரு சொற்பொழிவில், அவர் தன் கணவரைப் பற்றி மேற்கோள் காட்டிப் பேசியபோது, டாக்டர் மர்ஃபியின் தத்துவத்தை அவர் மீண்டும் வலியுறுத்தினார்:

"நமக்குள் ஒரு தெய்வீக மூலம் இருக்கிறது, அளப்பரிய சக்திகள் இருக்கின்றன என்பதை நான் மக்களுக்குக் கற்றுக் கொடுக்க விரும்புகிறேன். இந்த சக்தி நமக்குள் இருக்கிறது என்பதையும் நான் அவர்களுக்குத் தெரியப்படுத்த விரும்புகிறேன். மக்கள்தான் தங்களுடைய சொந்த மீட்பர்கள். அவர்கள் முக்தியடைவதற்கான சக்தி அவர்களுக்குள் இருக்கிறது. இதுதான் பைபிள் கூறும் செய்தி. ஆனால் இதில் கூறப்பட்டுள்ள, வாழ்க்கையை மாற்றக்கூடிய உண்மைகளை நாம் தவறாகப் புரிந்து கொண்டுள்ளதுதான் நம்முடைய குழப்பங்கள் பெரும்பாலானவற்றுக்குக் காரணம். நான் பெரும்பாலான மக்களைச் சென்றடைய

விரும்புகிறேன். தங்களுக்குள் இருக்கும் அற்புதங்களை மக்கள் உணர்ந்து கொள்வதற்கு ஒவ்வோர் அகவிழிப்பு நிலையிலும் நான் அவர்களுக்கு உதவ விரும்புகிறேன்."

டாக்டர் ஜீன் மர்ஃபி தன் கணவரைப் பற்றி இவ்வாறு கூறியுள்ளார்: "அவர் ஒரு யதார்த்தமான யோகி. ஓர் அறிஞரின் அறிவும், ஒரு வெற்றிகரமான அதிகாரியின் மனமும், ஒரு கவிஞரின் இதயமும் கொண்டவர் அவர்." டாக்டர் ஜோசப் மர்ஃபியின் செய்தியின் சாராம்சம் இதுதான்: "நீங்கள்தான் உங்கள் உலகின் அரசன். ஏனெனில், நீங்கள் கடவுளுடன் ஒன்றுகலந்திருக்கிறீர்கள்."

நாகலட்சுமி சண்முகம்

மொழிபெயர்ப்பாளர்

நாகலட்சுமி மிகச் சிறந்த ஊக்குவிப்புப் பேச்சாளர். மக்களிடம் பரிபூரண மாற்றம் கொண்டுவரும் கருத்தரங்குகளை அவர் நடத்தி வருகிறார். அவர் முழுநேரப் பேச்சாளராக ஆவதற்கு முன்பு, பத்து வருடங்கள் கணினித் துறையில் தலைமைப் பொறுப்பு உட்படப் பல பதவிகளை வகித்தார்.

தமிழ் நாடகத் துறையின் முன்னோடி மேதைகளான டி.கே. எஸ் சகோதரர்களில் ஒருவரான திரு.முத்துசாமி அவர்களின் பேத்தியான நாகலட்சுமியிடம் இருக்கும் இயல்பான தமிழ் ஆர்வம், தமிழ் மொழிபெயர்ப்புத் துறைக்கு அவரை இழுத்து வந்துள்ளது.

அவருடைய மொழிபெயர்ப்பு நூல்களில், ரோன்டா பைர்ன், டாக்டர் ஜோசப் மர்ஃபி, ஜான் மேக்ஸ்வெல், டாக்டர் ஸ்பென்சர் ஜான்சன், நார்மன் வின்சென்ட் பீல், ஜான் கிரே, கேரி சேப்மேன், ஜாக் கேன்ஃபீல்டு, மார்க் விக்டர் ஹான்சன், பிரையன் டிரேசி, ஸ்டீபன் ஆர். கவி, ராபர்ட் கியோஸாகி, டேல் கார்னகி போன்ற, சர்வதேச அளவில் கொண்டாடப்படுகின்ற தலைசிறந்த நூலாசிரியர்களின் நூல்களும் அடங்கும்.

இவருடைய மொழிபெயர்ப்புகளுக்குக் கிடைத்துள்ள அங்கீகாரங்களில், 2014 பிப்ரவரியில் திருப்பூர் தமிழ்ச் சங்கம் அளித்த 'தமிழ் மொழிபெயர்ப்புத் துறைக்கான சிறப்பு விருதும்,' அவர் மொழிபெயர்த்த 'இறுதிச் சொற்பொழிவு' நூலுக்கு 2014 ஆகஸ்டில் வழங்கப்பட்ட 'நல்லி திசை எட்டும் மொழியாக்க விருதும்' அடங்கும்.

நாகலட்சுமி தன் கணவருடனும் தன் குழந்தைகள் இருவருடனும் தற்போது மும்பையில் வசித்து வருகிறார்.